നീലക്കടമ്പ്

neelakkadambu
stories
•
k p sudheera
•
first chintha edition
march 2013
•
published
chintha publishers, thiruvananthapuram
•
typesetting
akshara dtp centre, thiruvananthapuram
•
printed
akshara offset, thiruvananthapuram
•
cover
bloofish
•
price
rupees two hundred only

വിതരണം
ദേശാഭിമാനി ബുക്ക് ഹൗസ്
H O തിരുവനന്തപുരം–695 035
www.chinthapublishers.com
chinthapublishers@gmail.com

ബ്രാഞ്ചുകൾ

ഹെഡ്ഡാഫീസ് ബ്രാഞ്ച് കുന്നുകുഴി • ഓവർബ്രിഡ്ജ് തിരുവനന്തപുരം • കെ എസ് ആർ ടി സി ബസ് സ്റ്റേഷൻ ആലപ്പുഴ • കെ എസ് ആർ ടി സി ബസ് സ്റ്റേഷൻ എറണാകുളം • മച്ചിങ്ങൽ ലെയ്ൻ തൃശൂർ • ഐ ജി റോഡ് കോഴിക്കോട് • കെ എസ് ആർ ടി സി ബസ് സ്റ്റേഷൻ കോഴിക്കോട് • എൻ ജി ഒ യൂണിയൻ ബിൽഡിങ് കണ്ണൂർ • സെൻട്രൽ ബസ് ടെർമിനൽ കോംപ്ലക്സ് താവക്കര കണ്ണൂർ

CO - 1877 / 3128

നീലക്കടമ്പ്

കഥകൾ

കെ പി സുധീര

ചിന്ത പബ്ലിഷേഴ്സ്
തിരുവനന്തപുരം-695 035
വില : ₹ 200

കെ പി സുധീര

കോഴിക്കോട് ജനിച്ചു. അച്ഛൻ കെ സി പത്മനാഭൻ. അമ്മ ശാരദ. കോഴിക്കോട് ബി ഇ എം ഗേൾസ് ഹൈസ്കൂൾ, ഗവ. ആർട്സ് ആന്റ് സയൻസ് കോളേജ്, പ്രോവിഡൻസ് വിമൻസ് കോളേജ് എന്നിവിടങ്ങളിൽ വിദ്യാഭ്യാസം. സുവോളജിയിൽ ബിരുദം. സൗത്ത് മലബാർ ഗ്രാമീണ ബാങ്കിന്റെ കമ്പ്യൂട്ടർ ട്രെയിനിങ് സെന്റർ മേധാവി.

യുവസാഹിത്യകാരിക്കുള്ള ലളിതാംബിക അന്തർജനം അവാർഡ്, *മാതൃഭൂമി ഗൃഹലക്ഷ്മി* മാസിക അവാർഡ്, കേസരി ബാലകൃഷ്ണപിള്ള സമ്മാനം, കൊടമന അവാർഡ്, ഉറൂബ് അവാർഡ്, ദില്ലി സുലഭ് സാഹിത്യ അക്കാദമി അവാർഡ്, കസ്തൂർബാ സമ്മാൻ (ദില്ലി) ദലപുരസ്കാരം. 2010 ൽ ബിഹാറിലെ വിക്രംശിലാ യൂണിവേഴ്സിറ്റി വിദ്യാവാചസ്പതി ഡോക്ടറേറ്റ് നൽകി ആദരിച്ചു.

കൃതികൾ: *ആകാശചാരികൾ, സ്നേഹസ്പർശങ്ങൾ, അതീതം, ആരോ ഒരാൾ, നീലക്കടമ്പ്, സഹയാത്രിക, സുധീരയുടെ കഥകൾ, പ്രണയം മധുരം, നിത്യകല്യാണി, മടക്കയാത്ര* (ചെറുകഥ), *ഗംഗ, ആജീവനാന്തം, പ്രണയസമീരേ, സ്മൃതി* (നോവൽ) *ശാശ്വതം, മായക്കണ്ണൻ, ജീവനകല, കുടിലും കൊട്ടാരവും* (ബാലസാഹിത്യം), *ഇഖ്ബാൽ ജീവൽസ്പർശങ്ങളുടെ കാതലും കരുതലും, ജിബ്രാൻ അനശ്വരതയുടെ രഹസ്യം* (ജീവചരിത്രം), *ഹൃദയസ്മിതസ്മരണ, സ്നേഹത്തിന്റെ മുഖങ്ങൾ, അഴീക്കോട് എന്ന മനുഷ്യൻ* (കവിത), *ജിബ്രാന്റെ പ്രണയലേഖനങ്ങൾ* (കത്തുകൾ), *മൺതരി മുതൽ മഹാകാശം വരെ, പിരമിഡുകളുടെ നാട്ടിൽ, ചൈന മാറുന്ന മുഖം* (യാത്രാവിവരണം) *രോഷത്തിന്റെ മുന്തിരിപ്പഴങ്ങൾ (Grapes of wrath by Johnsteen beek), ഗംഗ* നോവൽ ഹിന്ദിയിലേക്കും *ആകാശചാരികൾ, ചോലമരങ്ങളില്ലാത്ത വഴി* ഇവ തമിഴിലേക്കും വിവർത്തനം ചെയ്തിട്ടുണ്ട്.

ഭർത്താവ് : ടി എം രഘുനാഥ്
മക്കൾ : അമിത്, അതുൽ
വിലാസം : വിശ്രാന്തി, കൊട്ടാരം റോഡ്,
കോഴിക്കോട് 673 006
ഫോൺ : 984743386
Email : kpsudheera2006@gmail.com
website : kpsudheera.com

ഉള്ളടക്കം

നീലക്കടമ്പ്

"നീലക്കടമ്പ് പൂത്തതുപോലെ."

എന്റെ സുഹൃത്തായതിനുശേഷം ഓരോ തവണ ഹരികൃഷ്ണനെ കാണുമ്പോഴും, അതെ, എനിക്കിങ്ങനെയാണ് തോന്നിയത്. ഞങ്ങളുടെ കമ്പനിയുടെ മേലാളന്റെ മകനായി എന്തിനേ ഹരികൃഷ്ണൻ ജനിച്ചു എന്ന് അൽപ്പം ചവർപ്പോടെയും എതിർപ്പോടെയും പലപ്പോഴും ഞാനവനോടു ചോദിച്ചുകൊണ്ടിരുന്നു. കാരണം, ഞങ്ങൾക്കിടയിൽ ഞാൻ തന്നെ ഒരു അദൃശ്യഭിത്തിയെ സങ്കൽപ്പിച്ചുകൊണ്ട് ആദ്യമൊക്കെ മാറിയിരുന്നു. എന്നാൽ ഹരികൃഷ്ണന് എല്ലാ ഭിത്തികളെയും തകർക്കാനായിരുന്നു കമ്പം. സ്നേഹം സഹജവികാരമാണ്. അതിനെ എന്തിനു തടയുന്നു എന്നായിരുന്നു അവന്റെ മട്ട്. പരസ്പരം അടുക്കുന്ന ആണിനെയും പെണ്ണിനെയും തടയാൻ ഈ ഭൂമിയിൽ യാതൊരു ഭിത്തിയും തടസ്സമല്ല എന്നതു ഞങ്ങളെ ഇരുവരേയും അത്ഭുതപ്പെടുത്തി. നിലനിൽപ്പിനായുള്ള സംയോഗമാണ് ഈ സ്നേഹം എന്നതും എന്നെ അമ്പരപ്പിച്ചു.

ഹരികൃഷ്ണനെപ്പോലൊരു കോടീശ്വരനും നാലായിരത്തി അഞ്ഞൂറുരൂപയുടെ ഈ ശമ്പളക്കാരിയും തമ്മിൽ പിന്നെയൊരു മൊബൈൽ യുദ്ധമായിരുന്നു. അറ്റാക്ക് മുഴുവനും എന്റെ ഭാഗത്തുനിന്നായിരുന്നതുകൊണ്ട് ഹരികൃഷ്ണന്റെ മൊബൈൽ തോറ്റെന്നു കണക്കാക്കാം. ജോലിസമയത്തിനിടവേളകളും പ്രഭാതവും പ്രദോഷവും നീല രജനികളുമെല്ലാം ഞങ്ങൾക്കു സംസാരിക്കാനുള്ള നേരങ്ങളായിരുന്നു.

'To the world you may one person,
but to one person you are the world'

എന്നും മറ്റുമുള്ള എസ് എം എസുകളും യാത്രാവേളകളിൽ അമ്പുകളായി ഞാൻ തൊടുത്തുകൊണ്ടിരുന്നു.

മാസാവസാനം മൂവായിരത്തി അഞ്ഞൂറ്റി ഇരുപതു രൂപയുടെ ബിൽ യാതൊരു പ്രയാസവും കൂടാതെ ഞാൻ കൈപ്പറ്റിയപ്പോൾ, കൃഷ്ണൻ

മൂപ്പന്റെ കടയിലെ പറ്റ് ആ മാസം കൊടുക്കാൻ പരുങ്ങലിലായപ്പോൾ, അമ്മ നെഞ്ചത്തു കൈവച്ചു. “എന്റെ കാവിലമ്മേ. ഈ മാസം എങ്ങന്യാ കുട്ട്യേനമ്മള് അങ്ങേത്തലയ്ക്കലെത്താ?” എന്റെ പ്രാക്ടിക്കൽസിന്റെ പേപ്പറും ഫീസും പ്രൊജക്ടും എല്ലാംകൂടി അഞ്ഞൂറെങ്കിലും കിട്ടണം എന്നു പേഴ്സ് പിടിച്ചുവാങ്ങി, അനുജൻ നൂറിന്റെ അഞ്ചു നോട്ടുകൾ എണ്ണിയെടുത്തപ്പോൾ ഞാൻ പൊട്ടിച്ചിരിച്ചുകൊണ്ടു ബാക്കി നോട്ടുകൾ അമ്മയുടെ ഉള്ളംകയ്യിൽ വച്ച് വിരലുകൾ മടക്കിക്കൊടുത്തു. “ന്റെ കുട്ടി മാളുക്കൂട്ടീ- ഈ മാസംന്നല്ല, അടുത്ത മാസങ്ങളിലൊക്കെ ഇദ് തന്ന്യാവും സ്ഥിതി. മോൾക്ക് കല്യാണച്ചെക്കനെ കിട്ടീല്യെങ്കിലെന്താ, പേഴ്സ് കാലിയായാലെന്താ അവളൊരു കോടീശ്വര്യല്ലേ ഒരു രാജ്ഞി.”

അമ്മ അന്തംവിട്ട് കൈ രണ്ടും നെഞ്ചത്തുനിന്നു പറിച്ചെടുത്ത് ആകാശത്തേക്ക് ഉയർത്തിക്കൊടുത്തു.

“കുട്ടീടെ തലയ്ക്കെന്തോ എളക്കം തട്ടീട്ടുണ്ട് ന്റെ ഭഗവതീ ദാരിദ്ര്യം പോരാഞ്ഞ് നീയിനീം പുതിയ പുതിയ പരീക്ഷകള് നടത്താൻ പോവാണോ?” അമ്മ ആധി നിറഞ്ഞ ഈ ചോദ്യത്തോടെ ആകെ പൂത്തു മറിഞ്ഞു നിൽക്കുന്ന എന്നെ നോക്കി. ചുണ്ട് ചിരിക്കുമ്പോഴും കണ്ണെപ്പഴും നിറഞ്ഞു നിൽക്കും എന്റെ മോളുടെ. അവടച്ഛൻ പോയേപ്പിന്നെ ഇതല്ലേ സ്ഥിതി എന്നു തേങ്ങിപ്പറയാറുള്ള അമ്മ, ദാ മോളുടെ കരകവിയുന്ന ആമോദം കാണുമ്പോഴും തേങ്ങുന്നു.

അടുത്ത ഊക്കിനു ദേവിക്കെന്തോ നേർച്ച നേരുകയായി. “ന്റെ ദേവീ നിനക്കു ഞാൻ” ഇത്രയുമെത്തിയപ്പോൾ അമ്മയുടെ വിണ്ടുവിളർത്ത ചുണ്ടുകൾ കൈകൊണ്ടു പൊത്തിപ്പിടിച്ച് ഞാൻ വിലക്കി: “നേർച്ച നേരാൻ വരട്ടെ അമ്മേ അടുത്ത മാസം കൃഷ്ണൻ മൂപ്പന്റെ കടം മാത്രല്ല, ദേവീടെ കടോം ബാക്ക്യാവും. മോൾക്കു ദുഃഖം വന്നാലും സന്തോഷം വന്നാലും അമ്മയ്ക്കു സഹിക്കില്ല്യ, ഉവ്വോ?”

ഒരിക്കലും ചിരിച്ചിട്ടില്ലാത്ത രീതിയിൽ ഞാൻ കുലുങ്ങിച്ചിരിച്ചപ്പോൾ സമ്പന്നമായ എന്റെ ശരീരമാകെ കുലുങ്ങിയപ്പോഴും അമ്മയുടെ മുഖത്ത് ആധി കറുത്ത ചായം പൂശിയല്ലോ എന്ന നേർത്ത നടുക്കം എനിക്കുണ്ടായി. “ഇന്യേത്തെ മാസങ്ങളൊക്കെ നീന്തിക്കടക്കാൻ ബുദ്ധിമുട്ടുന്നാണ് തോന്നണതമ്മേ.” എന്റെ വാക്കുകൾ മുഴുവനും കേൾക്കാൻ നിൽക്കാതെ അമ്മയൊരു ഇറങ്ങിപ്പോക്കു നടത്തി.

അൽപ്പം വേദന മനസിനു തോന്നിയപ്പോൾ ഞാൻ മൊബൈൽ കയ്യിലെടുത്തു. ദുഃഖം സഹിക്കാൻ കഴിയാതെ വരുമ്പോൾ മനുഷ്യൻ മദ്യപിക്കും. സിഗററ്റ് വലിക്കും, ലഹരി ഉപയോഗിക്കും. എനിക്കു ലഹരി ഈ മൊബൈൽ ഫോണായിരുന്നു. ഹരികൃഷ്ണനുമായി അടുത്തപ്പോൾ നീലക്കടമ്പ് മരത്തിന്റെ മദവും മണവും മാത്രമല്ല, ചുടുവെയിലത്ത് തണലും തണുപ്പും കിട്ടുന്ന സുഖമായിരുന്നു. അയാളുടെ രൂപം ഇത്രയ്ക്കു തുടുത്തും ചുവന്നും ഭാസുരമായതല്ല എന്നെ അയാളിലേക്കടുപ്പിച്ചത്. എന്നെ ഞാനെങ്ങനെയോ. അതേ രീതിയിലാണ് ഞാനവനെ സ്നേഹിച്ചത്.

മറ്റുള്ളവർ എന്നെ കാണുമ്പോഴേക്കും കണ്ണുനീരിന്റെ ഭാരം നിറഞ്ഞ ഭൂതകാലത്തെ ഓർക്കും, ഓർമിപ്പിക്കും. ദുരന്ത ദുഃഖ തീവ്രതകൾ ദൈവം ഞങ്ങൾക്ക് ഏറെ വിളമ്പിത്തന്നിട്ടുണ്ട്. ഞങ്ങളുടെ ദാഹിക്കുന്ന ചഷകങ്ങൾക്ക് ഒഴിച്ചുതന്നത് ഉപ്പുരസമുള്ള കണ്ണുനീരായിരുന്നു എന്നതും ശരി തന്നെ. എന്നാൽ സ്നേഹത്തേക്കാൾ വലിയ സദാചാരം വേറെയില്ല എന്ന അറിവ് ഞങ്ങൾക്ക് ആകസ്മികമായ അത്ഭുതമായിരുന്നു.

മൊബൈൽഫോണിന്റെ ഇത്തിരി മൗത്ത് പീസിലൂടെ ഞാൻ ഹരികൃഷ്ണന്റെ അഭിരുചികളും അഭിമതങ്ങളും അറിയാൻ തുടങ്ങി. എന്റെ രീതികളും പ്രത്യേകതകളും അഹന്തകളും പറഞ്ഞുകേൾപ്പിച്ച് ഹരികൃഷ്ണനെ ശ്വാസംമുട്ടിക്കൽ എനിക്കു ശീലമായി.

ജീവിതം ഒരു വരദാനമാണ്. അതിനെ അതേ മട്ടിൽ സ്വീകരിക്കുക എന്ന എന്റെ സ്റ്റൈൽ അവനും സ്വീകരിച്ചു. മദ്യവും ചഷകവും പോലെ ഞങ്ങൾ പരസ്പരം നിറച്ചുകൊണ്ടിരുന്നു. അവന്റെ മൂക്കു വിയർക്കാൻ പോലും അച്ഛനുമമ്മയും അനുവദിക്കില്ല. അതുകൊണ്ടുതന്നെ അവന്റെ ജാഗ്രത്തിലേക്കു തുളഞ്ഞു കയറി സ്വത്വത്തെ അൽപ്പം ക്ഷീണിപ്പിക്കാൻ ഞാൻ തുനിഞ്ഞു. എന്നോടു സംസാരിച്ചില്ലെങ്കിൽ അവനു ശ്വാസംമുട്ടൽ അനുഭവപ്പെട്ടു തുടങ്ങി.

ഹരികൃഷ്ണന്റെ പ്രഭാതകൃത്യങ്ങൾ മുതൽ ബ്രേക്ക് ഫാസ്റ്റ്, മീൽസ്, സപ്പർ വരെ എന്തൊക്കെയെന്നു ഞാൻ ചോദിച്ചറിഞ്ഞുകൊണ്ടിരുന്നു. അപ്പോൾ എന്റെ ലഞ്ച്ബോക്സിലെ രണ്ടേ രണ്ടു കഷ്ണം റൊട്ടിയും തലേന്നത്തെ കടലക്കറിയും കളിയാക്കി ചിരിച്ചു. അവന്റെ സഫാരി സ്യൂട്ടിന്റെ നിറമെന്തെന്നറിയാൻ വിളിക്കുമ്പോൾ ഞാനെന്റെ നരച്ച കുർത്തയും കഴുത്തിലെ നേരിയ സ്റ്റീൽമാലയും തടവി നോക്കി അതിനേക്കാൾ ഉച്ചത്തിൽ ചിരിച്ചു.

ഈവക രസികത്തരങ്ങൾ തുടരുമ്പോൾ, മദ്യശീലത്തേക്കാൾ വലിയ ദുശ്ശീലമായി എന്റെ മൊബൈൽ ഭാഷണങ്ങൾ. ഞങ്ങൾ തമ്മിലുള്ള സ്നേഹം പ്രണയത്തോളം വളർന്നിരുന്നില്ല. ഞങ്ങൾ കേവലം സുഹൃത്തുക്കളായതുകൊണ്ട് ഞങ്ങൾക്കു പരസ്പരം കണ്ണിൽ നോക്കാനോ വർത്തമാനത്തിലോ ഭാവിയിലോ മനസ്സു തളച്ചിടാനോ സാധിച്ചില്ല. ഞാൻ പൂർണമായും ജീവിതത്തിൽ സന്നിഹിതമായിരുന്നു. സ്വയം മറന്നു ഞാനൊന്നും ചെയ്തില്ല. ആയിടയ്ക്കാണ് ഹരികൃഷ്ണൻ ആ വലിയ തമാശ പറഞ്ഞത്.

"എനിക്കു വിവാഹപ്രായമെത്തിയെന്നാണ് അനുരാധേ അച്ഛൻ പറയുന്നത്. ഒരു വെൽ എജ്യൂക്കേറ്റഡ്, വെൽ പ്ലേയ്സ്ഡ് ചാമിങ് ഗേൾ എന്ന പരമ്പരാഗത സങ്കൽപ്പം അമ്മയ്ക്കുണ്ട്. ഇതു കേട്ടതു മുതൽ തുടങ്ങിയ ടെൻഷനാണ്. ഈ മോഡേൺ ഗേൾസിനെ എങ്ങനെ വിശ്വസിക്കും? ഡേറ്റിങ്ങും ചാറ്റിങ്ങും ഇതൊന്നുമില്ലാത്ത പെണ്ണെവിടെ കിട്ടും?"

ഈ പുത്തൻ തമാശയെ മറ്റൊരു തമാശകൊണ്ടു ഞാൻ നേരിട്ടു. "അതു നുണ, അങ്ങനെ അടച്ച് ആക്ഷേപിക്കാതെ ഹരി. നല്ല പെൺകിടാങ്ങൾ, പൊൻതാരങ്ങൾ ഇവ എത്രയെങ്കിലും ഉണ്ട്. ഹേയ് ഇതാ ഈ ഞാൻ തന്നെ."

പൂർത്തിയാക്കും മുമ്പ് ഹരികൃഷ്ണൻ ശരിവച്ചു. "ദേർ യൂവാർ! എനിക്ക് അനുരാധയുടെ രീതികളും മട്ടും മറ്റും ഉള്ള പെണ്ണിനെ മതി. നീയും കൂടെ ഒന്നു ഹെൽപ്പ് ചെയ്യ്."

ഞാൻ പൊട്ടിച്ചിരിച്ചു. താഴ്‌വരയിൽ കഴിയുന്ന ഞാനെങ്ങനെ ഉത്തുംഗത്തിലുള്ളവരെ തേടിപ്പിടിക്കും? അല്ലെങ്കിൽത്തന്നെ ഹരിയുടെ പ്രകൃതത്തിനും സൗന്ദര്യത്തിനും ചേർന്ന ഒരു പെണ്ണ് ഈ ഭൂലോകത്തിലെവിടെയുണ്ടാവാൻ!

പിന്നീടുള്ള ഞങ്ങളുടെ ദിനങ്ങൾ ഹരികൃഷ്ണന്റെ പ്രതിശ്രുതവധുവിനെക്കുറിച്ചായി. ഞങ്ങളുടെ ഈ ചർച്ചകളെല്ലാം കാലം കുറിച്ചിടുന്നുണ്ടാവും എന്നു ഞാനറിഞ്ഞു. എന്നാലെന്റെ മൊബൈൽ ബിൽ കൃത്യമായി അതു കുറിച്ചിടുന്നുണ്ടായിരുന്നു എന്ന അഹിത സത്യം ഒരു ഞെട്ടലോടെയാണ് ഞാൻ തിരിച്ചറിഞ്ഞത്.

വിവാഹശേഷം ഹരികൃഷ്ണൻ മറ്റൊരു സ്ത്രീയുടേതാവും. പിന്നെ അവൻ അവരുമായി സംസാരിക്കും. എനിക്കു തന്നിട്ടില്ലാത്ത മധുരഫലങ്ങളെല്ലാം ആ പെൺകുട്ടിക്കു കൊടുക്കുന്നതും എന്റെ സൗഹൃദത്തെ ഡിലീറ്റ് കൊട്ടയിലേക്കു കമിഴ്ത്തുന്നതും എനിക്ക് ഓർക്കാനേ തോന്നിയില്ല. പുതിയ മൊബൈൽ ബിൽ എനിക്കു സമ്മാനിച്ചത് വലിയൊരു നടുക്കമാണ്.

അമ്മയുടെ കയ്യിൽ കിടക്കുന്ന അവസാനത്തെ സ്വർണവള ഒരു നേർച്ചക്കോഴിയാണ്. അതാണ് അനുജന്റെ പബ്ലിക് പരീക്ഷ ഫീസടയ്ക്കാൻ ഞാൻ അറുക്കാൻ വച്ച കോഴി.

തൊട്ടതിനും തൊടുന്നതിനും കടം വാങ്ങിക്കാൻ തുനിയുന്നവരുടെ കൂട്ടത്തിൽ ഞാനുണ്ടായിരുന്നില്ല. ലളിതമായ വേഷവും ലാളിത്യമുള്ള ഭക്ഷണരീതിയുമായിരുന്നു ഞങ്ങൾക്ക്.

പിറ്റേന്നു കാലത്ത് പതിവുപോലെ ഞാൻ ഹരികൃഷ്ണനെ വിളിച്ചുണർത്തിയില്ല. ഞാനങ്ങോട്ടു വിളിക്കുന്ന സമയം കഴിഞ്ഞപ്പോൾ ഹരികൃഷ്ണൻ ചിരിയുടെ അകമ്പടിയോടെ ഫോൺ ഡയൽ ചെയ്യുന്നു. ഇങ്ങേയറ്റത്തു ഞാൻ സംസാരിച്ചപ്പോൾ എന്റെ ശബ്ദം ചിലമ്പിച്ചിരുന്നു. കാരണം തലേന്നു രാത്രിയിലും ഇന്നു കാലത്തും വീട്ടിലാരും ഒന്നും കഴിച്ചിരുന്നില്ല. ഏതു വേദനയും എനിക്കു സഹിക്കാം. എന്നാൽ വിശപ്പിന്റെ വേദന എനിക്ക് അസഹ്യമാണ്. പറ്റുകാരന്റെ കടയിൽ കുടിശ്ശിക തീർക്കാതെ യാതൊന്നും കടം കിട്ടില്ലെന്ന് അന്ത്യശാസനം. എങ്കിലിന്ന് അങ്ങനെയൊക്കെ പോകട്ടെ, നാളെ എന്തെങ്കിലും വഴി കാണാം എന്നു രക്ഷാധികാരിയായ ഞാനും നിശ്ചയിച്ചു. അമ്മയും അനുജനും മുത്തശ്ശിയും മാത്രമല്ല കുറിഞ്ഞിപ്പൂച്ചയും ഞങ്ങളുടെ ഉപവാസത്തിൽ പങ്കുകൊണ്ടു.

"നിന്റെ ശബ്ദത്തിന് എന്താണൊരു പതർച്ച? ഒരു മൂഡില്ലാതെ" ഹരികൃഷ്ണൻ വലിയ ചിരിയോടെ അന്വേഷിച്ചു.

"ഞാനിന്നലെ രാത്രിയിൽ ഒന്നും കഴിച്ചില്ല. ഇന്നു കാലത്തും..." എന്നെ പറഞ്ഞുതീർക്കാനനുവദിക്കാതെ ഹരികൃഷ്ണന്റെ വലിയ ചിരി മൊബൈൽ ഫോണും കവിഞ്ഞു മുറിയിലാകെ പതയാൻ തുടങ്ങി.

"ഉവ്വോ. ഞാനും തയ്യാറാ. ഇന്നലെ ക്രാബ്, പ്രോൺസ് ഫ്രൈ ഇതെല്ലാമുണ്ടാക്കി അമ്മ. എന്നാൽ ടെൻഷൻകൊണ്ടെനിക്ക്... എന്താണ് ഇത്ര ടെൻഷൻ എന്നു ചോദിക്ക്" അവൻ പ്രേരിപ്പിച്ചു. "ചോദിച്ചിരിക്കുന്നു. എന്താണ് ടെൻഷൻ ഹേതു?" "അതേ, എന്റെ വിവാഹം ഫിക്സായി. നല്ല പെണ്ണ്, നല്ല ബാക്ക് ഗ്രൗണ്ട്, നല്ല പണം. അമ്മയ്ക്കു തൃപ്തിയായി. നീ പറഞ്ഞതുപോലെ ബ്രിജിത്താ ബെർദോത്തിന്റെ സൗന്ദര്യം."

നിറയെ പൂത്ത നീലക്കടമ്പ് മരംപോലെ, ആഞ്ഞുലഞ്ഞ് ഹരികൃഷ്ണൻ ചിരിച്ചപ്പോൾ എന്റെ ഹൃദയത്തിലെവിടെയോ ഒരു കൊളുത്തു വീണു. നീലക്കടമ്പിന്റെ ഉന്മാദസൗന്ദര്യം എന്നെ മത്തുപിടിപ്പിച്ചു. ഹരികൃഷ്ണന്റെ സൗന്ദര്യം തികഞ്ഞ രൂപത്തെ ഒന്ന് ആഞ്ഞുപുൽകാൻ ഹൃദയം പിടഞ്ഞു. നെഞ്ച് നെഞ്ചോടു ചേർത്തുവച്ച് സകലതും മറന്ന് അനുരാധ ഹരികൃഷ്ണനെ ഈ നിമിഷം മുതൽ പ്രണയിച്ചു തുടങ്ങുന്നു. ഹൃദയം അലയടിച്ച് ആർത്തുവരുന്ന തിരമാലയാവുന്നു. ഒന്നു കരഞ്ഞു കളയാം. ഹേയ് വേണ്ട. പ്രണയം, കേവലം സ്വാർഥത, അസൂയ, ലൈംഗികത ഇവ സ്നേഹത്തിലേക്കു വലിച്ചിഴച്ചു കൊണ്ടുവരും. എന്നാലീ നിമിഷം മുതൽ അനുരാധ ഹരികൃഷ്ണനിൽനിന്നു സകല വികാരങ്ങളും മറച്ചുവയ്ക്കാൻ പോകുന്നു.

സ്നേഹത്തിന്റെ സ്വാദറിഞ്ഞതു മുതൽ എന്നിൽനിന്ന് ഒഴിഞ്ഞുപോയ അഹന്ത എന്നിലേക്കു തിരിയെ. "അനുരാധ, അനു നീ വേണം എനിക്കു സപ്പോർട്ട് തരാൻ. എനിക്കാകെ..."

മൊബൈൽ സംസാരം അവസാനിപ്പിച്ചുകൊണ്ടു ഞാൻ കണ്ണുകൾ ഇറുകെയടച്ചു. അപ്പോൾ ഓരോ തുള്ളി കണ്ണുനീർ എന്റെ നെഞ്ചിലേക്കു വീണുവറ്റി. മുഖമൊന്ന് അമർത്തി തുടച്ച് ഞാൻ മുഖമുയർത്തിയപ്പോൾ മുമ്പിൽ അമ്മയുടെ വാടി വിളർത്ത മുഖം കണ്ടു. എനിക്കു മാത്രമല്ല, അമ്മയ്ക്കും വിശപ്പു സഹിക്കാനാവില്ല. ഞാൻ മനസിലാക്കി.

"ശുട്രും വിഴി ശുടരെ...

ഉന്നുലകം എന്നെ തൊട്ട്തെ...

കൺ വിഴിച്ച് സൊപ്പനം കണ്ടേ" എന്ന് എന്റെ മൊബൈൽ റിംഗ് ടോണടിച്ച് തളർന്നു. ഞാൻ പതുക്കെ സെറ്റ് സ്വിച്ചോഫാക്കി. അതിന്റെ പൃഷ്ടഭാഗം തുറന്ന് സിംകാർഡ് പുറത്തെടുത്തു. എന്നിട്ടതു മുറിയുടെ മൂലയിൽ നിക്ഷേപിച്ച വെയിസ്റ്റ് ബിന്നിലേക്ക് എറിഞ്ഞു. മൊബൈൽ സെറ്റും ജനലിലൂടെ എറിഞ്ഞാലോ എന്ന് ആലോചിച്ചതേയുള്ളൂ. പിന്നിൽനിന്ന് അമ്മയുടെ ചൂടുള്ള നിശ്വാസം ചുമലിൽ തട്ടി.

"അനൂ ആ മൊബൈൽ വിറ്റാലൊരു ചാക്ക് അരി കിട്ട്വോന്ന് മുത്തശ്ശി."

ഈ ലോകത്തെ സകല പ്രശ്നങ്ങൾക്കും ഉത്തരം കിട്ടിയെന്നതുപോലെ ഞാൻ അമ്മയെ വട്ടം ചുറ്റിപ്പിടിച്ചു. "എന്റെ മാളുക്കുട്ട്യമ്മേ... സമയത്തിനു നേർവഴി കാട്ടിത്തരാൻ ഓരോ തവണേം ദൈവം നിങ്ങളെ എന്റടുത്തേക്കു പറഞ്ഞയക്കാണല്ലോ."

ഞാൻ ഉറക്കെ ചിരിച്ചു തീർന്നപ്പോൾ അമ്മ തേങ്ങിക്കരയാൻ തുടങ്ങി.

ഉള്ളറകൾ

മുറിയിലേക്കു കടന്നപ്പോൾ ജാസ്മിനു ശ്രദ്ധിക്കാതിരിക്കാൻ കഴിഞ്ഞില്ല, അയാളുടെ കൺതടങ്ങളിലെ കനപ്പും കരുവാളിപ്പും.

അൽപ്പാൽപ്പം കിതയ്ക്കുന്ന നെഞ്ചോടെ, മൂക്കിനു കീഴെ പൊടിച്ചു പൊടിച്ചു വരുന്ന വിയർപ്പ് നരച്ച ദുപ്പട്ടയുടെ വക്കുകൊണ്ട് അമർത്തി ത്തുടച്ച് ആ വലിയ മുറിയെ അവൾ ആകമാനം നോക്കി.

"ആരെയാണു തിരയുന്നത്! എത്ര തവണയായി നീ എന്നെ കാണാൻ വരുന്നു! പതിവുപോലെ അതേ പകപ്പും കിതപ്പും!"

അയാൾ ഉച്ചത്തിൽ ചിരിച്ചപ്പോൾ ജാസ്മിനു ചിരിക്കാനേ കഴിഞ്ഞില്ല. മേശപ്പുറത്ത് ആർഭാടത്തോടെ, രാജപ്രൗഢിയോടെ ഇരിക്കുന്ന രണ്ടു കൂറ്റൻ ആപ്പിളുകളിൽ കണ്ണുകളുടക്കിയതും, അവളുടെ നാക്കിനടിയിലും പരിസരത്തുമുള്ള ഗ്രന്ഥികളിലെല്ലാം ഉമിനീർ വമിച്ചു തുടങ്ങി. ഒരു വൻ തിരമാലപോലെ എന്തോ ഒന്ന് ഉരുണ്ടുരുണ്ട് വയറ്റിനടിയിൽനിന്നു നെഞ്ചോളമെത്തി.

അയാൾ തിടുക്കത്തിൽ ബാത്റൂമിലേക്കു തിരിഞ്ഞപ്പോൾ അവൾ ഏറ്റവും മുഴുത്ത ഒരാപ്പിളെടുത്തു ചുണ്ടോടടുപ്പിച്ച് ഒന്നു നക്കി. പിന്നെ മൂക്കിന്മേലൊന്നുരസി. ആപ്പിളിന്റെ ചെങ്കനൽ ചുവപ്പിലൊന്ന് ആഞ്ഞു കടിക്കാൻ തുനിയുമ്പോഴേക്കും അയാളുടെ കനത്ത കൈപ്പത്തി അതു തട്ടിപ്പറിച്ചു മേശമേലേക്കിട്ടു. എന്നിട്ട് അവളുടെ വിയർത്ത കഴുത്തിന്മേൽ ചുറ്റിയിരുന്ന ദുപ്പട്ടയെടുത്തു ദൂരെയെറിഞ്ഞു.

"ഹൗ എന്തൊരു സ്ട്രക്ച്ചറാണ് ജാസ്മിൻ നിന്റേത്! നിന്നെ ഈ ജന്മത്ത് ഞാനാർക്കും വിട്ടുകൊടുക്കില്ല." അയാൾ മുഖം കവിളിലേക്കടുപ്പിച്ചപ്പോൾ അവൾക്കു ഛർദിക്കാൻ വന്നു. എന്തൊരു എരിവു നിറഞ്ഞ ഗന്ധമാണ് മദ്യത്തിന്! പുരുഷന്മാർ കിട്ടുന്ന കാശിനൊക്കെ കുടിക്കാൻ കൊതിക്കുന്നത് എന്തിനാണാവോ.

ജാസ്മിൻ തന്റെ ദേഹത്തെ ഞെരുക്കുന്ന ആ കനത്ത ശരീരത്തെ അകറ്റിപ്പിടിക്കാൻ ശ്രമിച്ചു. വയറ്റിനകത്തു നിറഞ്ഞു കലമ്പുന്ന പച്ച വെള്ളം കുടലെരിഞ്ഞു തൊണ്ടയോളം നീറ്റൽ പരക്കുന്നു.

അയാൾ അവളുടെ കുപ്പായത്തിൽ കൈവയ്ക്കാൻ തുടങ്ങിയിരുന്നു. എന്തൊരു തിടുക്കമാണ് ഈ മനുഷ്യന്! തന്റെ നരച്ചതെങ്കിലും, ആകെ നിധിയായ ചുഡിദാർ സ്യൂട്ട് ജാസ്മിൻ കരുതലോടെ അഴിച്ചെടുത്തു. ഇതിനു പകരമൊന്ന് കിട്ടുകയെന്നത് വിദൂരസ്വപ്നം തന്നെയെന്ന് ഇയാളോട് എങ്ങനെ പറയും?

ബന്ധങ്ങൾ ഇയാൾക്കു കളിപ്പാട്ടമാണെന്നറിഞ്ഞിട്ടും, എന്തിനു ജാസ്മിൻ നീയിയാളെ? നിന്റെ പ്രണയം നിനക്കു യാതൊരു സൗകര്യവും സമ്മാനമാക്കിയില്ല. സ്നേഹിക്കുന്നുവെന്നു നടിച്ച് ഓരോ തവണയും ഇയാൾ നിന്നെ കീഴ്പെടുത്തുന്നു. വഞ്ചനയറിഞ്ഞുകൊണ്ടു തന്നെ ഓരോ തവണയും നീ അതിനു വഴിപ്പെട്ടുകൊടുക്കുന്നു. നിന്റെ കത്തിജ്ജ്വലിക്കുന്ന സ്നേഹത്തിന്റെ വിളക്ക് എന്തുകൊണ്ടേ നീ അർഹിക്കുന്ന കൈകളിൽ ഏൽപ്പിച്ചില്ല?

നിനക്ക് എന്തിനാണ് ഇത്രയും അഭിമാനബോധം? പറയാമല്ലോ നിനക്കെല്ലാം. നിന്റെ ശരീരത്തെ ഉപയോഗിക്കുന്നുവെന്ന അവകാശബോധം... അത്രയുമെങ്കിലും നിനക്ക് അവകാശപ്പെട്ടതല്ലേ?

ഇന്നെങ്കിലും അതൊക്കെ തുറന്നു പറയണം. അവൾ ഉള്ളിൽ ഉറപ്പിച്ചിരുന്നു. അയൽവാസിയുടെ വീട്ടിലേക്കു പതിവുപോലെ അയാൾ ഫോൺ ചെയ്ത് വരുന്ന വിവരം അറിയിച്ചപ്പോൾ ഇത്തവണ എല്ലാം പറയാനുള്ള വെമ്പലിന്റെ വീറ് ഉള്ളിൽ നിറഞ്ഞു. അയാൾ തൊട്ടടുത്ത ബംഗ്ലാവിൽ എത്തിയതറിഞ്ഞിട്ടും അമ്മ ഉറക്കത്തിലേക്കു വീഴുന്നതും അനുജൻ പതിവുപോലെ ജോലിയന്വേഷിച്ചു പുറത്തു പോകുന്നതു കാത്തു നിന്നപ്പോഴും അവൾ ഇത്തവണ ഒരു നെഞ്ചുറപ്പ് ഉൽപ്പാദിപ്പിച്ചെടുക്കുകയായിരുന്നു.

ഇരുപത്തിമൂന്നു വർഷമായി താൻ വളർത്തിയെടുത്ത അഭിമാനം എന്ന നാലക്ഷരത്തെ തൽക്കാലം വിട്ടുകളഞ്ഞ് സത്യത്തെ നേരിടാം. നേർക്കുനേരെ പറയാം. വർത്തമാനത്തിൽ വെച്ചുതന്നെ വേണം സത്യത്തെ നേരിടാൻ. ഭൂതവും ഭാവിയും അതിനു ചേർന്നതല്ല.

അയാളുടെ പ്രണയപ്രകടനങ്ങൾ ഒന്നു തീർന്നുകിട്ടട്ടെ. എ സി മുഴുവൻ കരുത്തോടെ എതിർത്തിട്ടും അയാളുടെ ദേഹം വിയർപ്പിൽ കുതിർന്നു. ആ വലിയ ബംഗ്ലാവിന്റെ വലിയ മുറികളിലേതോ ചുമരിലിരുന്ന് ഒരു കൂറ്റൻ ക്ലോക്ക് മണിയടിച്ചപ്പോൾ അവൾ കണ്ണുകൾ ചേർത്തടച്ച് എണ്ണി: ഒന്ന്... രണ്ട്... മൂന്ന്. ദൈവമേ, കഴിഞ്ഞ ഒന്നര മണിക്കൂർ, തന്റെ പ്രണയഭാജനം തന്നെ എങ്ങനെയൊക്കെയാണു കാർന്നു തിന്നത്.

കളഭശോഭയുള്ള ആ ദേഹത്തെ അവൾ പാതിയടഞ്ഞ കൺകളാൽ നോക്കി. എത്രയെത്ര അംബുജാക്ഷിമാരെ തൊട്ട കൈകളാണ്! ഒരു വലിയ സിനിമാക്കാരനായ അയാൾതന്നെ എത്രയോ തവണ അവളോടു പറഞ്ഞിട്ടുണ്ട്.

“എത്രയോ സിനിമാക്കാരികളെ തൊട്ട കൈയാണിത്. എന്നാൽ നിന്നെ കണ്ടതിനുശേഷമാണു ചെളിക്കുളവും പത്മതീർഥവും തമ്മിലുള്ള വ്യത്യാസം മനസിലായത്.”

അയാൾ വൃത്തികെട്ട ഒരു ശബ്ദത്തോടെ കൂർക്കം വലിക്കാൻ തുടങ്ങിയപ്പോൾ അവൾ കുളിമുറിയിൽ കയറി വൃത്തിയായി കുളിച്ചു. വസ്ത്രം മാറി. പുറത്തു വന്നപ്പോൾ അയാൾ കട്ടിലിൽ ചമ്രം പടഞ്ഞിരുന്ന് ആപ്പിൾ തിന്നുകയായിരുന്നു.

“നല്ലൊരു ഉറക്കമായിരുന്നു. അപ്പോഴേക്കും മൊബൈൽ ഫോൺ ഉറക്കം കെടുത്തി.” അയാൾ വൃത്തിയായി ആപ്പിൾ മുറിച്ചെടുത്തു തിന്നുകയാണ്. ഒരു കഷ്ണം വേണോയെന്നു ചോദിക്കാൻ അയാൾക്കറിഞ്ഞുകൂടാ. “ഫോർച്യൂണിൽനിന്ന് ഒരു മുഴുവൻ ബിരിയാണി തട്ടിയതാണ്. പക്ഷേ, എന്തൊരു വിശപ്പ്!”

തന്റെ വിശപ്പ് അയാളറിയേണ്ട വിഷയമല്ലെന്നാണു വിചാരം. താനെപ്പോഴും അയാളുടെ വിശപ്പു മാറ്റേണ്ടവൾ; അയാളുടെ പ്രണയഭാജനം. അവൾക്കു ചിരിവന്നു. കുറ്റം പറയരുത്. അയാൾ ജനിച്ചുവീണത് സമ്പന്നതയുടെ പൊൻകിടക്കയിലേക്കാണല്ലോ. അന്യന്റെ കണ്ണുനീർ കാണാൻ അയാൾക്കു കണ്ണില്ല. വിശക്കുന്നവന്റെ കണ്ണുനീർ തുടയ്ക്കാൻ അയാളിനിയും എത്രയോ വളരാനുണ്ട്!

“ഇന്നു നിനക്കെന്തോ മാറ്റമുണ്ട്. പഴയ ഉഷാറില്ല. ഓരോ തവണ കാണുമ്പോഴും, തേച്ചു മിനുക്കിയ ഓട്ടുവിളക്കുപോലെ മാറ്റുകൂടുന്നതാണു നിന്റെ സ്നേഹം എന്ന് ഒരിക്കൽ പറഞ്ഞുവല്ലോ.”

അയാൾ സിഗററ്റിന് തീ കൊളുത്തി. ശരീരംകൊണ്ടാണോ വാസ്തവത്തിൽ സ്നേഹിക്കുക? ഞാൻ വായിച്ച പുസ്തകങ്ങളൊന്നും അതല്ല പഠിപ്പിച്ചത്. എന്നാൽ രണ്ടുവർഷമായി അങ്ങെന്നെ സ്നേഹിച്ചത് ഇങ്ങനെയാണ്. കടന്നുപോകുന്ന തരംതാണ സ്നേഹപ്രകടനങ്ങളിലൂടെ. അവളത് ഉറക്കെപ്പറഞ്ഞില്ല. ഇതിനിടയിൽ അയാൾ തന്റെ രണ്ട് ആപ്പിളും തിന്നുതീർത്തിരുന്നു.

“ഇന്നെന്റെ മകളുടെ പിറന്നാളായിരുന്നു. അതാഘോഷിക്കുന്നതു നിന്റടുത്താവട്ടെയെന്നു വിചാരിച്ചു. ഇതിലും വലിയ സദ്യയൊരുക്കാൻ എനിക്കു വേറെയാരുണ്ട്?”

അവൾ ലോകം മുഴുവൻ ആദരിക്കുന്ന സൗന്ദര്യം തികഞ്ഞ ആ മുഖത്തേക്ക് ഉറ്റുനോക്കി. എത്ര ഗാഢമായാണ് താൻ അയാളെ പ്രേമിച്ചത്! എത്ര നിർമലമായിരുന്നു ആ സ്നേഹം! ദാരിദ്ര്യവും കഷ്ടപ്പാടും മാത്രമറിഞ്ഞ തന്റെ യൗവനം ഇയാളുടെ സാന്നിധ്യത്തിൽ എത്രമേൽ സമ്പന്നമായി! എന്തിനാണു വീണ്ടും വീണ്ടും മുറിപ്പെടുത്താൻ മാത്രമറിയുന്ന ഇയാളെ ഇനിയും...

ഒടുവിൽ ഒരുപിടി കൂനും കുരുവും ബാക്കിയായപ്പോൾ അതെല്ലാം അവളുടെ കൈവെള്ള തുറന്ന് അതിൽ നിക്ഷേപിച്ചശേഷം അയാൾ

വലിയ ചിരിയോടെ പറഞ്ഞു: "എന്റെ മോളിതൊന്ന് അടുക്കളയിലെ വെയ്സ്റ്റിൽ കൊണ്ടുചെന്നു കളയ്."

അയാൾ വായിലിട്ടു ചവച്ച ആപ്പിൾ തൊലിയുടെ ചണ്ടിയും അവശിഷ്ടവുമായി ജാസ്മിൻ വലിയ ഹാളിലൂടെ നടന്ന് അടുക്കളയിലെ ബക്കറ്റിൽ കൊണ്ടുചെന്നിട്ടു കൈ കഴുകി. അപ്പോൾ ഒരു കുടന്ന വെള്ളം കൂടി അവളുടെ വായിലൂടെ തൊണ്ടയിലേക്ക് ഇറങ്ങിപ്പോയി. അകമാകെ ഒരു കുളിരും സുഖവും. ആപ്പിൾനീരിന്റെ ഗന്ധമുള്ള ജീവജലം!

അടുക്കളയിലാകെ തിരഞ്ഞിട്ടും ഒരു കഷ്ണം റൊട്ടിയോ ഒരു കവിൾ ചായയ്ക്കുള്ള പൊടിയോ കണ്ടെത്താനായില്ല. എത്ര വലിയ വീട്! പക്ഷേ, എത്ര ദരിദ്രമാണിവിടം!

പക്ഷേ, അയാളെ മുഷിപ്പിക്കരുത്. എങ്ങനെയെങ്കിലും കാര്യങ്ങൾ തുറന്നു പറയണം. സഹായിക്കാതിരിക്കുമോ? ഇത്രയും ആഴത്തിൽ സ്നേഹിക്കുന്നുവെന്ന് അവകാശപ്പെടുന്ന ആൾ? പറയുകതന്നെ. ജാസ്മിൻ കുടിനീരിറക്കി. തൊണ്ട ശരിയാക്കി, തിരികെ മുറിയിലെത്തി. പറയുകതന്നെ. വിശന്നിരിക്കാൻ ഇനി വയ്യ. ഇന്നു പറയുകതന്നെ.

മുറിയിൽ കടന്നയുടൻ സൗമ്യമായ ചിരിയോടെ അയാൾ അവളുടെ ഇരുചുമലുകളിലും കൈവച്ചു. "ഇനി നീ പോകണം. നിന്റെ അമ്മയും അനുജനും നിന്നെയിപ്പോൾതന്നെ തിരക്കുന്നുണ്ടാവും."

"വരട്ടെ. എപ്പോഴും അങ്ങെനിക്ക് ഒരു മണിക്കൂർ... രണ്ടു മണിക്കൂർ ഒക്കെ പതിച്ചു തരുന്നതല്ലേ. ഇന്ന് എനിക്കു സംസാരിക്കാൻ അരമണിക്കൂർ തരണം."

അയാൾ അസ്വസ്ഥനായി.

"അരമണിക്കൂറോ? ഷൂട്ടിംഗ് തുടങ്ങാൻ മേയ്ക്കപ്പിടണം. മേയ്ക്കപ്പ്മേൻ ഇപ്പോൾതന്നെ."

"സാരമില്ല. ഒരിക്കൽ. ഒരേയൊരിക്കൽ മാത്രം. ഇതുവരെ എന്നോടു സംസാരിക്കാൻ തയാറായിട്ടില്ലല്ലോ. ഇന്നു മാത്രം അങ്ങ് ഒരൽപ്പം സമയം."

അവൾ തലകുനിഞ്ഞു പോകാതിരിക്കാൻ തന്റെ ചുമലുകൾ വിരിച്ചു പിടിച്ചു. കണ്ണുകൾ നിറയാതിരിക്കാൻ ചുണ്ടിന്മേൽ ഒരു വലിയ ചിരി വിടർത്തിയിട്ടു.

"ഞാൻതന്നെ നൂറായിരം ടെൻഷനിടയ്ക്കാണ് നിന്നെ കാണാൻ വരുന്നത്. നീയേയുള്ളൂ ആകെയൊരാശ്വാസം."

ഓർമകളുടെ ഉള്ളറകളിലേക്ക് ഓരോരോ വാതിൽ തുറന്നുകൊണ്ട് അവൾ പ്രവേശിക്കുകയായിരുന്നു.

"സാരമില്ല. ഒരു ചെറുവിരലനക്കിയാൽ അങ്ങേക്കു പരിഹരിക്കാവുന്ന പ്രശ്നങ്ങളേ എനിക്കുള്ളൂ. പക്ഷേ, അതു പറയാൻ അൽപ്പം സാവകാശം തരണം."

ജാസ്മിൻ വിരൽ ഞൊടിച്ചുകൊണ്ടു തലയുയർത്തിപ്പിടിച്ചു നിൽക്കുകയാണ്.

അയാൾ വിലകൂടിയ വാച്ചിലേക്കു മുഖം കുനിച്ചു തലയാട്ടി: "ശരി കേൾക്കട്ടെ."

ജാസ്മിൻ അയാളുടെ ശരീരത്തിനടുത്തു ശ്വാസത്തിൻ കീഴെയിരുന്നു.

സിനിമയിൽ ചെന്നുപെടും മുമ്പേ ഞാൻ അങ്ങയെ സ്നേഹിച്ചു തുടങ്ങിയതാണ്. അച്ഛന്റെയൊപ്പം ഓരോ തവണ വീട്ടിൽ വരുമ്പോഴും പഴയ കൊലുന്നനെയുള്ള ആ രൂപത്തിനകത്തെ ഉജ്ജ്വലമായ വ്യക്തിത്വത്തെ ഞാൻ ആരാധിച്ചു. അച്ഛൻ ഞങ്ങളെ വിട്ടുപോയതിനു ശേഷമാണ് അങ്ങെന്നെ സ്നേഹിച്ചത്. ഡിഗ്രിക്ക് റാങ്കുകാരിയായ എന്റെ ബുദ്ധിസാമർത്ഥ്യമോ, കവിതാകമ്പമോ ഒന്നുമല്ല അങ്ങേക്കു വേണ്ടിയിരുന്നത്. മറ്റെന്തോ.

അയാളുടെ മുഖത്ത് വലിയ ഗൗരവം മുറുകി.

"അച്ഛന്റെ സുഹൃത്തായ അങ്ങെന്നെങ്കിലും ചിന്തിച്ചിട്ടുണ്ടോ ഞാനും അമ്മയും അനുജനും എങ്ങനെ കഴിയുന്നുവെന്ന്?"

അയാൾ അക്ഷമനായി വാച്ചു നോക്കുമ്പോഴേയ്ക്കും അഭിമാനം തന്റെ ദേഹത്തുനിന്നു കിഴിഞ്ഞു വീഴുന്നതായി അവൾക്കു തോന്നി. എന്തിനാണു നാണംകെട്ട്... പക്ഷേ, വയറു വിശന്നാൽ ആരെന്തുതന്നെ ചെയ്യില്ല!

അകത്തു നടക്കുന്ന രൂക്ഷമായ പോരാട്ടങ്ങൾ അയാളറിയേണ്ട.

"ഞാൻ പറഞ്ഞു വരുന്നത്..."

അപ്പോഴേക്കും അയാളുടെ മൊബൈൽ മനോഹരമായ ഒരു സംഗീതം ആലപിച്ചു തുടങ്ങി. നമ്പർ നോക്കി ഹാൻഡ് സെറ്റ് ചെവിയോടു ചേർക്കുന്ന അയാളുടെ മുഖം ആഹ്ലാദംകൊണ്ട് ഒരു പുഷ്പം പോലെ വിടർന്നു: "നീയെവിടെനിന്നാണ്." അയാൾ അവളിൽനിന്നു പുറം തിരിഞ്ഞു വലിയ മുറിയുടെ അങ്ങേയറ്റത്തേക്കു നീങ്ങി. വലിയ പൊട്ടിച്ചിരി മുഴങ്ങി. ചിരിയുടെ പത അടങ്ങിയപ്പോൾ അയാൾ വീണ്ടും അവൾക്കരികിൽ അക്ഷമ തെളിയുന്ന ഭാവത്തിൽ വന്നിരുന്നു.

"ആരായിരുന്നു ഇത്രയധികം ആഹ്ലാദിപ്പിച്ച ആ പെൺശബ്ദം?"

അയാൾ പൊട്ടിച്ചിരിച്ചുകൊണ്ട് അവളുടെ കൈപ്പത്തി കയ്യിലെടുത്ത് അതിൻമേൽ തന്റെ കൈപ്പത്തി ചേർത്തുവച്ചു.

"നീയിത്ര ഗൗരവപ്പെട്ട് എന്നോട് സംസാരിച്ചിട്ടേയില്ലല്ലോ. പക്ഷേ, നിന്നെ ആ പഴയ കളിക്കാരിയായി കാണാനാണ് എനിക്കിഷ്ടം."

ഒരു തെറ്റു മറയ്ക്കാൻ എത്ര സമർഥമായി അയാളൊരു കളിവാക്കു പറയുന്നു! ശരീരവും മനസും ഒന്നാകുന്ന, പരസ്പരം നിർലീന ചേതസുകളാവുന്ന നേരത്ത് എത്രയെത്ര തവണ ഇതുപോലെ മിസ്കോളുകളും കോളുകളും അയാൾക്കു വന്നിരിക്കുന്നു! തന്റെ ഹൃദയം മുറിഞ്ഞ്, കണ്ണുകൾ നിറഞ്ഞു കവിഞ്ഞാലും അവളൊരിക്കലും അതാരായിരുന്നുവെന്ന് അന്വേഷിച്ചിട്ടില്ല. അയാൾ അങ്ങനെയൊക്കെയാണ്. അങ്ങനെയൊക്കെയാവാതിരിക്കാൻ ഒരിക്കലും അയാൾക്കു കഴിവില്ല.

“ഞാൻ പറയട്ടെ? എനിക്കു തന്ന അരമണിക്കൂർ തീരാറായി.”

“അമ്മയ്ക്കു കാൻസറാണ് എന്ന യാഥാർഥ്യം അങ്ങേക്കറിയാമോ? അനുജൻ ഒരു വർഷത്തോളമായി ജോലിയും തേടിയുള്ള അലച്ചിലാണ്. എന്റെ പഠിപ്പു നിർത്താൻ അവൻ സമ്മതിക്കുന്നില്ല. വീട്ടിൽ വിൽക്കാവുന്നതൊക്കെ വിറ്റു. പക്ഷേ, അവനൊരു ജോലി...”

അയാളുടെ മുഖം ഒരു പരിഹാസച്ചിരിയാൽ വക്രിച്ചു. “ഇപ്പോഴത്തെ ചെറുപ്പക്കാർ തന്നിഷ്ടക്കാരാണ്. ദുരഭിമാനികൾ, ഹിപ്പോക്രാറ്റുകൾ. ജീവിത യാഥാർഥ്യങ്ങളെക്കുറിച്ച് അവർക്കറിഞ്ഞുകൂടാ. എന്തു ജോലിയും ചെയ്യാൻ തയാറാവണം.”

അവൾ ഇടയ്ക്കു കയറിപ്പറഞ്ഞു.

“അവനേതു ജോലി ചെയ്യാനും തയാറാണ്. അങ്ങേക്കു ഞങ്ങളെ സഹായിക്കാനാവും. അവൻ അച്ഛനെപ്പോലെ ഒരു നല്ല നാടക നടനാണ്. കാണാനും തെറ്റില്ല. ഏതെങ്കിലും സിനിമയിൽ, അല്ലെങ്കിൽ അങ്ങയുടെ ഏതെങ്കിലും വ്യവസായശാലയിൽ, അവനു നേരിട്ടു ചോദിക്കാൻ പേടിയാണ്. വയ്യ എന്നു പറഞ്ഞാൽ നല്ലൊരു ബന്ധം തകർന്നു പോവില്ലേ?”

അയാൾ പെട്ടെന്നു മൊബൈൽ ഫോണെടുത്തു ചില നമ്പറുകളിൽ അമർത്തി.

“അരമണിക്കൂറിനുള്ളിൽ കാറെത്തണം.” ഏതോ വമ്പൻ പ്രതീക്ഷയാൽ വീർത്തുവന്ന നെഞ്ചിനെ ഒരു ബലൂൺ കുത്തിപ്പൊട്ടിക്കുന്ന ലാഘവത്തോടെ ഇയാൾ തകർക്കുകയാണല്ലോ.

അയാൾ ഒരു സിഗററ്റുകൂടി കത്തിച്ച് വീണ്ടും വാച്ചിലേക്കു നോക്കി. തന്റെ വസ്ത്രങ്ങൾ സൂക്ഷിച്ച അലമാരയ്ക്കടുത്തേക്കു നീങ്ങി. നിസ്വാർഥനായിരിക്കുക എന്നതുതന്നെ ഒരു വരദാനമാണ്. അവൾ മനസിൽ പറഞ്ഞു.

“ഇനിയൊക്കെ അടുത്ത തവണ കാണുമ്പോൾ. അടുത്താഴ്ച ഞങ്ങൾ ഹൈദരാബാദിലേക്കു പോകും. രണ്ടു മൂന്നു മാസത്തെ ഷൂട്ടിംഗ്. അതു കഴിഞ്ഞ് അടുത്ത പടത്തിന്റെ തുടക്കം നൈനിറ്റാളിൽ.”

എന്നാൽ അടുത്ത തവണ താനെവിടെയായിരിക്കും? വാടകവീട് ഉടൻ ഒഴിഞ്ഞുകൊടുക്കേണ്ടിവരും. പഠിത്തം തീരും മുമ്പ് ആയിരമോ ആയിരത്തിഅഞ്ഞൂറോ കിട്ടുന്ന ഏതെങ്കിലും ജോലിക്കു ചേരാം. മിക്കവാറും ഇതവസാനത്തെ കൂടിക്കാഴ്ചയാണ്. എന്നിട്ടും അവൾക്കു യാത്ര പറയാൻ തോന്നിയില്ല. വർഷങ്ങളായി താൻ കാറ്റത്തും വെയിലത്തും കെടാതെ സൂക്ഷിച്ച പ്രണയത്തിന്റെ ആ വിളക്ക് അണഞ്ഞുപോയതായി അവൾ മനസിലാക്കി. തന്റെ ഉദരം ശൂന്യമെങ്കിലും മനസ്സ് നിറയുകയാണ്. ശരീരം സ്വതന്ത്രമാവുകയാണ്. ഇത്തരം സമാഗമങ്ങൾക്ക് അയാൾ കളമൊരുക്കി ക്ഷണിക്കുമ്പോൾ, ഭയംകൊണ്ടു മരവിച്ച മനസോടെ, ആരുടെയും കണ്ണിൽ പെടാതെ ഇനിയൊരിക്കലും അയാൾക്കരികിലേക്ക് ഓടിയെത്തേണ്ടല്ലോ.

അവൾ പതുക്കെ മുറിവിട്ടിറങ്ങി. പതിവുപോലെ പുറകിൽ വാതിൽ ശബ്ദത്തോടെ കൊട്ടിയടയ്ക്കപ്പെടുന്നു. എന്നാലിത്തവണ ആ ശബ്ദം തന്നെ മുറിപ്പെടുത്തുന്നില്ല.

അവൾ തന്റെയുള്ളിലേക്കു നോക്കി. അവിടെ അയാൾ ഉണ്ടായിരുന്നില്ല. കീറത്തുണിയുമായി നിൽക്കുന്ന ഒരു ഭിക്ഷക്കാരനെപ്പോലെ അയാൾ പടിക്കു പുറത്ത്! അവൾക്ക് ഡയോജനീസിനെ ഓർമ വന്നു. ആ കഥ അയാൾക്ക് അറിയുമോ, ആവോ. ആതൻസിന്റെ ആ ചക്രവർത്തിയെ അയാൾക്കറിയും. എന്നാൽ ഈ നാടിന്റെ മഹാപ്രതിഭയെ അറിയുക വയ്യ.

എങ്കിൽ ഞാൻ പറയട്ടെ ആ കഥ? ചക്രവർത്തി യാചകനോളം താഴ്ന്നുപോയ അക്കഥ?

ഡയോജനീസിന് ജീവിതത്തിൽ യാതൊന്നിനോടും കമ്പമില്ല. എന്നാൽ അലക്സാണ്ടർ ചക്രവർത്തിക്കു ലോകമാകെ വെട്ടിപ്പിടിക്കാനുള്ള ആർത്തി ബാക്കിയാണ്. ചക്രവർത്തി ഒരു നാൾ നദീതീരത്തു നഗ്നനായി വെയിൽ കായുന്ന ഡയോജനീസിനടുത്തെത്തുന്നു. “ഞാൻ പല നാടുകൾക്ക് അധിപനായ ചക്രവർത്തിയാണ്... നിനക്കെന്തുവേണം പറയൂ. ഡയോജനീസ് സഹതാപപൂർവം പുഞ്ചിരിച്ചു. പറയാം... താങ്കൾ സൂര്യനെ മറഞ്ഞാണു നിൽക്കുന്നത്. അവിടുന്നു മാറിപ്പോവുക.”

ഇവിടെയാണ് ചക്രവർത്തി യാചകനായത്. ഇക്കഥയും അങ്ങു കേൾക്കേണ്ടതായിരുന്നു.

കാലം എല്ലാറ്റിനേയും ഒഴുക്കിക്കളയും. കുറേ വർഷങ്ങൾക്കുശേഷം ഞാനങ്ങയെ മറക്കും. അപ്പോഴും സത്യം മാത്രം നിലനിൽക്കും. സത്യത്തെ വെട്ടി മുറിക്കാൻ ശ്രമിക്കുന്ന അങ്ങ് ഒരിക്കൽ സത്യത്തെ അറിയും. പക്ഷേ, അപ്പോഴേക്കും അങ്ങ് ജീവിതത്തിന്റെ ഋജുവായ ധർമങ്ങൾ പഠിക്കേണ്ടി വരും. വക്രതയില്ലാത്ത ആത്മാവിനേ സത്യത്തെ പ്രാപിക്കാനാവൂ. ഇങ്ങനെയൊക്കെ വിചാരിച്ച്, അയാളുടെ വലിയ വീടിന്റെ മുള്ളുവേലി കവച്ച് അവൾ തന്റെ വാടകവീടിനു മുറ്റത്തെത്തി. കിണറ്റിൻകരയിൽ ചെന്നു. കാലും മുഖവും നന്നായി കഴുകി. ഒരുപാട് പച്ചവെള്ളം കുടിച്ചു.

ഭാവിക്കുവേണ്ടി ഒരുങ്ങുക. അതാണു പ്രധാനം. അവൾ വിചാരിച്ചു.

ഏകാത്മക പ്രത്യയസാരം

അവസാനത്തെ ഫ്ളാറ്റിലും ലഡു വിതരണം നടത്തി മകൻ ഒരു മാൻകിടാവിനെപ്പോലെ തുള്ളിച്ചാടി തിരിയെ എത്തി. ഉണ്ണികൃഷ്ണൻ പുറത്തേക്കിറങ്ങാൻ തുടങ്ങുകയാണ്.

"ഉണ്ണ്യേട്ടാ, ബ്രേക്ക് ഫാസ്റ്റ് കഴിക്കാത്തതല്ലേ? ഈ കോൺഫ്ളേക്സ് കഴിക്കാതെ പോവല്ലേ?"

തിരിഞ്ഞു നോക്കിയപ്പോൾ പുത്തൻ ചുഡിദാർ സ്യൂട്ടിൽ ഉമയുടെ ശരീരവടിവ് ഉജ്ജ്വലമായിരിക്കുന്നു. ഉണ്ണികൃഷ്ണൻ അകമേ വിചാരിച്ചു.

ഒന്നു രണ്ടു സ്പൂൺ കോൺഫ്ളേക്സ് അകത്തു ചെന്നതേയുള്ളൂ. അപ്പോഴേക്കും പുറത്ത് ആരോ കോളിംഗ് ബെല്ലടിച്ചു.

ആരൊക്കെയാണിത്! ബാങ്ക് മാനേജർമാരും എൻജിനീയർമാരും ഡോക്ടർമാരും! അതും എന്റെ വാതുക്കൽ!

ഉണ്ണികൃഷ്ണൻ ഉറക്കെ ചിരിച്ച് വാതിൽ മലർക്കെ തുറന്നുവെച്ച് അകത്തേക്കു ക്ഷണിച്ചു. ആരും അകത്തേക്കു കയറിയില്ല.

റിട്ടയേർഡ് കേണൽ പണിക്കർ സാർ തന്റെ ചൂടുള്ള കൈപ്പട നീട്ടിക്കൊടുത്തു. "കൺഗ്രാറ്റ്സ് ഉണ്ണീ – നഗരമധ്യത്തിലുള്ള പുതിയ വില്ല വാങ്ങിച്ചെന്നു കേട്ടു. എത്രായെടോ?"

വാതിൽക്കൽ വന്നു നിന്ന ഉമയാണ് ഉത്തരം പറഞ്ഞത്. "രജിസ്ട്രേഷനടക്കം മൊത്തം ഒരു കോടി."

ചിലർ പുരികമുയർത്തിപ്പിടിച്ച് അമ്പരപ്പ് വ്യക്തമാക്കി. മറ്റു ചിലർ ചുണ്ടു മലർത്തി അത്ഭുതം ഭാവിച്ചു.

"ചില്ലറ പുള്ളിയൊന്നുമല്ല കൂട്ടരേ! ഇതൊന്നും കൂടാതെ നാലഞ്ചിടത്ത് വേറേം ഭൂമീം കെട്ടിടോം ഉണ്ട്. കൂടാതെ..."

രമേശേട്ടനെ മുഴുവനാക്കാൻ ഉണ്ണികൃഷ്ണൻ അനുവദിച്ചില്ല.

"ഒന്നും വെറുതേ കിട്ടീതല്ല, രമേശേട്ടാ. ദിവസം പതിനഞ്ചും അതി

ലധികവും മണിക്കൂർ ജോലി, അതും എ സി റൂമിൽ കംപ്യൂട്ടറിൽ. എന്റെ തല കണ്ടോ? നാൽപ്പതിലെത്തിയപ്പോഴേക്കും കൊഴിഞ്ഞു. ബാക്കിയുള്ളതു നിങ്ങളെപ്പോലെ കറുപ്പിക്കാനൊട്ടു നേരോം കിട്ടില്ല. ഞങ്ങൾക്കു ലൈഫില്ല. പക്ഷേ, ഞങ്ങളുടെ ഭാര്യമാരിങ്ങനെ എപ്പഴും എവർഗ്രീനായി നിൽക്കും. അതേയുള്ളൂ ഒരു ത്രില്ല്."

വരാന്തയിൽ കൂട്ടച്ചിരി. എല്ലാവരും പിരിഞ്ഞു പോയപ്പോൾ ഉമ തിരക്കുകൂട്ടി.

"രജിസ്ട്രേഷൻ കഴിഞ്ഞയുടനെ ക്ഷണക്കത്തടിക്കണംന്ന് എന്റെ അച്ഛൻ പറഞ്ഞതു മറന്നോ? എന്റെ ആൾക്കാർടെ ലിസ്റ്റൊക്കെ ഞാൻ തയാറാക്കീട്ടുണ്ട്. ഉണ്ണ്യേട്ടന്റെ ആൾക്കാർടെ ലിസ്റ്റ് ഇതാ നോക്കൂ. വേണ്ടപ്പെട്ടവർടെ പേര് വിട്ടു പോയോന്നു നോക്ക്."

ഒന്നോടിച്ചു നോക്കി ഉണ്ണികൃഷ്ണൻ അത്ഭുതപ്പെട്ടു. എന്തൊരു തന്റേടമാണ് ഈ പെണ്ണിന്! പണവും പ്രശസ്തിയും ഉള്ളവരെല്ലാം ഇവൾക്ക് അടുത്ത ബന്ധുക്കൾ തന്നെ!

"ഇൻവിറ്റേഷൻ അഞ്ഞൂറു മതി. ക്രീമിലെയറ് മാത്രം. എല്ലാരേം വിളിച്ചു കയറ്റി വീട് കാണിക്കാൻ... അതു ശരിയാവില്ല."

ഉമയുടെ മുഖഭാവം അമ്പരപ്പിക്കുന്നതായിരുന്നു.

"ഉച്ചയ്ക്കുശേഷം നമുക്കു ക്ഷണം തുടങ്ങാം. സിംഗപ്പൂർന്ന് ഇന്നലെ എന്റെ ലതേട്ത്തി എത്തീതല്ലേ? അവടെ തൊടങ്ങാം."

ഉമ കതകു തുറന്നു പിടിച്ചു. "എന്നാ വേഗം ചെല്ലൂ ഉണ്ണ്യേട്ടാ. ബാങ്കീന്ന് കാശെടുക്കണം. പിന്നെ ഇൻവിറ്റേഷൻ ഏൽപ്പിക്കണം. ഓകേ?"

ഷെഡ്ഡിലേക്കു ചെന്ന് പുതിയ ഇന്നോവയിലേക്കു കാലെടുത്തു വച്ചതേയുള്ളൂ അപ്പോഴേക്കും മൊബൈൽ ശബ്ദിച്ചു തുടങ്ങി.

"മോനേ" അൽപ്പം ഇടറിയ ശബ്ദത്തിൽ ആരോ വിളിക്കുന്നു. സ്റ്റിയറിംഗ് വീലിൽ കൈവച്ച് ഉണ്ണികൃഷ്ണൻ ഒന്നു നടുങ്ങിയുണർന്നു. ഹാര്! അമ്മയുടെ അതേ സ്വരം!

"നെണക്ക് മനസിലായില്ല്യേ? ഇതു ഞാനാടോ രാജലക്ഷ്മി, നിന്റെ പഴയ രാജിയേടത്തി."

ഉണ്ണികൃഷ്ണൻ പൊട്ടിച്ചിരിച്ചു. "ഞാനങ്ങു പേടിച്ചുപോയല്ലോ രാജ്യേടത്തീ സ്വർഗത്തീന്ന് സാക്ഷാൽ അമ്മയെങ്ങാൻ..."

ചിലമ്പിച്ചിതറിയ ഒരു ചിരി അങ്ങേ തലയ്ക്കൽ.

"നെണക്കിപ്പം അങ്ങന്യൊക്കെ തോന്നും, അത്രയ്ക്കു പണക്കാരനാണെന്നു കേട്ടു. ഒരു കോടീശ്വരൻ."

ഉണ്ണികൃഷ്ണൻ റോഡിലേക്കു പതുക്കെ കാറെടുത്തുകൊണ്ടു പറഞ്ഞു.

"രാജ്യേടത്തി കേട്ടതൊക്കെ നേരാ. ഈ നാൽപ്പതാം വയസ്സില് ഒരുപാട് കെട്ടിടങ്ങളും ഭൂമീം കരസ്ഥമാക്കി. ജീവിതം കുറേ കൈവെള്ളയിലൂടെ ചോർന്നുപോയി. ദുബായിലെ എക്സ്ട്രീം ക്ലൈമെറ്റില് പിടിച്ചുനിക്കണോര് ഇങ്ങനെ ചെല മൃതവസ്തുക്കള് വാങ്ങിക്കൂട്ടുന്നു. ഇന്നലെ

എന്റെ പുതിയ ബംഗ്ലാവിന്റെ രജിസ്റ്റർ കഴിഞ്ഞു. അടുത്താഴ്ച ഞാൻ ഫ്ളാറ്റീന്ന് അങ്ങോട്ടു താമസം മാറുന്നു. ഹൗസ് വാമിംഗ് കഴിഞ്ഞ് നെക്സ്റ്റ് വീക്കില് ദുബായിക്കു മടങ്ങണം. എന്റെ പാർട്ട്നർക്ക്..." അപ്പോഴേക്കും രാജ്യേടത്തി അടഞ്ഞ ശബ്ദത്തിൽ പറഞ്ഞു. "ഏടത്തി ഇപ്പോന്റെ ഫ്ളാറ്റിനടുത്തുതന്നെണ്ട്. അധികം ദൂരത്തല്ലാതെ സിംസ് ആശുപത്രീല്."

"ആരോപ്പോ അവടെ?"

"ഞാൻ തന്നേടോ. ഒപ്പം ശേഖരേട്ടനും ഉണ്ട്. മക്കളൊക്കെ ഓരോരോ ദിക്കില്. ഞങ്ങള് ഭാര്യേം ഭർത്താവും ഇങ്ങട് പോന്നു. അവിടത്തെ ഡോക്ടർ ഇങ്ങോട്ട് റഫർ ചെയ്തു."

"ഓഹോ" ഉണ്ണികൃഷ്ണന്റെ ശബ്ദം പതുക്കെ പതുക്കെ താഴ്ന്നു വന്നു.

"നീയിപ്പോ ഡ്രൈവ് ചെയ്യാന്നു മനസിലായി. ഒന്നു കാണാനെന്താടോ വഴി? അധികം വൈകണ്ട. ഇപ്പഴായാലോ?"

"ഇപ്പോഴോ?" ഉണ്ണി വാച്ചിലേക്കു നോക്കി.

"ഞാൻ നോക്കട്ടെ."

പതുക്കെ മൊബൈൽ സ്വിച്ചിൽ വിരലമർത്തി സംഭാഷണം അവസാനിപ്പിച്ചു. ഇൻവിറ്റേഷൻ അച്ചടിക്കാൻ കൊടുക്കണോ, അതോ ആശുപത്രിക്കു നേരെ വണ്ടി വിടണോ? ഏതായാലും റോഡ് തിരിഞ്ഞപ്പോൾ മനസിലായി, വണ്ടി ആശുപത്രിക്കു നേരെത്തന്നെയാണു പോകുന്നത്. മുക്കാൽ മണിക്കൂർ ഡ്രൈവുണ്ട്. എയർപോർട്ട് റോഡ്. ഡ്രൈവിംഗ് സുഖകരം. മനസിൽ രാജ്യേടത്തിയുടെ ഇടറിയ വാക്കുകൾ. അധികം വൈകരുത്. എന്തോ പന്തികേടുണ്ടല്ലോ?

തറവാട്ടിൽ ഏറ്റവും തന്റേടിയും വിദ്യാസമ്പന്നയും കവിതാകമ്പക്കാരിയുമായിരുന്നു രാജ്യേടത്തി. എട്ടുമക്കളിൽ രണ്ടാമത്തവളെങ്കിലും മൂത്തമകൾ കല്യാണം കഴിഞ്ഞുപോയതുമുതൽ രാജ്യേടത്തിയുടെ ഭരണമായിരുന്നു. കുട്ടിയായിരുന്ന ഉണ്ണികൃഷ്ണന്റെ പന്ത്രണ്ടാം വയസിൽ രാജ്യേടത്തിയുടെ വിവാഹം കഴിഞ്ഞു കോയമ്പത്തൂർക്കു പോയി. പഠനത്തിന്റെ ആവശ്യത്തിനായി താൻ പല പല നാടുകളിൽ കറങ്ങുകയായിരുന്നു. അമ്മയുടെ കത്തുകളിലൂടെയാണു പിന്നെ രാജ്യേടത്തിയുടെ വിവരങ്ങളറിയുന്നത്.

'രാജി ചിട്ടി പിടിച്ചു കിട്ടിയ തുക തന്നപ്പോൾ ബാങ്കിലെ കടം പലിശ സഹിതം അടച്ചു. തെക്കേ പറമ്പിന്റെ ജപ്തി ഒഴിവായി. എന്റെ എട്ടു മക്കളിൽ അവളേ എനിക്ക് ഉതകിയുള്ളൂ. ഇപ്പോൾ നിനക്കയയ്ക്കുന്ന കാശും അവൾ തന്നതാണ്. ശേഖരനു വലിയ വരുമാനമുണ്ടായിട്ടല്ല. രാജീടെ മനസിന്റെ വലുപ്പമാണു മോനേ. ഇനി എല്ലാ മാസവും നിനക്കു നേരിട്ടു പണമയച്ചോളാമെന്ന് ഏടത്തി ഏറ്റിരിക്കുന്നു.'

പിന്നെപ്പിന്നെ മാസാമാസം പണത്തിനൊപ്പം രാജ്യേടത്തിയുടെ അക്ഷരത്തെളിമ. ഉണ്ണി പണം കരുതി ചെലവാക്കണം. അച്ഛൻ വലിയ

പരുങ്ങലിലാണ്. ബുദ്ധിമുട്ടിക്കരുത്. നന്നായി പഠിച്ച് കലക്ടറാവണം. വെക്കേഷന് ഒരിക്കൽ കോയമ്പത്തൂർക്കു പോരണം. ഈ ഏരിയയിൽ ചുണ്ടു കറുത്ത തമിഴത്തികളാണധികം. ഇങ്ങനെ കാര്യവും കളിയുമായി എത്രയോ കത്തുകൾ. കത്ത് ഒന്നോടിച്ചു വായിച്ചു കട്ടിലിന്മേലേക്കെറിയും. മണിയോർഡർ തുക കൃത്യമായി എണ്ണി നോക്കും. അക്കാലത്തു സഹമുറിയനായിരുന്ന വിജയനായിരുന്നു ആ കത്തുകൾ ശ്രദ്ധയോടെ വായിച്ചിരുന്നത്. "എടോ, തന്റെ ഏടത്തി ഒരു ലോകപ്രശസ്ത എഴുത്തുകാരി ആവേണ്ടതായിരുന്നു. എന്തൊരു സാഹിത്യാ കത്തില്! അവര്ടെ മുഴുവൻ ഹൃദയോം ഈ കടലാസില് കാണാം. താനാടോ ഭാഗ്യവാൻ."

ഉണ്ണികൃഷ്ണൻ കളിയായൊന്നു ചിരിച്ചു സ്ഥലം വിടും. വീടിനോടോ വീട്ടുകാരോടോ അധികം മമത കാണിക്കാൻ കഴിഞ്ഞില്ല. തനിക്കു ബന്ധം തന്നോടേ ഉണ്ടായിരുന്നുള്ളൂ.

റോഡിൽ തിരക്കേറുന്നു. ചൂടേറുന്നു. വണ്ടി ടോപ് ഗിയറിൽ ഓടുകയാണ്. മൊബൈൽ വീണ്ടും ശബ്ദിച്ചു.

"ഉണ്ണ്യേട്ടാ സെലക്ഷൻ കഴിഞ്ഞോ?" ഉമയാണ്.

നടുക്കത്തോടെ അയാൾ വിചാരിച്ചു. ഒരു കാര്യത്തിനു പറഞ്ഞയച്ചാൽ മറ്റെന്തെങ്കിലും വഴിമാറിപ്പോയാൽ പിന്നെ അവളുടെ വിശ്വരൂപം പുറത്തുചാടും. എന്തൊരു വാശിയും ശാഠ്യവുമുള്ള പെണ്ണ്. താൻ വരച്ച വരയിൽക്കൂടെ എല്ലാവരും നടന്നോളണം.

"ഹോ അതൊക്കെ കഴിഞ്ഞു. പിന്നെ ഊണിന് എന്നെ കാക്കണ്ട. ഒരു അടുത്ത ബന്ധു സിംസിൽ എത്തിയിട്ടുണ്ട്. ചെല്ലാമെന്ന് ഏറ്റുപോയി. ഒന്നു തലകാണിച്ച്."

ഉമയുടെ സ്വരം മാറി.

"അപ്പോ ഞാനീ പാടുപെടണതോ? പ്രോൺസ് ബിരിയാണി പ്രത്യേകം ഉണ്ടാക്കുന്നുണ്ട്. തൊട്ടടുത്ത ഫ്ളാറ്റുകാരെ ഉണ്ണാൻ വിളിച്ചിട്ടുണ്ട്. ഉണ്ണ്യേട്ടനില്ലാതെ..."

"ഒക്കെ നീ മാനേജ് ചെയ്യ്."

"അതേയ്, നമ്മുടെ ലിസ്റ്റിലുള്ള ബന്ധുവാണെങ്കിൽ നേരിട്ടു ക്ഷണിച്ചേക്ക്." ഉണ്ണികൃഷ്ണൻ മൊബൈൽ കട്ടു ചെയ്തു. അവൾ ഇത്രമാത്രം പ്രാക്ടിക്കൽ ആവേണ്ടിയിരുന്നില്ല. എന്നാൽ ദൈവമേ, അവൾ തന്ന ലിസ്റ്റിൽ രാജ്യേടത്തിയുടെ പേര് കണ്ടതായി ഓർക്കുന്നില്ല. മാധവിക്കുട്ട്യേടത്തി, തങ്കേടത്തി, ഉമേഷ് ഈ പേരൊക്കെയുണ്ട്. ഇവർ നല്ല നിലയിൽ കഴിയുന്ന സഹജാതർ. രാജ്യേടത്തിയുടെ പേര് എങ്ങനെ വിട്ടു? ഛേ!

"മുന്നിലെന്തപാരതയാണതു തുറന്ന-
തെന്നിലെ ക്ഷുദ്രാഹന്ത മഞ്ഞുപോലിതാ മാഞ്ഞു."

ഏടത്തി ജിയുടെ *വിശ്വദർശനം* പാടുന്നതു കേൾക്കണം. വെളുത്തുരുണ്ട മുഖത്തേക്കു രക്തച്ചുവപ്പ് ഇരച്ചു കയറും. ലളിതമായ ഈർക്കിലിക്കര മുണ്ടും വേഷ്ടിയുമുടുത്ത് കണ്ണുകൾ പാതിയടച്ച്...

കുട്ടിക്കാലത്ത് ഏടത്തിയോട് അസാരം അലോഗ്യം തോന്നിയ ഒരു സംഭവം മറക്കാൻ കഴിയില്ല. വീട്ടിലെ ഒരുപാടു പ്രാരബ്ധങ്ങൾക്കിടയിൽ ചെറിയ കുട്ടികൾപോലും ഓരോരോ ചെറുവരുമാനങ്ങൾ കണ്ടെത്തിയിരുന്നു. പറമ്പിലെ പറങ്കിയണ്ടി പെറുക്കുക, വയലിൽ പയറ് നടുക അങ്ങനെയോരോന്ന്. രാജ്യേടത്തിക്കു രണ്ടു കോഴികളുണ്ടായിരുന്നു. അതിന്റെ മുട്ടകളാണ് വരുമാനം. കല്യാണ്യേ, മാധവ്യേ എന്നൊക്കെ വിളിക്കുമ്പോഴേക്കും എവിടന്നെന്നറിയില്ല, ചന്തികുലുക്കി കോഴികൾ ഏടത്തിക്കടുത്തെത്തും. ഏടത്തിയുടെ കാലിൽ കൊത്തിപ്പെറുക്കി ഇക്കിളിയാക്കും. ചോറിന്റെ വറ്റ് മാത്രമല്ല, ഓരോ പിടി അരിയും ഏടത്തി അവറ്റയ്ക്കു സദ്യയാക്കും.

"എടീ, ഇവടെ ഇരുതല മുട്ടിക്കാൻ പാട്പെടണു. ഒരാൾടെ ചോറാ നീയീ രണ്ടെണ്ണത്തിന്..."

"അതീക്കൊറഞ്ഞ ചോറ് തന്നാമതി അമ്മേ എനിക്ക്–" രാജ്യേടത്തി പോംവഴി കാണും. അങ്ങനെ കോഴിമുട്ട വിറ്റ കാശ് വളരെ പിശുക്കിയേ രാജ്യേടത്തി ഉപയോഗിക്കൂ.

ഒരു ദിവസം ഏടത്തിയുടെ മേശപ്പുറത്ത് ചങ്ങമ്പുഴക്കവിത! ഏഴാം ക്ലാസുകാരനായ ഉണ്ണി പുസ്തകമൊന്നു വെറുതെ മറിച്ചപ്പോൾ അതികനത്ത് ഒരു ഒറ്റരൂപാ നോട്ട്!

ഇരുപത്തിയെട്ടു വർഷം മുമ്പത്തെ ഒറ്റ രൂപാ നോട്ടാണ്. ഉച്ചയ്ക്കു സ്കൂൾ വിട്ടാൽ മിക്ക കുട്ടികളും കീശയിൽ കയ്യിട്ട് ഒറ്റക്കാശോ, അഞ്ചു പൈസയോ തപ്പിയെടുത്തു ബുൾ ബുൾ മിഠായിയോ, പാരീസോ വാങ്ങാനോടും. സ്കൂൾ ഗേറ്റിനു പുറത്തു ചെട്ടിച്ചികൾ കൊണ്ടുവന്നു വിൽക്കുന്ന നിറപ്പകിട്ടുള്ള, മദ്ദളത്തിന്റെയും മറ്റും ആകൃതിയുള്ള മിഠായി ഇതുവരെ തിന്നിട്ടേയില്ല. ഇതിനൊന്നും ആരും പൈസ തരില്ല. ദാരിദ്ര്യമൊക്കെ തീർന്ന് നല്ലൊരു ജോലി കിട്ടിയാൽ അലമാര നിറയെ ലഡ്ഡു, മൈസൂർ പാക്ക് ഇതൊക്കെ അട്ടിയായി വെയ്ക്കണം, ആർക്കും കൊടുക്കില്ല. ആർക്കും!

എന്നാലിന്നു മിഠായി കണ്ടാൽത്തന്നെ ഷുഗർ കൂടും. പ്രഷർ, കൊളസ്ട്രോൾ, ഹാർട്ട് – രോഗമൊന്നും ഇനി ബാക്കിയില്ല. രാജ്യേടത്ത് മറ്റ് അനുജന്മാരേക്കാളെല്ലാം പ്രിയം ഉണ്ണികൃഷ്ണനോടായിരുന്നു. "മോനേ, ഉണ്ണീ മഴ വരണേനു മുമ്പേ വേഗം വന്നേ, ആദ്യം നിന്നെ കുളിപ്പിക്കാം. പിന്നെ വരട്ടെ കുട്ടിവാനരൻമാർ." മുറ്റത്തെ കിണറ്റിൻകരയിൽ വെള്ളം കോരി നിറച്ചു വച്ച് രാജ്യേടത്തി ഓരോരുത്തരെയായി കുളിപ്പിച്ചു തോർത്തി വിടും. എന്നിട്ടേ കോളേജിലേക്കു പോവൂ. വേഗം കുളി കഴിഞ്ഞു കിട്ടിയാൽ അടുക്കളയിൽ ചെന്നാൽ ഓരോ ദോശയും ചമ്മന്തിയും കിട്ടും. ആദ്യം കഴിച്ചു തീർന്നാൽ ഒറ്റയോട്ടമാണ്. പുസ്തകസഞ്ചിയുമായി സ്കൂളിലേക്ക്. തോട്ടുവക്കത്തു മീൻ പിടിക്കുന്നവരെ കണ്ടുനിൽക്കാനും മാങ്ങ പെറുക്കാനും സർക്കീട്ടടിക്കാനും ഒക്കെ നേരം കിട്ടും. എങ്ങനെയൊക്കെ പാഠങ്ങൾ പറഞ്ഞു തന്നും ഉരുള ഉരുട്ടിത്തന്നും

വളർത്തിയതാണ് രാജ്യേടത്തി. ഉണ്ണികൃഷ്ണന്റെ കല്യാണത്തിന് ഒരാഴ്ച മുമ്പാണ് രാജ്യേടത്തി കോയമ്പത്തൂരിൽനിന്നു ഫോൺ ചെയ്തത്. ചിക്കൻപോക്സ് മാറി അന്നു കുളിച്ചതേയുള്ളുവത്രേ. "രാജ്യേടത്തി കല്യാണത്തിനു വരണ്ട, ഞങ്ങൾക്കു രണ്ടാൾക്കും അധികം ലീവില്ല. കല്യാണം കഴിഞ്ഞാൽ ഉടൻ ഞങ്ങൾ പോകും." ഉണ്ണികൃഷ്ണൻ അമർത്തിപ്പറഞ്ഞു.

"എടോ നിന്റെ ഭാര്യയെ ഒന്നു കാണാൻ." ശബ്ദം ഒരു വിതുമ്പലായിരുന്നു. "പകരണ രോഗമല്ലേ, ഞാനവിടെ ചെന്നയുടൻ സി ഡി കോപ്പി ചെയ്ത് അയയ്ക്കാം. ഫോട്ടോസും. പോരേ?" പിന്നീട് അതേക്കുറിച്ചൊന്നും ഓർത്തതേയില്ല. ഇന്ന് എന്തെല്ലാമാണ് ഓർമകളിലേക്കു വജ്രസൂചികളായി തുളഞ്ഞിറങ്ങുന്നത്!

ഉണ്ണിയായിരുന്നു അന്ന് എല്ലാറ്റിനും കൂട്ട്. അമ്പലത്തിലേക്ക് ഉണ്ണിയുടെ തോളിൽ കൈയിട്ടു കഥകൾ പറഞ്ഞാണ് യാത്ര. എന്നാൽ അന്തോണി മുതലാളിയുടെ ബംഗ്ലാവിനടുത്തെത്തിയാൽ നടത്തം പതുക്കെയാവും. ഉണ്ണി നടന്നോ, ഏടത്തി റോസക്കുട്ടിക്ക് ഒരു ടെക്സ്റ്റ് കൊടുത്തിട്ടു വേഗം വരാം. തിരിഞ്ഞു നോക്കിയാൽ അന്തോണിച്ചന്റെ മൂത്ത മകൻ ടോമിച്ചായന്റെ മുമ്പിൽ തലകുനിച്ചു നിൽക്കുന്ന രാജ്യേടത്തിയെ കാണാം. രണ്ടാളും കാഴ്ചയിൽ എന്തൊരു ചേർച്ച എന്നു കുട്ടിയായ അക്കാലത്തുപോലും തോന്നിയിട്ടുണ്ട്. അന്നൊക്കെ രാജ്യേടത്തി ഒരുപാടു കവിതകൾ വായിച്ചു ഒത്തിരി കഥകൾ പറഞ്ഞു തന്നു. വലിയ കടലാസുകൾ നിറയെ കുനുകുനാ ഓരോന്നെഴുതി.

കോളേജ് പഠിത്തം തീരും മുമ്പൊരു ദിവസം ആരൊക്കെയോ രാജ്യേടത്തിയെ പെണ്ണുകാണാൻ വന്നു. തെക്കുള്ള കൂട്ടരാ, പയ്യനു കോയമ്പത്തൂരാ ജോലി എന്നൊക്കെ കേട്ടു. എന്നാൽ അവരുടെ മുമ്പിൽ ചായയും കൊണ്ടുപോകാൻ ഏടത്തി തയ്യാറല്ല. അടുക്കളയിൽ ഒന്നുമറിയാത്തപോലെ കടുക് വറുത്തിടുന്ന ഏടത്തിയുടെ കരണത്ത് അച്ഛന്റെ വലംകൈ പടക്കം പൊട്ടിച്ചുകൊണ്ടു പതിഞ്ഞു. "ഒരുമ്പെട്ടോളേ, മാനം കെടുത്താതെ കൊണ്ടു കൊടുക്കെടീ ഉമ്മറത്തേക്ക് ചായ." രാജ്യേടത്തി ഇമപോലും അനക്കിയില്ല. യാതൊരു ഭാവഭേദവും കൂടാതെ ചായ പുറത്തെത്തിച്ചു അകത്തേക്കു കയറിപ്പോയി.

ഒരു ദിവസം ഉണ്ണി സ്കൂളിൽനിന്നു വരുമ്പോൾ ടോമിച്ചായൻ ഒരു പൊതി ഉണ്ണിയെ ഏൽപ്പിക്കുന്നു.

"എന്റെ ട്രെയിനിംഗ് കഴിഞ്ഞു. പോസ്റ്റിംഗായാൽ ഒരൂട്ടം കൊടുക്കാമെന്ന് നിന്റെ രാജ്യേടത്തിക്കു വാക്കു കൊടുത്തിരുന്നു. പഠിപ്പിന്റെ കാര്യത്തിൽ എന്നെ ഏറ്റവും സഹായിച്ച ആളാ, ഇതു കൊടുത്തേക്ക്." വയൽ വരമ്പത്തൂടെ ഓടുന്നതിനിടയ്ക്കു പൊതിയഴിച്ചു നോക്കി. അതാ ഒരു മുത്തുമാല. ഹായ് നല്ല ചന്തമുള്ള പേൾമാല. പടിപ്പുര കടക്കും മുമ്പ് ഏടത്തി പിടികൂടി പൊതി വാങ്ങിച്ചു. അടക്കത്തിലെന്തൊക്കെയോ ചോദിച്ചു. അമ്മ ഉമ്മറത്തെത്തി. "എന്താടാ ആരാടാ ദ് തന്നെ?" രാജ്യേടത്തി

നിസ്സാരമായി പറഞ്ഞു. "അമ്മേ ഉണ്ണിക്ക് വഴീക്കെടന്ന് ഒരു മുത്തുമാല കിട്ടി. അതെനിക്കു തന്നു. അത്രന്നെ."

അതിനുശേഷമാണ് ഒറ്റ രൂപയുടെ കേസുണ്ടായത്. കണ്ണനോടാ യിരുന്നു ഉണ്ണിക്കു പറ്റ്. അവനു പാഠം പറഞ്ഞു കൊടുക്കാനും സ്കൂളി ലേക്കു കൊണ്ടുപോവാനും മടിയില്ല. ഒറ്റ രൂപാ കാണാതായതിനു വലിയ ഭൂകമ്പമുണ്ടാക്കി, രാജ്യേടത്തി. ചൂരൽവടി ഉത്തരത്തിൽനിന്നൂരിയെടുത്ത് കണ്ണന്റെ രണ്ടു കൈയും കൂട്ടിപ്പിടിച്ച് രാജ്യേടത്തി അലറി: "പറയെടാ കള്ളം പറയരുത്, ചെയ്യരുത്ന്ന് പഠിപ്പിച്ചിട്ട്... എവിടെ വെച്ചെടാ രൂപ? നിനക്കെന്തിനാടാ രൂപ?" തലങ്ങും വിലങ്ങും അടി വീണപ്പോഴും അവൻ കണ്ണീരൊലിപ്പിച്ചു പറഞ്ഞു: "രാജ്യേടത്തി, ഞാനെടുത്തില്ല." അമ്മ വന്നു കണ്ണനെ കൊണ്ടുപോയി എണ്ണ തേപ്പിച്ചു കുളിപ്പിച്ചു. "അന്യന്റെ മൊതല് കക്കരുത്, മോഹിക്കരുത് എന്നു പറഞ്ഞു കൊടുക്കമ്മേ മകനോട്." ഏടത്തി കിതച്ചു. എന്നാൽ രാത്രിയിൽ കണ്ണനെ ഉരുളയുരുട്ടി കഥ പറഞ്ഞ് ഉറക്കുകയും ചെയ്തു.

വലിയ ആശുപത്രിക്കു മുമ്പിൽ എത്തിയത് അറിഞ്ഞതേയില്ല. കാർ ആശുപത്രി മുറ്റത്ത് ഒതുക്കിയിട്ട് ഉണ്ണികൃഷ്ണൻ കാൻസർ സ്പെഷ്യാ ലിറ്റി ആശുപത്രിയിലേക്കുള്ള പടവുകൾ ചുറുചുറുക്കോടെ ചാടിക്കയറി. എൻക്വയറിയിൽ റൂം നമ്പർ കണ്ടുപിടിച്ചപ്പോൾ കംപ്യൂട്ടറിൽ തെളിഞ്ഞ ഡോക്ടറുടെ പേരു കണ്ടപ്പോൾ ഓർത്തു: ഡോ. റോയ്. പഴയ സുഹൃത്ത്. രോഗത്തെക്കുറിച്ച് ഒന്നറിഞ്ഞിരിക്കട്ടെ. എന്നിട്ടാകാം രോഗിയെ സന്ദർശി ക്കൽ.

തിയേറ്ററിൽനിന്നു ഡോക്ടറെത്താൻ പിന്നെയും വൈകി. പച്ച തല പ്പാവും കൈയിലെ ഗ്ലൗസും ഊരി കൈ കഴുകിത്തുടച്ച് ഡോക്ടർ അമ്പേ ഷിച്ചു:

"ഉണ്ണീ എന്തൊക്കെയുണ്ട്."

"ഡോക്ടറുടെ പേഷ്യന്റ് വൺ മിസിസ്സ് രാജലക്ഷ്മി. എന്റെ മൂത്ത സിസ്റ്ററാണ്."

ഒരു മുന്നറിയിപ്പും കൂടാതെ ഡോക്ടറുടെ മുഖം ഗൗരവം കൊണ്ടു മുറുകി.

"ഉണ്ണീ കാര്യങ്ങൾ കുറേ കടന്നുപോയി, അവർ ട്രീറ്റ് ചെയ്യാതെ ഇത്രടം വരെയെത്തി. ഷിയീസ് ടൂ സീരിയസ്. ഇന്നുതന്നെ കടന്നു കിട്ടു മോന്ന്..."

ഉണ്ണികൃഷ്ണൻ കുടുകുടാ വിയർത്തു. "രാജ്യേടത്തി മണിക്കൂറു കൾ കൊണ്ട്..."

"താനൊന്നു റിലാക്സ് ചെയ്യ്. എന്നിട്ടു കാണാം അവരെ. ഷീ ഈസ് സോ വണ്ടർഫുൾ. രോഗത്തെക്കുറിച്ചെല്ലാം അറിയാം. എന്നാലും എപ്പോഴും ചിരിച്ചുകൊണ്ട് – സോ സ്റ്റീൽ മൈന്റഡ്."

മനസ്സൊന്നു തഞ്ചപ്പെട്ടപ്പോൾ ഉണ്ണി എഴുന്നേറ്റു റൂമിലേക്കു നട ന്നു. വാതിൽ തുറന്നു കിടക്കുന്നു. കട്ടിലിൽ ആരുമില്ല.

"ഹെന്റെ ഉണ്ണീ! നിന്നെ കാത്ത് ഈ വരാന്തേല് എത്ര നേരമായി നിൽക്കുന്നു."

ഇടനാഴിയിൽ നിന്നിരുന്ന സ്ത്രീ അടുത്തേക്കണഞ്ഞു.

"ഹോ... ഞാൻ ശ്രദ്ധിച്ചില്ല രാജ്യേടത്തീ." ഉണ്ണി മുഖത്തെ കണ്ണുനീർ കാണാതിരിക്കാൻ മുഖം അമർത്തി തുടച്ചുകൊണ്ടിരുന്നു. പക്ഷേ, വിയർപ്പ് നിൽക്കുന്നില്ല.

"ഇനി കണ്ടാലും മനസിലാവ്വോ? നീ ഏടത്ത്യേ കണ്ടിട്ട് എത്ര കൊല്ലായി? തലമുടി ദാ കണ്ടോ നരച്ചു. എനിക്ക് ദെണ്ണോം വയസ്സുംന്ന് പറയാം. നെനക്കോ? നാൽപ്പതാവണതേയുള്ളൂ... അതിനു മുമ്പേ:"

ഉണ്ണികൃഷ്ണൻ വെറുതെയൊന്നു ചിരിക്കാൻ ശ്രമിച്ചു.

"എന്താടോ, ഇത്ര പരവേശം?"

"ഏയ്, ഏടത്തി മുറീല് തനിച്ചാ?"

രാജ്യേടത്തി ചിരിച്ചപ്പോൾ ശോഷിച്ച കവിളിലെ നുണക്കുഴി തിരയുകയായിരുന്നു ഉണ്ണി. അതാകെ കുഴിഞ്ഞ കവിളത്തേക്ക് ഉൾവലിഞ്ഞിരിക്കുന്നു.

"നീയെന്താ ഇങ്ങനെ നോക്കണത്? മരിക്കാൻ കെടക്കണ രോഗിയെ നോക്കുംപോലെ?"

ഉണ്ണി യാതൊന്നും പറയാതെ വെളിച്ചം തിങ്ങുന്ന ആ കണ്ണുകളിലേക്ക് ഉറ്റുനോക്കി. അവിടെ കണ്ണുനീർ തിങ്ങി പെരുകുകയാണല്ലോ.

"നെന്റെ ഭാര്യേം കുട്ട്യേം വന്നു കാണണംന്ന്ണ്ടാര്ന്ന്. നെന്റെ കല്യാണത്തിനും അച്ഛനായിരുന്നു എതിർപ്പ്. ദുബായിലൊക്കെ വളർന്ന കുട്ടി നമുക്കു ചേരോന്ന്. വേണെങ്കില് രജിസ്റ്ററ് ചെയ്യട്ടേന്ന്. ഞാൻ ചെന്ന് അച്ഛന്റെ കാലുപിടിച്ചു. അവന്റെ മോഹം സാധിച്ചു കൊടുക്കച്ഛാന്ന്. രണ്ടു ദിവസം പട്ടിണി സമരം, അച്ഛൻ വഴിക്കു വന്നു. മോനേ, മനസ്സിൽ മോഹിച്ചവരെ പിരിഞ്ഞു കഴിയരുത്. ആ തീയുടെ നീറ്റല് ഏറ്റവുമധികം അറിഞ്ഞത് ഈ ഏടത്ത്യാ."

ഉണ്ണികൃഷ്ണൻ ഏടത്തിയുടെ കൈ പിടിച്ചു.

"അപ്പോ ശേഖരേട്ടൻ ഏടത്ത്യേ?"

ഉണ്ണിയുടെ നെറ്റിയിലെ ചോദ്യചിഹ്നം മായ്ക്കാനെന്നോണം രാജ്യേടത്തി നെറ്റിയിലുഴിഞ്ഞു. പക്ഷേ, ആ കൈക്കെന്തൊണു മഞ്ഞിന്റെ തണുപ്പ്?

"ദൈവദോഷം പറയരുതു മോനേ ഏടത്ത്യേ അന്നുമിന്നും പൊന്നുപോല്യാ നോക്കീത്. ആട്ടെ നീയെന്നാ ബംഗ്ലാവിലേക്കു മാറണത്? എന്റെ പേര് നിന്റെ ലിസ്റ്റിലുണ്ടോ? അതോ?"

ഉണ്ണികൃഷ്ണൻ വാസ്തവമായും നടുങ്ങി.

"ഏടത്തീ അന്നു ടോമിച്ചായനുമായി ഉണ്ടായിരുന്ന റിലേഷൻ സീരിയസ്സായിരുന്നുവോ?"

ഏടത്തിയുടെ മുഖത്തേക്കു രക്തപ്രസാദം ഇരച്ചുകയറി. കണ്ണുകൾ രസോജ്ജ്വലങ്ങളായി. ഏതോ അഭൗമ സംഗീതം അവരുടെ അന്തഃശ്രവണങ്ങൾ അനുഭവിക്കുകയാണോ?

"കവിതയാ മോനേ തോമാച്ചനുമായി എന്നെ അടുപ്പിച്ചത്. അതിന്റെ ഭാവാനുഗുണത ആ മനസ്സിനും ഉണ്ടായിരുന്നു. ഏടത്തി ജീവിതത്തിന്റെ പ്രശാന്തീം പ്രസാദോം അറിഞ്ഞത് ആ ആളിലൂടെയാണ്."

കവിതയുടെ ദിവ്യൗഷധം ഇനിയും ഏടത്തിയുടെ രോഗത്തെ ശമിപ്പിക്കുമോ? കവിളത്തേക്കുരുണ്ട കണ്ണുനീർ ഉണ്ണികൃഷ്ണൻ ഒരുവിധം തുടച്ചെടുത്തു.

"ഔഷധം രോഗത്തെയെന്നപോല്യാ മോനേ, ആ മനസ്സ് എന്റെ ഏകാന്തതയെ കീഴടക്കിയത്. എന്റെ മോനോട് എനിക്കെന്തും പറയാലോ."

ആ വികാരഗൗരവത്തെ ഒന്നു തണുപ്പിക്കാനെന്നോണം ഉണ്ണികൃഷ്ണൻ ചിരിച്ചു. "ഈ രാജ്യേടത്തീടെ ഒരു കാര്യം! ചെറുപ്പത്തിലെന്നോ നാലു നാൾ കണ്ടു, മിണ്ടി. എന്നുവെച്ച് എങ്ങനര്യാനാ ഈ ആളോൾടെ സ്നേഹം?"

രാജ്യേടത്തി അൽപ്പം ആയാസത്തോടെ കട്ടിലിൽ നീണ്ടു നിവർന്നു കിടന്നു.

"ചോറ് വെന്തോന്നറിയാൻ ഒരു വറ്റെടുത്തു നോക്ക്യാൽ പോരേ മോനേ?"

ഒരു തുടം കണ്ണുനീർ ഉണ്ണികൃഷ്ണൻ ഏടത്തിയറിയാതെ വിഴുങ്ങി. "കുട്ടിക്കാലത്തെ ഒരു സംഭവം. എനിക്കൊരൂട്ടം ഏടത്തിയോടു പറയാനുണ്ട്."

ഏടത്തി അൽപ്പം തമാശയോടെ മുഖമുയർത്തിപ്പിടിച്ചു.

"അതു കുട്ടിക്കാലത്ത് ഏടത്തീടെ ബുക്കിലിരുന്ന ആ ഒറ്റരൂപാ ഞാനെടുത്തഴു. പിന്നെ..."

ഉണ്ണികൃഷ്ണന്റെ രണ്ടും കൈയും കൂട്ടിപ്പിടിച്ച് ഏടത്തി പൊട്ടിപ്പൊട്ടി ചിരിച്ചു. എഴുന്നേറ്റിരുന്നു വയറു പൊത്തിപ്പിടിച്ചു വീണ്ടും ചിരിച്ചു. ഇടയ്ക്കിടെ നെഞ്ചത്തേക്കു ചറുപിറുന്നനെ കണ്ണീരും ഇടറി വീണു. അധികം ചിരിച്ചിട്ടാവാം.

"മതി രാജ്യേടത്തീ ചിരിച്ചതു മതി."

ഉണ്ണികൃഷ്ണന് കരയാൻ കൊതി തോന്നി.

"ഹെന്റെ മോനേ" ഏടത്തി ചിരിക്കിടയിലൂടെ പറഞ്ഞു. "ഇതു ഞാനന്നേ അറിഞ്ഞ സത്യല്ലേ? കുട്ടനാ പറഞ്ഞു തന്നത് നീയന്നു വല്യ ധൂർത്തായിരുന്നൂന്ന്. കുട്ട്യോൾക്കൊക്കെ മിഠായി വാങ്ങിക്കൊടുത്ത് - അതറിഞ്ഞിട്ടു തന്ന്യാ ഞാൻ കണ്ണനെ തല്ലീത്. തല്ല്യേത് അവന്യാണെങ്കിലും വേദനിച്ചതു നിനക്കല്ലേ? അതാ മരുന്ന്. നിന്നെത്തല്യാ നിനക്കു വൈരാഗ്യാവും എനിക്കൊറപ്പുണ്ട്. പിന്നെ നേർവഴിക്കല്ലാണ്ട് എന്റെ മോനൊരിക്കലും..."

ഉണ്ണികൃഷ്ണൻ കണ്ണടച്ചു. ശരിയാണേടത്തീ, പിന്നീടു കുറ്റമൊന്നും ഞാൻ ചെയ്തില്ല. എന്നാൽ കൈയിലുള്ളതെല്ലാം ആർക്കൊക്കെയോ കോരിക്കൊടുത്ത ഏടത്തിക്ക്, തന്നെ പഠിപ്പിക്കാൻ ഏറെ കഷ്ടപ്പെട്ട ഏടത്തിക്കു യാതൊന്നും കൊടുക്കാൻ തോന്നിയില്ല.

“ഏടത്തീ ഞാനിന്നു ബാങ്കിലേക്കെന്നു പറഞ്ഞ് എറങ്ങീതാ. ഫോൺ കിട്ട്യേപ്പോ നേരെ ഇങ്ങോട്ട്... നാളെ കാലത്തു കാശെത്തിക്കാം.” ഉണ്ണികൃഷ്ണൻ എഴുന്നേറ്റു.

“നീ ശേഖരേട്ടനെ കണ്ടില്ലല്ലോ, ആർക്കൊക്കെയോ ഫോൺ ചെയ്യാനുണ്ട്ന്നു പറഞ്ഞു പോയതാ. ഞാനാ തൊട്ട മുറീലെ കുട്ടീടെ മൊബൈല് വാങ്ങി ഫോൺ ചെയ്തതാ നെന്നെ. പിന്നെ മോനേ ഏടത്തിക്കെന്തിനാ ഇനി കാശ്? പിന്നെ നീ തോമാച്ചനെ എന്നെങ്കിലും...”

ഒരു മുന്നറിയിപ്പുമില്ലാതെ ഏടത്തി ചോദിച്ചപ്പോൾ അൽപ്പം നടുക്കമുണ്ടായി.

“ചീഫ് സെക്രട്ടറിയായി പിരിഞ്ഞശേഷം ഒരിക്കൽ കണ്ടു, ഇപ്പോ ഓംബുട്സ്മാന്റെ...”

“ആളുടെ ഫാമിലി?”

“അതല്ലേ രസം, ഇപ്പഴും ബ്രഹ്മചാരി. ആ വലിയ ബംഗ്ലാവ് അങ്ങനെ ഒഴിഞ്ഞു കിടക്കാ.”

തേൾ കുത്തിയതുപോലെ രാജ്യേടത്തി കട്ടിലിൽ എഴുന്നേറ്റിരുന്നു.

“ഹെന്റെ മോനേ, കല്യാണം ഒറച്ചപ്പോ ഞാനദ്ദേഹത്തിന് ഒരു നീണ്ട കത്തെഴുതി, കല്യാണം ഒറപ്പിക്കും മുമ്പ് എന്നെ കൊണ്ടുപോണംന്ന്. ആൾക്ക് ജോലീം ശര്യായതല്ലേ? പക്ഷേ, മറുപടി തന്നില്യ – ഈ പുരുഷൻമാര് വഞ്ചകൻമാര്.”

ബാല്യകാലത്തിന്റെ കളിമുറ്റത്തു കൂടെ ഓർമകൾ കുടഞ്ഞു കയറി ഓടുകയാണ്.

ഇടവഴിയിൽ പിടിച്ചു നിർത്തി ടോമിച്ചായൻ പറയുന്നു: “എന്റെ ഉണ്ണീ നീയിത് ആരും കാണാതെ ഏടത്തിക്കു കൊടുക്കണം. മറക്കല്ലേ.”

കീശയിൽ കവർ നിക്ഷേപിച്ച് ഓടിയതു തോട്ടുവക്കത്തേക്കാണ്. അവിടെ കുട്ടികൾ കടലാസുതോണിയിറക്കുന്നു.

മഴപെയ്യാൻ തുടങ്ങിയപ്പോൾ ഉണ്ണികൃഷ്ണനു രസം കൂടി. തോണിയുണ്ടാക്കാൻ. എന്നാൽ കടലാസില്ല. കീശയിലെ കവർ കീറി മനോഹരമായൊരു തോണിയുണ്ടാക്കി, തോട്ടിലേക്കിട്ടു. “ഉണ്ണീടെ തോണി മുങ്ങിപ്പോയല്ലോ” എന്നു കുട്ടികൾ ആർത്തു ചിരിച്ചതും ഓർമയുണ്ട്. തിരിയെ വരുമ്പോൾ പിടിച്ചു നിർത്തി ടോമിച്ചൻ ചോദിച്ചു: “കൊടുത്തോ?” “കൊടുത്തു കൊടുത്തു” എന്നു പറഞ്ഞ് ഉണ്ണി ഓടി രക്ഷപ്പെട്ടു.

ഇതൊന്നും മരണം കാത്തു കിടക്കുന്ന ഈ പരിശുദ്ധാത്മാവിനോട് ഇനി പറയുക വയ്യ.

“ഏടത്തീ ടോമിച്ചായനു നിവൃത്തികേടായിരുന്നു. ജാതിപ്രശ്നം. അതും അന്നത്തെക്കാലത്ത്. അനുജത്തിക്കും ഒരു കല്യാണം വരോ?”

രാജ്യേടത്തി കട്ടിലിലേക്കു ചാഞ്ഞു. “ശര്യാണ്. ഓരോരുത്തർക്ക് ഓരോരോ ശരി. ആളൊരു പാവായിരുന്നു. ഒരു ശുദ്ധൻ. എത്ര ബുദ്ധീം അറിവുംള്ള ആൾ. എന്നാലെന്നെ ജീവനായിരുന്നു. ആ ആളെ മറന്ന ഒറ്റ ദിവസം ഈ ജീവിതത്തിലുണ്ടായിട്ടില്ല. ശേഖരേട്ടന് എല്ലാമറിയാം.

എന്നാലും പ്രാണനെപ്പോലെ എന്നെയങ്ങനെ സ്നേഹിച്ചുകൊണ്ടിരിക്കും. രാത്രീല് എന്റെ ഉടുപുടവ കണ്ണീരിൽ കുതിരുമ്പോൾ ഈ മനുഷ്യൻ കണ്ണു തുടച്ചു തരും. വിശാല മനുഷ്യത്വത്തിന്റെ പ്രതീകാ ആ മനുഷ്യൻ. ഞാനില്യാണ്ടെ ആളെങ്ങനെ കഴിയുംന്ന്..."

രാജ്യേടത്തിയുടെ ശബ്ദം അൽപ്പം ഇടറി.

"നെന്നെ കണ്ടപ്പം ചങ്ങമ്പുഴക്കവിത ഓർമ വന്നു." ചെറുപ്പത്തില് നീ നന്നായി ചൊല്ലുമായിരുന്നു.

"വേദന വേദന ലഹരിപിടിക്കും വേദന
ഞാനതിൽ മുഴുകട്ടെ-
മുഴുകട്ടെ മമ ജീവനിൽ നിന്നൊരു മുരളീ മൃദു-
രവമൊഴുകട്ടെ-"

ഉണ്ണികൃഷ്ണൻ ഹൃദയഹാരിയായ ആ നിത്യവിരഹിണിയെ നോക്കി. ആത്മാവിൽ പുളകമണിയിച്ച ഒരു കൽപ്പനയായി അവരങ്ങനെ കണ്ണുകൾ തുറന്നു കിടക്കുകയാണ്.

"മോനേ, ആ കറുത്ത ബാഗിന്റെ മുമ്പിലത്തെ കള്ളീല് ഒരു ചെറ്യേ പെട്ടീണ്ട്, അതൊന്നെടുക്കെടോ."

രാജ്യേടത്തിയുടെ കൽപ്പന. പഴകിയ വിലകുറഞ്ഞ ബാഗിന്റെ സിപ്പ് തുറന്നു നിറമുള്ളൊരു കൊച്ചുചെപ്പ് പുറത്തെടുത്തു. "അതൊന്നു തുറന്നു നോക്ക്." ഉണ്ണികൃഷ്ണൻ പതുക്കെ മൂടി തുറന്നു. ഒരു മുത്തുമാല!

"ഇതെവിടെയോ മുമ്പു കണ്ടിട്ടുണ്ടല്ലോ!"

വെൺമുത്തുപോലൊരു ചിരി ആ മുഖത്തു തെളിഞ്ഞു.

"അതൊരു പ്രേമോപഹാരമാണെടോ. ട്രെയിനിംഗ് കഴിഞ്ഞു പോസ്റ്റിങ്ങായപ്പോ എന്റെ ഉണ്ണീടെ കൈയില് കൊടുത്തയച്ച ഉപഹാരം. വിജയോന്മാദത്തിന്റെ മുഹൂർത്തത്തില് കൃഷ്ണൻ കുവലയം പറിച്ചെടുത്ത് കടയ്ക്കലെ മുത്തു വാരി രാധയ്ക്കു കൊടുത്തയച്ച കഥ, മേൽപ്പത്തൂര് വർണിച്ചിട്ടുണ്ടല്ലോ അതുപോലൊരു ലളിതഹാരം."

അൽപ്പം നാണത്തോടെ അവർ കണ്ണടച്ചു.

"ഇതു മാറിലണിയാൻ എനിക്കു ധൈര്യണ്ടായില്ല. ഞാനണിഞ്ഞതു മനസ്സിലാ."

ടോമിച്ചനു സങ്കൽപ്പിക്കാൻപോലും കഴിയില്ല, ഏടത്തിയിതു സൂക്ഷിക്കുന്നുവെന്ന്.

"എനിക്കോർമ്മണ്ട്, അന്നു പറഞ്ഞത്, മേത്തരം മുത്താണെന്നാ. ഒരു മങ്ങലുംകൂടില്യ-"

"ഇതു നെലേം വെലേം ഉള്ള ഒരാള് തന്ന വിലകൂട്യേ ഒരോർമ്യാണ്. ഇനി നീയിതു സൂക്ഷിക്കണം. ഇതില് ഏടത്തീടെ ജീവനുണ്ട്."

ഒരു കടലാസ് മുങ്ങിമുങ്ങിത്താഴുന്നതിന്റെ കയ്ക്കുന്ന ഓർമ. കണ്ണുനീരിന്റെ ഭാരമാവണം അതിനെ മുക്കിത്താഴ്ത്തിയത്.

മഴവില്ലിന്റെ അലൗകിക ഭംഗി എങ്ങനെയാണ് ഏടത്തിയുടെ മുഖത്തു പരക്കുന്നത്? ഈ ശേഖരേട്ടൻ എന്താണു വരാൻ വൈകുന്നത്? മാച്ചിട്ടും മായാത്ത ഒരു കണ്ണുനീർച്ചാൽ ആ മുഖത്തു തെളിയുന്നതെന്തേ?

ധൃതിയിൽ മാലയെടുത്തു കീശയിലിട്ട് ആത്മപ്രഭാവം ജ്വലിച്ചു പടരുന്ന ആ മുഖത്തേക്ക് ഉണ്ണികൃഷ്ണൻ ആധിയോടെ നോക്കിയിരുന്നു. ഏകാത്മക പ്രത്യയസാരം എന്ന് ഏടത്തി പഠിപ്പിച്ചുതന്ന അദ്വൈതമാണോ ഇത്? ഒരു തരം തുരീയാവസ്ഥ?

യാതൊന്നും മനസിലാവാതെ തണുപ്പു കയറിക്കയറി മരവിച്ചുപോയ തുറന്നു പിടിച്ച ആ കണ്ണുകൾ ഉണ്ണികൃഷ്ണൻ പതുക്കെ ചേർത്തടച്ചു.

ജാലകക്കാഴ്ചകൾ

ശരീരമാകെ പൊട്ടിത്തകർന്ന എല്ലുകളും കശേരുക്കളുമായി സുനിലിന് ഐ സി യുവിൽനിന്നു രണ്ടു കട്ടിലുകളുള്ള ഒരു മുറിയിലേക്കു സ്ഥലംമാറ്റം കിട്ടി.

സ്ട്രെച്ചറിൽ കിടന്നുകൊണ്ടു സുനിൽ തന്റെ സഹമുറിയനെ കടക്കണ്ണിനാൽ ഒന്നു ശ്രദ്ധിച്ചു.

മധുരമുള്ള മന്ദഹാസം പൊഴിച്ചുകൊണ്ട് ആ മനുഷ്യൻ ഒറ്റക്കൈയുയർത്തി അഭിവാദ്യം ചെയ്തു. 'ഹലോ!'

സുനിലിനു ചിരിക്കാനുംകൂടി കഴിഞ്ഞില്ല. ഒരു പളുങ്കുപാത്രത്തെയെന്നവണ്ണം രണ്ട് അറ്റൻഡർമാർ ചേർന്ന് അയാളെ കട്ടിലിലേക്ക് എടുത്തു വയ്ക്കുന്നതിനിടയിൽ തന്റെ മേലേക്കൊരു മഹാപർവതം വന്നു വീണിട്ടെന്നപോലെ, കണ്ഠം ഞെരിഞ്ഞ് ഒരാർത്തനാദം പുറത്തേക്കു വന്നു.

"ഹാവൂ അമ്മേ അയ്യോ" അയാളുടെ കൺകോണുകളിലൂടെ കണ്ണുനീർ ഇരുചെവിക്കരികിലേക്കും ഒലിച്ചു. ഡ്രിപ്പ്സ്റ്റാൻഡ് കട്ടിലിനോടു ചേർത്തുവച്ച് സിസ്റ്റർ സബീന ഇറ്റു വീഴുന്ന ഗ്ലൂക്കോസ് തുള്ളികൾ ചിട്ടയോടെ വീഴുന്നുണ്ടോ എന്നു തിട്ടപ്പെടുത്തി, ഒന്നു നിവർന്നു നിന്നു ചുറുചുറുക്കോടെ ചിരിച്ചു.

"ഇനി, ദാ ഇവിടെ സുനിലിനു നല്ലൊരു സുഹൃത്ത് കൂട്ടിനുണ്ട്. സമയം പോകുന്നതറിയില്ല."

സുനിലിന്റെ അണപ്പല്ലുകൾ വേദനയാൽ ഞെരിഞ്ഞുരഞ്ഞു. അയാൾ വേദനയുടെ തീരങ്ങളിലൂടെ ആന്തോളനം ചെയ്യുകയാണ്. പ്രജ്ഞയുടെയും മയക്കത്തിന്റെയും വരമ്പിലൂടെ അയാൾ ഇടറിക്കൊണ്ടു നീങ്ങുകയാണ്.

സിസ്റ്റർ സബീന മറ്റേ കട്ടിലിനു നേരെ കുനിഞ്ഞ് അടക്കം പറഞ്ഞു:

"റാംജീ നിങ്ങൾക്കിതാ കൂട്ടിനൊരാൾ. ശരീരത്തിലെ ഇരുനൂറ്റിയാറ് എല്ലുകളും തകർന്നിരിക്കയാണ്. ബസ്സിന്റെ കൂറ്റൻ ചക്രങ്ങൾ അയാളുടെ എല്ലുകൾ തകർത്തിരിക്കയാണ്. എന്നാലയാൾ ഭാഗ്യവാനാണ്. അയാളുടെ വൃക്കകളും തലച്ചോറും ഹൃദയവുമെല്ലാം ഭദ്രമാണ്."

റാംജി മന്ദഹസിച്ചു. അപ്പോൾ അയാളുടെ സൗന്ദര്യം തികഞ്ഞ മുഖം ഉജ്ജ്വലമായിത്തീർന്നു!

തെളിപ്പല്ലുകൾ റാംജിയെ കൂടുതൽ സുന്ദരനാക്കുന്നു. എന്തൊരു തേജസ്സാണ് ഈ മനുഷ്യന്റെ മുഖത്ത്! ഇയാളെ പരിചയപ്പെട്ടവർക്കെല്ലാം ഇയാളെ ഒഴിവാക്കി ജീവിക്കുക പ്രയാസമായിരിക്കും. സിസ്റ്റർ സബീന വിചാരിച്ചു.

"ഈ ദൈവം വല്ലാത്ത തമാശക്കാരൻ തന്നെ, അല്ലേ സിസ്റ്ററേ. ഇയാൾക്ക്, ഈ സുനിലിന് എന്തു പ്രായമുണ്ട്?"

സിസ്റ്റർ സബീന ചിരിച്ചുകൊണ്ട് റാംജിക്കു നേരെ കുനിഞ്ഞു.

"ഇരുപത്തിയെട്ട്. ഊഹിച്ചെഴുതിയതാണ്."

ഉന്മേഷം തിമർക്കുന്ന ഒരു പുഞ്ചിരിയോടെ അവൾ വരാന്തയിലൂടെ നടന്നു മറഞ്ഞു.

റാംജി എതിരെയിട്ട കട്ടിലിലേക്കു നോക്കി, ഇടതു കാലിലും വലതു കൈയിലും പ്ലാസ്റ്റർ, തലയിലും നെഞ്ചിലുമൊക്കെ ബാൻഡേജ് കെട്ടി വരിഞ്ഞിരിക്കുകയാണ്. പാവം ഉറങ്ങിപ്പോയി. ഉറങ്ങട്ടെ. ഉറങ്ങുമ്പോൾ വേദന അറിയേണ്ടല്ലോ.

മൂന്നാം ദിവസം സുനിൽ പതിഞ്ഞ ശബ്ദത്തിൽ ചോദിച്ചു: "ഞാനെവിടെയാണ്?"

റാംജി ഒന്നു നടുങ്ങിക്കൊണ്ടു തലയുയർത്തി, "ചങ്ങാതി താങ്കൾ വിഖ്യാതമായ ഒരു നഗരത്തിലെ വിഖ്യാതമായൊരു ആശുപത്രിയിലെ മുന്നൂറ്റി ഏഴാം നമ്പർ മുറിയിലാണ്. ചോദിക്കട്ടെ എവിടെയാണു വീട്?"

"വീടോ? വീട്," ആയിരം സൂചിത്തലപ്പുകളാൽ ശരീരമാകെ കുത്തി മുറിവേൽപ്പിക്കുംപോലെ മുഖത്ത് ആയിരം ചുളിവുകൾ ഞൊറിഞ്ഞു.

"ഒരു ജോലിയുടെ ഇന്റർവ്യൂവിനു വന്നതാണ്. ജോലി കിട്ടി. മെഡിക്കൽ ചെക്കപ്പിനുള്ള കടലാസുമായി ആശുപത്രിയിലേക്ക് ക്രോസ് ചെയ്യുമ്പോൾ..."

ബാക്കി പറയാനോങ്ങുമ്പോഴേക്കും അയാളുടെ വാരിയെല്ലുകൾക്കിടയിലൂടെ വേദന ഒരു വമ്പൻ തിരയായി നുഴഞ്ഞുകയറി.

"ഹാവൂ അമ്മേ, ഹോപ്‌ലെസ് കേസാണ് എന്നു ഡോക്ടർ അന്വേഷിച്ചുവന്ന ഞങ്ങളുടെ കമ്പനിയുടെ ആളോടു പറയുന്നതു ഞാൻ കേട്ടു. ദൈവമേ, ഒന്നു വേഗം ജീവനെടുത്തുതരണേയെന്നാണ് പ്രാർഥന. ഇങ്ങനെ വേദനിച്ച്." ഞരക്കത്തിനിടയിലൂടെ സുനിലിന്റെ വാക്കുകൾ റാംജിയുടെ കാതുകൾ പിടിച്ചെടുത്തു.

റാംജി പൊട്ടിച്ചിരിച്ചു. "എടോ, വിഡ്ഢിത്തം പറയരുത്, ജീവനൊരു നിമിഷത്തേക്കുപോലും പിടിച്ചുവയ്ക്കാൻ ഡോക്ടർമാർ പെടുന്ന പാട്! അപ്പഴാ തന്റെയൊരു മരണ പ്രാർഥന! എന്നാ കേട്ടോ. താനത്ര പെട്ടെന്നൊന്നും ചാവില്ല. തന്റെ ഇന്റേണൽ ഓർഗൻസൊക്കെ സേഫാണെന്ന്! ഇന്നാ സിസ്റ്ററോടു ഞാൻ ചോദിച്ചറിഞ്ഞതാണ്. രണ്ടോ മൂന്നോ എല്ലു പൊട്ടീന്നു വെച്ച്..."

എന്നിട്ടു കിടന്ന കിടപ്പിലൊന്നു ചെരിഞ്ഞു കിടന്ന്, രഹസ്യം വെളിപ്പെടുത്തുംപോലെ പറഞ്ഞു:

"അതേ ഇതിനപ്പുറത്തു കാൻസർ വാർഡാണ്. നിന്നു തിരിയാൻ സ്ഥലല്യാ. അവടെ ഒന്നുരണ്ടാത്മാക്കൾ ഇന്നോ നാളെയോ കാലിയാവും."

ഡോക്ടർമാരുടെ തുകൽ ചെരുപ്പിന്റെ താളം ചെവിയോർത്ത്, കിടപ്പ് ശരിയാക്കി റാംജി കൈയയുർത്തി. "ഗുഡ് മോർണിംഗ് ഡോക്ടേഴ്സ്."

മധ്യവയസ്കനായ ഡോക്ടർ തള്ളവിരലും ചൂണ്ടുവിരലും കൊണ്ട് റാംജിയുടെ കൺപോളകൾ വിടർത്തി.

"ശ്രീറാം, താങ്കൾ യാതൊന്നും കഴിക്കുന്നില്ല എന്നാണു സിസ്റ്റർമാരുടെ പരാതി. ഭക്ഷണം ആരും കാണാതെ ജനാലയ്ക്കു പുറത്തേക്കെറിയുന്നതിന് എന്തു ശിക്ഷയാണ് നിങ്ങൾക്ക്."

ഡോക്ടർ ചിരിച്ചപ്പോൾ റാംജിയും കള്ളം കണ്ടുപിടിച്ചതിന്റെ ജാള്യത്തോടെ ചിരിച്ചു.

"അതു ഡോക്ടറേ വായയ്ക്ക് ഒട്ടും രുചിയില്ല. സിസ്റ്റർമാര് നിർബന്ധിച്ചാ മതിയോ. തൊണ്ടേന്നെറങ്ങണ്ടേ?"

ഡോക്ടറുടെ മുഖത്തു ഗൗരവം നിറഞ്ഞു.

"ചികിത്സയുടെ പീഡനം താങ്ങാൻ ശ്രീറാം നിങ്ങളുടെ ശരീരത്തിനു കെൽപ്പുണ്ടോ?"

റാംജി ഉത്സാഹത്തോടെ എഴുന്നേറ്റിരുന്നു. "ശരീരം തളർന്നാലും എന്റെ മനസ്സ് തളരില്ല ഡോക്ടറേ."

ഒന്നു പുഞ്ചിരിച്ച് ചുമലുകൾ വിരിച്ച് വെള്ളക്കോട്ടിലേക്കു വിരലുകളാഴ്ത്തി ഡോക്ടർ നടന്നു പോയി.

ഡോക്ടർ ഗുപ്തയുടെ നേതൃത്വത്തിൽ മുറികളിലേക്കു ഭക്ഷണം എത്തിക്കൊണ്ടിരുന്നു. ഓരോ കട്ടിലിലും ഭക്ഷണമെത്തിക്കുന്നതു ഡോക്ടർ ഗുപ്ത ശ്രദ്ധിക്കുന്നു. എന്നാലതു കഴിക്കുന്നുണ്ടോ എന്നു ശ്രദ്ധിക്കേണ്ടതു സിസ്റ്റർമാരാകുന്നു. സുനിലിന്റെ മേശമേലേക്കു കഞ്ഞിപ്പാത്രം ധൃതിയിൽ വെച്ച് അടുത്ത വാർഡിലേക്കോടാൻ തുനിഞ്ഞ സിസ്റ്ററെ റാംജി ഉച്ചത്തിൽ വിളിച്ചു:

"സിസ്റ്ററേ, ഈ സുനിലിനെക്കൊണ്ടു കഞ്ഞി ഒന്നു വേഗം കുടിപ്പിക്കണം. നിങ്ങളുടെ തിരക്കുകൾ അവസാനിക്കാൻ കാത്താൽ അയാളുടെ വേദന ആരംഭിക്കും."

സ്വതവേ ദുർമുഖക്കാരിയായ സിസ്റ്റർ റോസമ്മയുടെ മുഖം കറുത്തു. അവർ കുറേശ്ശെയായി സ്പൂൺകൊണ്ടു കോരി സുനിലിനെ കഞ്ഞി കുടിപ്പിച്ചുകൊണ്ടിരുന്നു. അപ്പോൾ കട്ടിലിൽ എഴുന്നേറ്റിരുന്ന റാംജി ഒരലർച്ചയോടെ താഴെ വീണു. അയാളുടെ കൈയിലെ സ്റ്റീൽ തട്ടം രണ്ട് ഇഡ്ഡലി, പുഴുങ്ങിയ കോഴിമുട്ട ഇവ തറയിൽ ഉരുണ്ടു കളിച്ചു. റാംജിയും വെറും തറയിൽ കിടന്ന് ഉരുളാനും പിരിയാനും തുടങ്ങി. അയാളുടെ ചുണ്ടുകളുടെ മൂലയിൽ വെളുത്ത ദ്രാവകം പതഞ്ഞു.

സിസ്റ്റർ ശബ്ദത്തോടെ കഞ്ഞിപ്പാത്രം മേശമേലേക്കിട്ട് ഉറക്കെ വിളിച്ചു.

“റാംജിക്ക് ഫിറ്റ്സ്. ഡോക്ടർ അനിൽ കുമാറിനെ വിളിക്ക് വേഗം.”

ആരൊക്കെയോ ചേർന്നു റാംജിയെ കട്ടിലിലേക്കെടുത്തു. അയാളുടെ മൂക്കിൽനിന്നും രക്തം വമിക്കാൻ തുടങ്ങി. അയാളേതോ അബോധത്തിലേക്കു കൂപ്പുകുത്തി.

അയാൾ കോമയിലേക്കു പോയെന്നാണു തോന്നുന്നത്. ഡോക്ടർ ഗുപ്ത ആത്മഗതം ചെയ്തു.

കെടാൻ പോകുന്ന കനലിനെ ഊതിയൂതി ജ്വലിപ്പിക്കാൻ ഡോക്ടർ പാടുപെട്ടുകൊണ്ടിരുന്നു. എന്നാൽ മരണത്തെ സ്വപ്നം കണ്ടുകൊണ്ടു സുനിൽ മരണത്തിനായി പ്രാർഥിച്ചു.

എല്ലാവരേയും അത്ഭുതപ്പെടുത്തിക്കൊണ്ടു സന്ധ്യയായപ്പോഴേക്കും റാംജി കട്ടിലിൽ എഴുന്നേറ്റിരുന്നു.

“ഹോ, ഞാൻ ബോധംകെട്ടുറങ്ങിപ്പോയി, സുനിൽ നിങ്ങളിത്ര നേരം തനിച്ചായിപ്പോയി അല്ലേ?”

സുനിൽ പുഞ്ചിരിക്കാൻ ശ്രമിച്ചു. നീരുകെട്ടിയ അയാളുടെ മുഖത്ത് ഒരു ചെറു പ്രകാശം തിരിനീട്ടി.

“സ്വയം വേദനിക്കുന്ന അവസ്ഥയിൽ നിങ്ങൾക്കെങ്ങനെയാണ് അന്യനെ ആശ്വസിപ്പിക്കാൻ കഴിയുന്നത് റാംജി?”

പൊട്ടിയ ഓട്ടുമണിയിൽ നിന്നെന്നപോലെ റാംജിയുടെ ചിരി ചിലമ്പിച്ചു.

“ഹാവൂ, നിന്റെയൊരു ചിരി കാണാൻ എനിക്കു ഭാഗ്യമുണ്ടായി. സ്വന്തം പരാധീനതകൾ പറഞ്ഞു നാമൊന്നും ആരെയും ദുഃഖിപ്പിക്കേണ്ട. വേദന ഉണർത്തുന്നതിനേക്കാൾ ഭേദമല്ലേ ചങ്ങാതീ, അന്യന്റെ ഇച്ഛയെ ജ്വലിപ്പിക്കുന്നത്? അയാൾക്കു ജീവിതാനന്ദം കൊടുക്കുന്നത്?”

സുനിലിന്റെ ചിരി തീരെ ദുർബലമായിരുന്നു.

“എനിക്ക് നിങ്ങളോട് ഒരപേക്ഷയേ ഉള്ളൂ. എനിക്കുവേണ്ടി പ്രാർഥിക്കുക, വേഗമൊന്നു മരിച്ചുകിട്ടാൻ.”

റാംജിയുടെ മുഖത്തെ ചിരി കെട്ടു. അവിടെ ഏതോ കൊടുംചിന്തകൾ ചിലന്തിവലകൾ പാകുന്നതു സുനിൽ അമ്പരപ്പോടെ കണ്ടു.

“അപ്പോൾ നിങ്ങളിനിയും മരണത്തിന്റെ മേലുള്ള ആശ വിട്ടിട്ടില്ല. അല്ലേ? മറ്റുള്ളവരെ സ്നേഹിക്കുന്നതും സന്തോഷിപ്പിക്കുന്നതും തന്നെ

യാണ് യഥാർഥ ആനന്ദം. നാമോരോ തവണയും കരുതും പരാജയപ്പെട്ടിരിക്കുകയാണ് ഇനി രക്ഷയില്ല എന്ന്. എന്നാൽ ഓരോ അനുഗ്രഹത്തിനു പിന്നിലും കൊടിയ പരാജയമുണ്ട്. ഒരുവൻ വിജയിച്ചുവെങ്കിൽ ഉറപ്പിക്കാം, അവൻ സർവവിധ ദുരിതങ്ങളേയും അനുഭവിച്ച വ്യക്തിയാണ്! ഇതൊക്കെ എനിക്കു മനസിലാവുന്നത് രോഗശയ്യയിലായപ്പോഴാണ്. രോഗം ഒരു പാപമല്ല, കേട്ടോ ചങ്ങാതി. രോഗത്തിൽ നിരാശനാവരുത്. ഞാനൊരു കവിതാകമ്പക്കാരനാണ്, കക്കാടിന്റെ *സഫലമീ യാത്ര* എനിക്കു മനഃപാഠമാണ്. "ആർദ്രമീ ധനുമാസരാവുകളിലൊന്നിൽ, ആതിര വരും പോകും, അല്ലേ സഖീ?" ഈ വരികൾ കേട്ടിട്ടുണ്ടോ?"

സുനിൽ അൽപ്പം അഭിമാനത്തോടെ മൂളി. "ഉം ധാരാളം. അമ്മ പലപ്പോഴും ചൊല്ലുന്നതു കേട്ടിട്ടുണ്ട്."

റാംജി അൽപ്പം ഉത്സാഹത്തിൽ മുരടനക്കി, തലയാട്ടി ചൊല്ലിത്തുടങ്ങി.

"എന്ത്! നിൻ മിഴിയിണ തുളുമ്പുന്നുവോ സഖീ,
ചന്തം നിറയ്ക്കുകീ ശിഷ്ട ദിനങ്ങളിൽ
മിഴിനീർ ചവർപ്പും കെടാതെ,
മധുപാത്രമടിയോളം മോന്തുക!"

പാടിക്കഴിഞ്ഞ് റാംജിയുടെ അശ്രു നക്ഷത്രങ്ങളായ കണ്ണുകൾ സുനിലിന്റെ മുഖത്തു പതിഞ്ഞു.

"വേദനയുടെ ലഹരി. കണ്ണു നനഞ്ഞുപോകും ചങ്ങാതീ. ആട്ടെ. ചോദിക്കട്ടെ. സുനിലിന്റെ അമ്മ ജീവിച്ചിരിപ്പുണ്ടോ?"

സുനിലിന്റെ മുഖം ഒന്നു പിടഞ്ഞു.

"ഉവ്വ്. എനിക്കീ ലോകത്തു സ്വന്തമായി അമ്മയേയുള്ളൂ. അമ്മയ്ക്കു ഞാനും. എനിക്കു ജോലി കിട്ടിയെന്ന വാർത്ത, അയൽവാസിയുടെ ഫോണിലൂടെ അമ്മയെ അറിയിച്ചപ്പോൾ, ലോകം പിടിച്ചടക്കിയ സന്തോഷമാണമ്മയ്ക്ക്. പിറ്റേന്നു തിരിച്ചെത്തും, എന്നിട്ട് ഒരാഴ്ച കഴിഞ്ഞേ ജോയിൻ ചെയ്യൂ എന്നാണു ഞാൻ പറഞ്ഞത്. ഇന്നെന്താണു തീയതി, ഏതാണു ദിവസം ആർക്കറിയാം, അമ്മയ്ക്കു പേടികൊണ്ടു ഹൃദയസ്തംഭനം വരെ വന്നേക്കാം."

റാംജിയുടെ മുഖത്ത് ഒരു കാളിമ പരന്നു. "ശരിയാണ്. ഒരു വിവരവുമറിയാഞ്ഞാൽ അങ്ങനെയൊക്കെ പേടിക്കണം. ഇന്നിങ്ങനെ പോട്ടെ. നാളെ കാലത്ത് ഡോക്ടർ രജനീഷ് റൗണ്ട്സിനു വരുമ്പോൾ ഞാൻ മൊബൈൽ ഫോൺ തരപ്പെടുത്തി തരാം. അമ്മയ്ക്കു വിളിച്ചു പറയാം."

സുനിൽ ഏറെ നേരം നിശ്ശബ്ദതയുടെ വിഷം കുടിച്ചു നീലിച്ച മുഖത്തോടെ കിടക്കുന്നതു റാംജി ശ്രദ്ധിച്ചു.

അയാൾ വിഷയം മാറ്റാനായി പ്രസാദമധുരമായ ഒരു പുഞ്ചിരി പൊടിതട്ടി പുറത്തെടുത്തു. ജനാലയിലൂടെ പുറത്തേക്ക് എത്തിനോക്കിക്കൊണ്ട് അയാൾ പറഞ്ഞു.

"ഇന്ന് എന്തൊരു സുഖമുള്ള കാറ്റാണ്! സുനിൽ നിന്റെ കട്ടിലിനരികെ ഒരു ജാലകമില്ലാതായിപ്പോയതു കഷ്ടമായിപ്പോയി."

സുനിലിന്റെ മുഖം നിരാശയാൽ കോടി.

"ഇനിയെന്തു കാറ്റ് റാംജീ. ഈ വേദനയൊന്നു മാറിക്കിട്ടാതെ, ഒരു കാറ്റിനും എന്നെ തണുപ്പിക്കാനാവില്ല."

അതു ശ്രദ്ധിക്കാതെ റാംജിയുടെ കണ്ണുകൾ പുറംകാഴ്ചകളിലേക്കു ദത്തശ്രദ്ധമായി.

സ്നേഹത്തിന്റെ ജാഗ്രത, അതിന്റെ ഉത്തരവാദിത്ത്വം.

"ഈ ആശുപത്രി ഒരു തടാകതീരത്തായതു നന്നായി. അല്ലായിരുന്നുവെങ്കിൽ എനിക്കു ഭ്രാന്തു പിടിച്ചേനെ. മഞ്ഞിൽ നനഞ്ഞ്, വെട്ടിത്തിളങ്ങുന്ന പുൽപ്പരപ്പുകൾ, ഓരോ പുല്ലിലും പൂവുണ്ട്, മേയുന്ന പശുക്കിടാങ്ങൾ, കൈകോർത്തു നടക്കുന്ന കാമുകർ, എത്ര സൗന്ദര്യം നിറഞ്ഞതാണ് ഈ ഭൂമി! പ്രകൃതി നെഞ്ചോടു ചേർക്കുംപോലെയാണ് എനിക്കീ കാഴ്ചകൾ."

ദേഹം നുറുങ്ങുന്ന വേദനയ്ക്കിടയിലും സുനിൽ പറഞ്ഞുപോയി:

"പ്രകൃതിയെന്നാൽ അമ്മതന്നെയല്ലേ?"

ഒരു ദിവസം ബെഡ് പാൻ വെച്ച്, അലക്കിത്തേച്ച വിരിപ്പുകൾ മാറ്റിയിട്ട്, സുനിലിനു പ്രാതൽ കൊടുത്ത് സിസ്റ്റർ പോയിക്കഴിഞ്ഞപ്പോൾ, കുത്തിവെപ്പിനായി തിയേറ്ററിലേക്കു പോയിരുന്ന റാംജി കുഴഞ്ഞ ദേഹത്തോടെ സിസ്റ്ററുടെ മുതുകത്തു തൂങ്ങി നടന്നുവന്നു കട്ടിലിലേക്കു വീണു.

ചുമലുകൾ ഉയർത്തിപ്പിടിച്ച്, നട്ടെല്ലു നിവർത്തി, നെഞ്ചു വിരിച്ച്, കൈകൾ വീശി നടന്നുപോയ ആൾരൂപം നടു കൂന്ന വൃദ്ധനെപ്പോലെ തിരിയെ വന്നിരിക്കയാണ്. രോഗം തെറുത്തുവച്ച അനേകം ചുളിവുകൾ ആ മുഖത്തിനെയാകെ പ്രാകൃതമാക്കിക്കളഞ്ഞു

പിറ്റേന്നു കാലത്തു യാചിക്കുന്ന കണ്ണുകളോടെ സുനിലിനെ നോക്കിക്കിടക്കുന്ന ആ രൂപത്തോട് എന്തു സംസാരിക്കണമെന്നറിയാതെ സുനിലിന്റെ മനസ്സ് ഉഴറി.

"ഞാനിന്നലെ അമ്മയോടു സംസാരിച്ചു. വിചാരിച്ചതുപോലെയല്ല, അമ്മയ്ക്കു നല്ല ധൈര്യമുണ്ട്. ഞാൻ വല്ല അസുഖവും പിടിച്ചു കിടക്കുകയാവുംന്നാണത്രെ അമ്മ കരുതിയത്."

റാംജി ചിരിക്കാൻ ശ്രമിച്ചുകൊണ്ടു പതുക്കെ ഞരങ്ങി. "നന്നായി, നമ്മള് സുഖമാണെന്നു പറഞ്ഞു വീട്ടുകാരെ പറ്റിക്കുന്നു. എന്നാലവര്ടെ മനസ്സ് വെന്തു ചാമ്പലാവാതെ കഴിക്കാലോ."

ഒരു തേങ്ങലിന്റെ കൂറ്റൻ തിരമാല ആ നെഞ്ചിനെയാകെ ഉലയ്ക്കുന്നതുപോലെ.

വൈകുന്നേരത്തെ ചുടുചായ കഴിച്ചപ്പോൾ റാംജി ഉഷാറായി.

"ചിലപ്പോ ചില മരുന്നുകൾടെ റിയാക്ഷൻ. ആകെ തകർന്നു പോകും ഇഷ്ടാ, നമ്മടെ ഇച്ഛാശക്തിയൊന്നും അവടെ വിലപ്പോവില്ല.

ഒരു തമാശ കേൾക്കണോ. അങ്ങനെ മയങ്ങിക്കെടക്കുമ്പോ ഞാനെന്റെ ചിഞ്ചുമോൾടെ ചിരി കേട്ടു. പിന്നെ പ്രിയക്കുട്ടീടെ കരച്ചിലും." ചിതറിച്ചിലമ്പിയ ആ ചിരി കണ്ടപ്പോൾ ഇപ്പോൾ ശരീരത്തേക്കാൾ വേദനിക്കുന്നതു മനസാണല്ലോ എന്നാണു സുനിൽ വിചാരിച്ചുപോയത്.

പതുക്കെപ്പതുക്കെ കരിമേഘങ്ങളൊഴിഞ്ഞു. റാംജിയുടെ മുഖത്ത് ഇളംവെയിൽ പരക്കാൻ തുടങ്ങി. തുറന്നുവച്ച ജാലകത്തിലൂടെ നോക്കിക്കൊണ്ട് അദ്ദേഹം മന്ദഹസിച്ചു.

"ഇന്നൊരു പ്രകാശമുള്ള ദിവസമാണ്! തടാകക്കരയിൽ ഇന്നൊരുപാട് പൂക്കൾ വിരിഞ്ഞിട്ടുണ്ട്. നിങ്ങൾക്കു പൂക്കൾ ഇഷ്ടമാണോ സുനിൽ? മഞ്ഞ, റോസ്, ചുവപ്പ്. പീനസ്തനിയായൊരു പെണ്ണതാ പൂക്കൾ പറിക്കുന്നു. അവളുടെ കനത്ത നെഞ്ചിനെയാകെ മറയ്ക്കാൻ പോന്ന തലമുടി! ഇതൊക്കെ ഇവിടെ കിടന്നാലും കാണാം. ഈ ലോകം എത്ര സൗഭാഗ്യങ്ങളാണു നമുക്കു തന്നിരിക്കുന്നതു ചങ്ങാതീ. മഴ, നിലാവ്, തടാകം, നക്ഷത്രങ്ങൾ, നീല നീലമായ മേഘങ്ങൾ. ഇതെല്ലാം ആസ്വദിക്കാൻ നമുക്കു കഴിവുണ്ടല്ലോ. അതൊരു ഭാഗ്യമല്ലേ?"

ജീവിതാനന്ദമെന്നാൽ മറ്റുള്ളവരെ ആനന്ദിപ്പിക്കലാണ് എന്നു സുനിലിന് ആ നിമിഷം മനസിലായി.

"മനസ്സ് വിശാലമാണെങ്കിൽ നമുക്ക് എല്ലാം ഉൾക്കൊള്ളാനാവും. ഏതു ദുഃഖത്തെയും ആനന്ദത്തെയും രോഗത്തെയും വേദനയേയും ഉൾക്കൊള്ളുക. അതാണു ശരിക്കും ആവശ്യം."

പുറത്തേക്കു നോക്കി റാംജി പൊട്ടിച്ചിരിച്ചു.

"സൗന്ദര്യം തികഞ്ഞ രണ്ടു കുഞ്ഞുങ്ങൾ, അവർ അമ്മയുടെ കൈ വിടുവിച്ചു പുല്ലിലൂടെ ഓടുകയാണ്. അമ്മയും കുഞ്ഞും തമ്മിലുള്ള ബന്ധം അതു ജീവിതത്തിൽ മാത്രമല്ല, മരണത്തിലും പിന്തുടരും."

സുനിലിന്റെ ഉള്ളിൽ തന്നെക്കുറിച്ചു സദാ ജാഗരൂകയായ അമ്മയുടെ മുഖം നിറഞ്ഞു. ആ മുഖത്തു കണ്ണുനീരല്ല, സമരമുഖത്തെ ആവേശമാണ്.

ദിവസങ്ങൾ കൊഴിയുന്നുണ്ട്. സുനിലിന്റെ മുറിവുകൾ കരിഞ്ഞു തുടങ്ങി. പൊട്ടിയ എല്ലുകൾ യോജിപ്പു കാട്ടിത്തുടങ്ങി. അയാളുടെ മുഖത്ത് രക്തപ്രസാദം വന്നു നിറയുകയാണ്. ഓരോരോ ബാൻഡേജുകൾ അഴിഞ്ഞു പോകുമ്പോഴും അയാളിൽ ആത്മവിശ്വാസം ഉണർന്നു വരികയാണ്.

ഇങ്ങനെ ആശുപത്രിക്കിടക്കയിൽ അയാൾ പരസ്പരം പുണരുന്ന വൃക്ഷത്തലപ്പുകൾ കണ്ടു. നിലാവ് ഓളം വെട്ടുന്ന നീലത്തടാകം കണ്ടു. പരസ്പരം സ്നേഹിക്കുന്ന സ്ത്രീയും പുരുഷനും കൈകോർത്തു നടക്കുന്നതും ആരും കാണാത്തൊരു മൂലയിൽ പരസ്പരം ആലിംഗനത്തിൽ മതിമറന്നു നിൽക്കുന്നതും കണ്ടു. പൂവും പൂമ്പാറ്റയും പോലെ ചുംബനത്തിൽ മയങ്ങി വീഴുന്നതു കണ്ടു. വള്ളിച്ചൂരൽ പോലെ കൊലുന്നനെയുള്ള പെൺകിടാങ്ങൾ. ഗജമന്ദഗമനം നടത്തുന്ന തടിച്ചികളെ കണ്ടു.

അപ്പോൾ മഞ്ഞമന്ദാരം പോലുള്ള, കംപ്യൂട്ടർ പഠിക്കാൻ വരുന്ന പെൺകിടാവിന്റെ ഗൂഢസ്മിതം സുനിൽ ആരുമറിയാതെ താലോലിച്ചു. ആത്മാവ് ജീവിതക്കാഴ്ചകളിലേക്കു ലയിക്കുകയാണ്. ജീവിക്കാനുള്ള കൊതി ആത്മാവിലേക്കു പടർന്നു കയറുന്നു. പതുക്കെപ്പതുക്കെ അയാൾ ഉറക്കെ പൊട്ടിച്ചിരിക്കാനും കട്ടിലിൽ ചാരിയിരുന്നു കഞ്ഞി കുടിക്കാനും തുടങ്ങി.

ഡോക്ടർ ശ്രീകാന്തിന്റെ പ്രകൃതം റാംജിക്കു പിടിക്കില്ല.

"അയാൾക്കു പണമെന്നൊരു വിചാരമേയുള്ളൂ. രോഗികളുടെ ബന്ധുക്കൾ വീട്ടിൽ ചെന്നു കാണണം. സമ്പത്തു കൂടുമ്പോ അകത്തു ശൂന്യതാബോധം കൂടും. മനുഷ്യനുണ്ടാക്കുന്ന യാതൊരു സമ്പത്തും അകത്തേക്കു കൊണ്ടുപോകാനാവില്ല ചങ്ങാതി."

റാംജി പൊട്ടിച്ചിരിച്ചുകൊണ്ടു പറഞ്ഞു.

"നിങ്ങളയാളുടെ മുറുക്കിപ്പിടിച്ച മുഷ്ടി ശ്രദ്ധിച്ചുവോ? സകലതും കൈപ്പിടിയിലാക്കാമെന്ന്! അതിനുള്ളിൽ ശൂന്യതയേയുള്ളൂ. സ്നേഹമോ, ജീവശ്വാസമോ യാതൊന്നുമില്ല! എന്നാൽ എന്റെ തുറന്നു പിടിച്ച കൈകൾ നിങ്ങൾ ശ്രദ്ധിച്ചോ, അതിൽ എല്ലാമുണ്ട്. ജീവിതം നമ്മെ വിട്ടു കളഞ്ഞാലും നാം ജീവിതത്തിന്മേലുള്ള പിടിവിടരുത്."

സുനിലിനു റാംജിയോട് എന്തൊക്കെയോ ചോദിക്കാനുണ്ടായിരുന്നു. അയാളുടെ രോഗമെന്താണ്? വീട്ടിൽ ആരൊക്കെയുണ്ട്? അയാളുടെ തൊഴിലെന്ത്? പ്രാണൻ കത്തുന്ന വേദനയ്ക്കിടയിൽ തനിക്ക് ആത്മവിശ്വാസം തന്ന ആ നല്ല സുഹൃത്തിന്റെ മുഖത്തെന്താണു മഞ്ചാടിക്കുരു വാരിയെറിഞ്ഞ തരം രക്തപ്പാടുകൾ? ഈ ചോദ്യങ്ങളെല്ലാം മനസിൽ പ്രാവുകളെപ്പോലെ കുറുകുകയാണ്. ഇതിലൊരു ചോദ്യമെങ്കിലും ഇന്നു ചോദിക്കാമെന്നു സുനിൽ ഉറച്ചു. എന്നാലവയിലൊന്നിനുപോലും ഉത്തരം പറയാനിട കൊടുക്കാതെ റാംജി ഉറങ്ങിപ്പോയിരുന്നു.

പിറ്റേന്നു പുലർച്ചെ മുറിയിൽ ആളും ബഹളവും കേട്ട് സുനിൽ ഞെട്ടിയുണർന്നു.

മൂക താന്തമായൊരു നോട്ടത്തോടെ സിസ്റ്റർ സബീന റാംജിക്കരികെ നിൽക്കുന്നു. ഡോക്ടർമാർ യുദ്ധത്തിൽ തോറ്റ പടയാളികളെപ്പോലെ മുഖം കുനിച്ചു നിൽക്കുന്നു. സുനിൽ കട്ടിലിൽ എഴുന്നേറ്റിരിക്കാൻ ശ്രമിച്ചു. അയാൾ സിസ്റ്റർ സബീനയുടെ മറവിൽ കിടക്കുന്ന റാംജിയെ നോക്കി. അയാൾക്കെല്ലാം മനസിലായി. തന്ത്രികൾ പൊട്ടിത്തകർന്ന തംബുരു പോലെ ആ പ്രിയശരീരം കട്ടിലിൽ അനാഥമായി കിടക്കുകയാണ്. കത്തിത്തീർന്ന കനൽക്കട്ടപോലെ മുഖം. എന്നാലാ മുഖം സൗമ്യവും ശാന്തവുമാണ്. തേങ്ങലിന്റെ ഒരു ഇടിവാൾ നെഞ്ചിലൂടെ പാഞ്ഞു.

റാംജിയുടെ വേദനകളുടെയും തളർച്ചയുടെയും രാപകലുകൾ അവസാനിച്ചിരിക്കുന്നു.

പക്ഷേ, ജാലകത്തിനപ്പുറത്ത്, തുടുവെയിലിൽ തുമ്പികൾ പാറുന്നത്, താഴ്വരകളിൽ വസന്തമുണരുന്നത്, ആകാശത്ത് നിലാവും

നക്ഷത്രങ്ങളും ഉദിക്കുന്നത്, പച്ചപ്പുല്ലിൽ പരസ്പരം സ്നേഹിക്കുന്നവർ കൈകോർത്തു നടക്കുന്നത്, ഇതൊക്കെ വിസ്തരിച്ചു തരാൻ ഇനിയാര്!

ജീവന്റെ ചൂടാറിയ ആ ദേഹം സ്ട്രെച്ചറിൽ യാത്രയായപ്പോൾ ആശുപത്രി ഭിത്തികൾക്കിടയിൽ കുടുങ്ങിപ്പോയ ഒരു നിലവിളിപോലെ സുനിൽ മുറിയിൽ തനിച്ചായി.

വൈകുന്നേരം വരെ സുനിൽ യാതൊന്നും കഴിച്ചില്ല. നൈറ്റ് ഡ്യൂട്ടിക്കാരിയായി പുതിയൊരു സിസ്റ്റർ വന്ന് റാംജിയുടെ കിടക്ക വിരിപ്പുകൾ ഉരിഞ്ഞെടുത്തു തറയിലേക്കെറിഞ്ഞു പുതിയ ഷീറ്റ് വിരിച്ചു. പുതിയ രോഗിക്കു കിടപ്പാടമൊരുക്കുന്നു.

ഡോക്ടർ രജനീഷ് സുനിലിന്റെ കട്ടിലിൽ വന്നിരുന്നു.

"സുനിൽ, ആശുപത്രിയിൽ ഇതൊക്കെ സാധാരണമാണ്. ജനനവും മരണവും. നിങ്ങൾക്കു ഭേദമായി വരികയല്ലേ, നന്നായി ഭക്ഷണം കഴിക്കണം. ശരിക്കു മരുന്നും ചെല്ലണം."

സുനിൽ തുറിച്ച കണ്ണുകളാലെ മറ്റേ കട്ടിലിലേക്കു നോക്കി കിടക്കുകയാണ്. ഡോക്ടർ സുനിലിന്റെ ചുമലിൽ കൈവച്ചു.

"കഴിഞ്ഞ നാളുകളിൽ അയാളുടെ ജീവിതം ബോണസ്സായിരുന്നു. പെട്ടെന്നു ശരീരമാകെ പടർന്നു പിടിക്കുന്ന ലിംഫോ ബ്ലാസ്റ്റിക് ലുക്കീമിയ എന്ന മാരകമായ അസുഖം. തൊട്ടടുത്ത കാൻസർ വാർഡിലെ യാതനകളും മരണങ്ങളും കണ്ടു മടുത്ത് അയാളെന്നോടു സ്വകാര്യമായി പറഞ്ഞിട്ടാണ് ഇവിടെ അറേഞ്ച് ചെയ്തത്. അയാൾക്കു കീമോ തെറാപ്പി കൊടുത്തിരുന്നു. പിന്നെ വേദന അറിയാതിരിക്കാനുള്ള മരുന്നുകളും. കീമോ കഴിഞ്ഞാൽ ബ്ലഡ് കൗണ്ട് തീരെ കുറയും. അപ്പോഴും അയാൾ തളർച്ച കാണിക്കില്ല. അത്രയ്ക്കു വിൽപവറാണ്."

നിരുദ്ധകണ്ഠനായി സുനിൽ ചോദിച്ചു.

"റാംജിയുടെ വീട്ടിൽ?"

"ഭാര്യയും മകളും മാത്രം. ഭാര്യയെ പ്രിയക്കുട്ടി എന്നാണു വിളിക്കുക. മകൾ സൗന്ദര്യ. നാലിലോ, അഞ്ചിലോ. ലെയ്റ്റ് മാര്യേജാണ്. ഈ നഗരത്തിലൊരു ഫാക്ടറിയിലാണു ജോലി. രോഗത്തിന്റെ കാര്യം ഒരു കാരണവശാലും വീട്ടിലറിയിക്കരുതെന്നാണ് ഓർഡർ. അയാളുടെ കമ്പനി എല്ലാ മാസവും പണം ഭാര്യക്കയയ്ക്കും. അയാൾ എന്റെ മൊബൈലിൽ എല്ലാ ആഴ്ചയും ഭാര്യക്കു വിളിക്കും. പ്രണയവും പരിഭവവും കലഹവും. അയാൾ മരിച്ചുകൊണ്ടിരിക്കുകയാണെന്ന് ഞങ്ങൾക്കു പോലും വിശ്വാസം തോന്നിയില്ല. സുനിൽ മരുന്നൊക്കെ ശരിക്കു കഴിക്കൂ. എനിക്കിന്നൊരു മീറ്റിങ്ങുണ്ട്." വാച്ചിലേക്കൊന്നു നോക്കി സുനിലിന്റെ ചുമലിൽ തട്ടി ഡോക്ടർ നടന്നു പോയപ്പോഴാണു മുറിയിലെ കർട്ടൻ മാറ്റിയിടുന്ന സിസ്റ്ററെ സുനിൽ ശ്രദ്ധിച്ചത്.

അടുത്ത കട്ടിലിലേക്കു നോക്കിയപ്പോൾ അമർത്തിയിട്ടും അമരാത്തൊരു മോഹം ഹൃദയം പൊളിച്ചു പുറത്തു ചാടി.

“സിസ്റ്റർ, എന്നെയൊന്നു ജനാലയ്ക്കരികിലുള്ള ആ കട്ടിലിലേക്കു മാറ്റിക്കിടത്തോ?”

കേട്ടപ്പോൾ ശല്യമായി എന്നൊരു ഭാവത്താൽ മുഖം ചുവപ്പിച്ചെങ്കിലും ഞാൻ ചോദിക്കട്ടെ എന്നുപറഞ്ഞ് അവൾ ഡോക്ടർക്കരികിലേക്കു പോയി.

വെളുത്ത വിരിപ്പുകളും രണ്ട് അറ്റൻഡർമാരുമായി വന്ന് അവൾ സുനിലിനെ മറ്റേ കട്ടിലിന്റെ ശുഭ്രതയിലേക്കു മാറ്റിക്കിടത്തി. ആ ദേഹം കിടക്കയുടെ പതുപതുപ്പിലേക്ക് അമർന്നതും സുനിൽ അറിയാതെ നിലവിളിച്ചുപോയി. എന്റെ ദൈവമേ! ജീവന്റെ ചൂട്, ജീവന്റെ ത്രസിപ്പ്, കിടക്കയിൽ തങ്ങി നിൽക്കയാണ്. ചൂടാറാത്ത ഒരു ജീവൻ കട്ടിലിൽനിന്നു വിട്ടുപോകാൻ മടിച്ചു നിൽക്കുംപോലെ...

“സിസ്റ്റർ, ഇനിയൊരുപകാരം കൂടെ, ജനലരികിലെ ആ കർട്ടനൊന്ന് ഒതുക്കിവയ്ക്കുക.”

“എന്നിട്ടെന്തു കാണാനാണ്” എന്ന പരിഹാസച്ചിരിയോടെ വിരിപ്പു മാറ്റി അവൾ നടന്നു പോയി. ജീവിതത്തിന്റെ നേർക്കാഴ്ചകൾ തനിക്കു വരിതെറ്റാതെ വിവരിച്ചു തന്ന റാംജിയുടെ ആത്മാവിനു നന്ദി പറഞ്ഞു കൊണ്ടു സുനിൽ തലയണ ചെരിച്ചുവച്ചു ചെരിഞ്ഞിരുന്ന് ആർത്തിയോടെ പുറത്തേക്കു നോക്കി.

ഒരിക്കലും വെള്ളതേച്ചിട്ടില്ലാത്ത വൃത്തികെട്ട ചുമരുകളുടെ പൃഷ്ഠഭാഗമല്ലാതെ യാതൊന്നും അയാൾക്കു കാണാൻ കഴിഞ്ഞില്ല. എവിടെ അനന്ത വിസ്തൃതമായ ആകാശം? നീലത്തടാകം? നിലാവ്, നക്ഷത്രം. നിസ്സംഗമായ, വിളർത്ത മുഖമുള്ള, ജീവനില്ലാത്ത ആ ചുമരിലേക്ക് അർഥമറിയാതെ നോക്കിക്കൊണ്ട് അയാൾ വിചാരിച്ചു.

ജന്മസാരം

ആഴക്കടലിനു മുകളിലൊരു പവിഴദ്വീപു പോലെ രേവമ്മ. അവളുടെ ചുണ്ടുകൾക്കു വിളർച്ചയുണ്ട്. മുഖത്തു തളർച്ച. കണ്ണുകൾ ക്ഷീണത്തിന്റെ ആഴക്കയങ്ങളാണ്. ഗർഭം അതിന്റെ പൂർണതയിൽ എത്തിയിട്ടുണ്ട്. ഇനി അധികം താമസമില്ല. രേവമ്മ കണക്കു കൂട്ടി.

ഏറിയാൽ ഇന്നുച്ചയ്ക്ക്, അല്ലെങ്കിൽ രാത്രി. മഴക്കോളുള്ള ആകാശത്തേക്ക് അവൾ തലയുയർത്തി. ഇപ്പോൾ പെയ്യുമോ, അതോ?

പെയ്യാനോങ്ങി നിൽക്കുന്ന കരിമേഘങ്ങൾ ഒന്നു ചുമൽ വെട്ടിച്ചു കടന്നുപോയപ്പോൾ രേവമ്മ പുഞ്ചിരിച്ചു. അല്ലെങ്കിൽത്തന്നെ അടുത്ത നിമിഷം എന്തു സംഭവിക്കുമെന്നു പറയാൻ ആർക്കു കഴിയും?

അവൾ കുടിലിന്റെ അകത്തു കയറി കൊച്ചു റാന്തലിന്റെ ഇരുമ്പു പേടകം ആകെ പിടിച്ചൊന്നു കുലുക്കി നോക്കി. ഒരു മണിക്കൂർ കത്താനുള്ള എണ്ണയെങ്കിലും?

അടുപ്പിനരികിൽ മൂടിവെച്ച കഞ്ഞിപ്പാത്രത്തിന്റെ മൂടി തുറന്നപ്പോൾ ആശ്വാസമായി. ഹാവൂ! കുട്ടികൾക്കു രാത്രി കഴിക്കാനുള്ള കഞ്ഞി ബാക്കിയാണ്.

നിറവയറുള്ള രേവമ്മയ്ക്ക് എന്തിനാണു കഞ്ഞി? അയ്യപ്പനു വയനാട്ടിൽ ഇന്നും ഓട്ടമുണ്ട്. അയാളുടെ ലോറി വയനാടൻ ചുരം കയറിയിറങ്ങി വരട്ടെ. വയറ്റിൽ ചാരായമുണ്ടെങ്കിൽ അയാളുടെ വണ്ടി എത്രയെങ്കിലും ഓടും. പക്ഷേ, വയറ്റിൽ യാതൊന്നുമില്ലാത്ത രേവമ്മയുടെയും കുട്ടികളുടെയും വണ്ടി ചലനമറ്റു നിൽക്കയാണ്.

കുട്ടികൾക്കു സ്കൂളുള്ള ദിവസമാണെങ്കിൽ ഉച്ചയ്ക്കു വയറു നിറയെ കഞ്ഞിയും പയറും കിട്ടും. രാത്രിയിൽ രണ്ടു കഷണം കപ്പയോ, ഇത്തിരി കഞ്ഞിയോ കൊണ്ട് അവരുടെ അത്താഴം കഴിയും. കപ്പ

ത്തോലുപോലും രേവമ്മ വെറുതെ കളഞ്ഞില്ല. അവൾ ചെളി ചുരണ്ടി ക്കളഞ്ഞ് അത് ഉപ്പിട്ടു വേവിച്ചു തിന്നു.

അയ്യപ്പൻ വീട്ടിൽ കയറിയിട്ട് ഇരുപതു നാളായി. രേവമ്മ ജോലിക്കു പോവാതായിട്ടു പന്ത്രണ്ടു നാളും. ഒരു പൂർണ ഗർഭിണിയെക്കൊണ്ടു പണിയെടുപ്പിക്കുന്നത് പാപമല്ലേ? ദൈവഭയമുള്ള അവരെല്ലാം സഹതാ പത്തോടെ പറഞ്ഞു. ഇനി രേവമ്മ പ്രസവം കഴിഞ്ഞിട്ടു വന്നാൽ മതി. ഇനിയങ്ങോട്ടുള്ള ദിവസങ്ങളിൽ നിനക്കു വിശ്രമം വേണം. ഒരു കൊച്ചമ്മ അവളുടെ കൈവെള്ളയിൽ അമ്പതിന്റെ ഒരു നോട്ട് വെച്ചുകൊടുത്തു. മൂന്നു വീടുകളിൽ മുറ്റമടിച്ചു കിട്ടുന്ന കഞ്ഞിയും മുടങ്ങി.

അയ്യപ്പന്റെ തന്റേടവും താന്തോന്നിത്തരവുമാണ് ആദ്യം രേവമ്മയെ ആകർഷിച്ചത്. പത്താം ക്ലാസുകഴിഞ്ഞു ടൈപ്പിനു ചേർന്നപ്പോഴാണ് അവൾ അയ്യപ്പനെ പരിചയപ്പെടുന്നത്. ആ ലോറി ഡ്രൈവർ ഒരു ഒരൊത്ത പുരുഷനാണ് എന്ന സത്യം അവളെ അമ്പരപ്പിച്ചുകളഞ്ഞു. കറുകറുത്ത കണ്ണുകളും ഉറച്ച മാറിടങ്ങളും മയക്കുന്ന തേൻപുഞ്ചിരിയുമുള്ള രേവ മ്മയെ അയ്യപ്പനും ബോധിച്ചു. ഒരു നിമിഷം പിരിഞ്ഞിരിക്കാൻ വയ്യ എന്ന നിലയിലേക്കു കാര്യങ്ങൾ എത്തിയപ്പോൾ, ചെല്ലക്കുട്ടിയായി തന്നെ വളർത്തിക്കൊണ്ടുവന്ന അച്ഛനെയും അമ്മയെയും മറന്നുകൊണ്ടു രേവമ്മ അയ്യപ്പനൊപ്പം ബാലുശ്ശേരിയിലേക്കു ബസ്സുകയറി.

അയ്യപ്പന്റെ ഒരു അകന്ന ബന്ധു അവരെ സ്വീകരിച്ചു. കല്യാണം കഴിച്ചിട്ടാണു വരുന്നത് എന്ന അയ്യപ്പന്റെ വലിയ നുണയെ സത്യമായി കരുതി അയാൾ തന്റെ ഒരേയൊരു കിടപ്പുമുറിയിൽ അയ്യപ്പനും രേവ മ്മയ്ക്കും മണിയറ ശയ്യയൊരുക്കി, എന്നിട്ടു മറ്റു ബന്ധുവീട്ടിലേക്ക് ഉറ ങ്ങാൻ പോയി. അന്നു മുഴുവനും അയ്യപ്പനും രേവമ്മയും പൂമ്പാറ്റയും പൂവുംപോലെ പരസ്പരം പുണർന്നു കിടന്നു.

ദിവസങ്ങൾ കഴിയുംതോറും അയ്യപ്പൻ രേവമ്മയിൽനിന്നകന്നു. ജോലിക്കു പോകാൻ മടിച്ച് ഓരോരോ രോഗങ്ങൾ നടിച്ച് അയാൾ വീട്ടിൽ കിടന്നുറങ്ങാൻ തുടങ്ങിയപ്പോൾ രേവമ്മ അയൽവീടുകളിൽ ജോലി തേടി യിറങ്ങി.

അയ്യപ്പൻ മദ്യത്തെ സഖിയാക്കിയപ്പോൾ ആദ്യം രേവമ്മ തകർന്നു പോയി. തന്റെ അച്ഛനുമമ്മയും അകം നീറിക്കൊണ്ടുതന്നെ അവളെ ശപിച്ചു വീട്ടിലേക്കിനി വരേണ്ടതില്ല എന്ന് അവളെ അറിയിച്ചിരുന്നു. പ്രേമിക്കുമ്പോൾ കണ്ണില്ല, കാതില്ല, വിവേകമില്ല, വികാരം മാത്രം.

വിശപ്പ് ഒരു നടുക്കുന്ന യാഥാർഥ്യമാണെന്നു രേവമ്മയ്ക്കു ബോധ്യ മായി. അവൾ നെഞ്ചൂക്കോടെ ഈ യാഥാർഥ്യത്തെ നേരിടാൻ തയാറെ ടുത്തു.

ദാഹം തോന്നിയപ്പോൾ രേവമ്മ ഒരു ചായയുണ്ടാക്കി. ചായയ്ക്കു പാലില്ല, പഞ്ചസാരയുമില്ല. കുട്ടനും വേണുവും ഓടി അടുത്തെത്തി.

"മോനു ചായ വേണോ?" രേവമ്മ ഇരുവരുടെയും മുഖത്തേക്കു നോക്കി.

"വേണ്ടമ്മേ, ചായ അമ്മ കുടിച്ചോ."

രണ്ടാളും പശുക്കിടാങ്ങളെപ്പോലെ തുള്ളിച്ചാടി കുടിലിനു ചുറ്റും ഓടുകയാണ്.

കുട്ടന് ആറു വയസ്സു തികഞ്ഞു. വേണുവിനും അതേ വയസ്സു കാണിച്ചു സ്കൂളിൽ ചേർത്തു. കുട്ടികൾക്ക് ഒരുനേരം വയറു നിറയെ ആഹാരം കിട്ടുമെങ്കിൽ എത്ര തവണ വേണമെങ്കിലും വയസ്സ് തിരുത്താം.

ഇത്തവണ പ്രസവം ആശുപത്രിയിലാക്കണമെന്ന് രേവമ്മ അയ്യപ്പനോട് അപേക്ഷിച്ചിരുന്നു.

"കുട്ടനും വേണുവും മാത്രം പോരേ?" രേവമ്മ രണ്ടാം പ്രസവം കഴിഞ്ഞപ്പോൾ ചോദിച്ചു.

"എനിക്കൊരു പെണ്ണുകൂടി വേണംന്നൊരു പൂതി. നിനക്കു കണ്ണെഴുതിക്കാനും പൊട്ടു തൊടുവിക്കാനും ഒരു പെങ്കുട്ടി വേണ്ടേടീ? എന്നിട്ട് ആശുപത്രീച്ചെന്ന് പ്രസവം നിർത്താം."

അയ്യപ്പൻ രേവൂ എന്നു വിളിച്ച് ആലിംഗനം ചെയ്തപ്പോൾ അവളും അങ്ങ് അലിഞ്ഞുപോയി. അങ്ങനെ വയറ്റിൽ മൂന്നാം ഗർഭം പൊട്ടിയപ്പോൾ അയ്യപ്പൻ പൊട്ടിച്ചിരിച്ചു.

"നോക്കിക്കോടീ അവള് നെന്നെപ്പോലൊരു ചൊങ്കത്തിയായിട്ടു വളരും."

അയ്യപ്പനു സ്വപ്നം കാണാൻ എന്നും ഇഷ്ടമാണ്. സ്വപ്നം കാണാൻ ചെലവില്ലല്ലോ. എന്നാൽ ഒരു പ്രസവത്തിന് എന്തെന്ത് ഒരുക്കങ്ങൾ വേണം! അവളുടെ കുട്ടികൾക്ക് ആഹാരം വേണം. രേവമ്മ നന്നായി ആഹാരം കഴിച്ചാലല്ലേ വയറ്റിലെ കുട്ടിക്ക് ആരോഗ്യമുണ്ടാവൂ. പിന്നെ, വിറ്റാമിൻ ഗുളികകൾ വേണം. പ്രസവമടുക്കുമ്പോഴേക്കും വെളുത്ത മുണ്ടും ബ്ലൗസും തയാറാവണം. എണ്ണയും സോപ്പും കരുതണം. ആശുപത്രിച്ചെലവിന്...

ആദ്യത്തെ രണ്ടു പ്രസവങ്ങളും ഇതേ കുടിലിൽ വെച്ചായിരുന്നു. അന്നും അയ്യപ്പൻ സ്ഥലത്തില്ലായിരുന്നു. ആശുപത്രിയിൽ പോകാനോ കാറു പിടിക്കാനോ പണമില്ല. അന്നു കല്യാണി മുത്തശ്ശി എന്ന വയറ്റാട്ടി രേവമ്മയുടെ കടിഞ്ഞൂൽ സന്തതിയെ പുറത്തുകൊണ്ടുവരാൻ ഏറെ പാടുപെട്ടു.

"രേവമ്മേ, മോളുതന്നെ ഉത്സാഹിച്ചാലേ കുഞ്ഞു ലോകം കാണൂ. വേഗം, വേഗം."

അന്നു മുഴുവൻ രേവമ്മ യാതൊന്നും കഴിച്ചിരുന്നില്ല. ക്ഷീണത്താൽ മയങ്ങിപ്പോവുന്ന പ്രജ്ഞ. കല്യാണി മുത്തശ്ശി തലയിൽ തടവി പ്രോത്സാഹിപ്പിച്ചുകൊണ്ടിരുന്നു. അങ്ങനെ കുട്ടൻ ഈ മണ്ണിലേക്കു കോലാഹലത്തോടെ കടന്നുവന്നു. പക്ഷേ, രക്തസ്രാവം നിൽക്കുന്നില്ല. നാട്ടിലെ എത്രയോ പാവപ്പെട്ട പെൺകിടാങ്ങളുടെ പേറെടുത്ത മുത്തശ്ശി തളർന്നുപോയി. ഒരു ദിവസം മുഴുവൻ ബോധംകെട്ടു കിടന്ന രേവമ്മയെ ആശു

പത്രിയിലെത്തിക്കാൻ ആളുണ്ടായില്ല. മൂന്നാം നാൾ അയ്യപ്പൻ വീട്ടിലെത്തിയപ്പോൾ കല്യാണി മുത്തശ്ശി ശകാരിച്ചു.

“ഒരുവിധം ജീവൻ കിട്ടീന്നേയുള്ളൂ. ഇത്രേം വിഷമം പിടിച്ചൊരു കേസേ ഞാനെന്റെ ആയുസ്സിൽ എടുത്തിട്ടില്ല. പ്രസവസമയത്ത് തന്തേം തള്ളേം അടുത്തില്ല. എന്നാ കെട്ട്യോൻ അടുത്തുവേണ്ടേ? ചെന്നു നോക്ക്, നല്ല തങ്കപ്പതക്കംപോലൊരു കുഞ്ഞ്.”

അകത്തു രേവമ്മ തേങ്ങിക്കരയുകയാണ് എന്നാണ് അയ്യപ്പൻ കരുതിയത്. എന്നാൽ, ധീരമായ ഒരു മന്ദഹാസത്തോടെ അവൾ കുഞ്ഞിന്റെ ഇളംശിരസ്സിൽ തലോടുന്നു!

അയ്യപ്പൻ ആഹ്ലാദത്തോടെ പൊട്ടിച്ചിരിച്ചുകൊണ്ടു കുഞ്ഞിനെ വാരിയെടുത്തു. ചാരായത്തിന്റെ എരിവുള്ള ഗന്ധം മൂക്കിലേക്കടിച്ചപ്പോൾ കുഞ്ഞ് മുഖം ചുളിച്ചു.

ഒരാഴ്ച കഴിഞ്ഞപ്പോൾ അയ്യപ്പൻ അരിച്ചാക്കുകളുമായി മൈസൂരിലേക്കു പോയി. കുഞ്ഞിനെ വീട്ടിൽ ഉറക്കിക്കിടത്തി രേവമ്മയും മുറ്റമടിക്കാൻ പോയി. ഒരു ദിവസം ആരോ അവളോടു രഹസ്യമായി ചോദിച്ചു.

“അയ്യപ്പനു വയനാട്ടിൽ മറ്റൊരു ബന്ധമുണ്ടെന്നു കേട്ടു. ശരിയാണോ?”

അകം നടുങ്ങിയെങ്കിലും രേവമ്മ പുഞ്ചിരിച്ചു. അവൾ കണ്ണുനീരിന്റെ അടിമയല്ല.

പട്ടിണിയില്ലാതെ ദിവസങ്ങൾ കടന്നുപോയപ്പോൾ രേവമ്മയുടെ ശരീരം കൊഴുത്തു. അവൾ കാലത്തു മുറ്റമടിക്കുമ്പോൾ ആ വീടുകളിലെ പുരുഷൻമാർ ബ്രഷിന്മേൽ പെയ്സ്റ്റ് തുറുപ്പിച്ചുകൊണ്ട് അവളുടെ പുറംശരീരവടിവിലേക്കു തുറിച്ചു നോക്കി. അവരുടെ പല്ലുതേപ്പിനു ദൈർഘ്യം കൂടി. രേവമ്മ അതൊന്നും ശ്രദ്ധിച്ചില്ല. അവൾ ജോലി ചെയ്തു. കൂലി വാങ്ങി, മകനടുത്തേക്കു തിടുക്കത്തോടെ ഓടിച്ചെന്നു.

അവൾക്ക് ഒരു കുഞ്ഞിനെക്കൂടി കൊടുക്കാനായി അയ്യപ്പൻ വീണ്ടും വന്നെത്തി. ഇത്തവണയും രേവൂ എന്ന് മധുരമായി വിളിച്ചപ്പോൾ അവൾ അലിഞ്ഞുപോയി. ചോദിക്കാൻ കരുതിവച്ച മൂർച്ചയുള്ളൊരു ചോദ്യം ആവശ്യമുള്ളപ്പോൾ എടുത്തുപയോഗിക്കാൻ മറന്നുപോയ ആയുധം പോലെ അവൾക്കുള്ളിലിരുന്നു തുരുമ്പിച്ചു.

ആഞ്ഞടിക്കുന്ന കാറ്റത്ത് ആരോ തിരി നീട്ടിയ മൺവിളക്കുപോലെ അവൾ ജ്വലിച്ചു കത്തുകയാണ്. അതിൽ എണ്ണയായി സ്നേഹം പകരാൻ ആരുമില്ല. എന്നാൽ അവളുടെ ഉൾശക്തികൊണ്ട് അത്ങ്ങനെ കത്തുകയാണ്. അങ്ങനെ അവൾ രണ്ടാമതും പ്രസവിച്ചു. രണ്ടു കുഞ്ഞുങ്ങളെ രണ്ടു കണ്ണുകളായി പരിരക്ഷിക്കുകയാണ്.

രേവമ്മ അസ്വസ്ഥയായി കുടിലിന്റെ മുറ്റത്ത് അങ്ങോട്ടുമിങ്ങോട്ടും നടന്നു. ഊരയ്ക്ക് ഒരു കൊളുത്തു വീണിട്ടുണ്ട്. ഉമ്മറപ്പടിയിൽ ഇരുന്നെഴുന്നേറ്റപ്പോൾ ഉടുമുണ്ടിൽ നനവ്. അവൾ അടുപ്പിനുമേൽ ഒരുക്കിവച്ച മൺകലത്തിലെ വെള്ളം ചൂടാക്കാൻ തുടങ്ങി. മാസങ്ങളായി ശേഖ

രിച്ചുവച്ച ഓലക്കീറുകൾ ചൂടുകൊണ്ട് എരിപിരികൊണ്ടു. അഗ്നിനാളങ്ങൾ മൺകലത്തിനെ വാരിപ്പുണരാൻ തുടങ്ങി. പുക നിറഞ്ഞ അടുക്കളയിൽനിന്ന് രേവമ്മ ചുമച്ചപ്പോൾ അവളുടെ കാലുകളിലേക്കു രക്തം കലർന്ന നനവു പടർന്നു. കുട്ടനും വേണുവും ഓടിക്കിതച്ചെത്തി.

"അമ്മേ ഇന്നു രാത്രിയില് ചോറാണോ?"

ഒരു തിടുക്കവുമില്ലാതെ വേണു ചോദിച്ചു.

അവന്റെ സൗന്ദര്യം തികഞ്ഞ മുഖം കൈകളിൽ കോരിയെടുത്തു രേവമ്മ ചിരിച്ചു.

"അല്ലല്ലോ കുട്ടാ. കഞ്ഞിയാണ്. ഇന്നു മറ്റൊരു കൊച്ചു കുസൃതിയുടെ വിരുന്നുണ്ട്. അവനു വേണ്ടിയാണ്."

വേണുവിന്റെ കണ്ണുകളിൽ പുഞ്ചിരി വിടർന്നു. കുട്ടൻ കത്തുന്ന അടുപ്പിലേക്ക് ഇമ വെട്ടാതെ നോക്കി. ആ വിടർന്ന കരിമഷിക്കണ്ണുകളിൽ നോക്കി ചുവന്ന തീനാളങ്ങൾ മുഖം മിനുക്കുകയാണ്.

"ഇനി കുട്ട്യോള് പോയി അങ്ങേ പറമ്പില് കളിക്കണം. നെറയെ മാങ്ങ വീണിട്ടുണ്ടാവും. അതൊക്കെ പെറുക്കിയെടുത്ത്, കൊറേ കളിച്ചിട്ടേ വരാവൂ. അമ്മ കതകു ചാരാൻ പോവാണ്. കതകു തുറന്നുവച്ചതു കണ്ടാലേ രണ്ടാളും വരാവൂ. അമ്മ കതകു തുറക്കാതെ അമ്മയെ വിളിക്ക്വോ?"

"ഉം ഉം" രണ്ടു പേരും തലയാട്ടി.

"നല്ല കുട്ട്യോളായിരുന്നാ അമ്മ ഒരു നല്ല സമ്മാനം തരും."

"അതെന്തു സമ്മാനാ അമ്മേ." കുട്ടന് ഉൽക്കണ്ഠ അടങ്ങുന്നില്ല.

"വേണൂനും കുട്ടനും കളിക്കാനും കളിപ്പിക്കാനും ഒരു കുഞ്ഞു കുട്ട്യേത്തരാം മത്യോ"

"മതി മതി" രണ്ടാളും അമ്മയുടെ മുഖത്തേക്കൊന്നുകൂടി നോക്കിച്ചിരിച്ചു പുറത്തേക്കോടി.

രേവമ്മ പതുക്കെ ചെറ്റവാതിൽ ചാരി.

കല്യാണി മുത്തശ്ശിയുടെ ആത്മാവു പൊറുക്കട്ടെ. രേവമ്മ നെഞ്ചിൽ കൈവച്ചു പ്രാർഥിച്ചു. മുത്തശ്ശിക്കൊപ്പം പേറെടുക്കാൻ പോയപ്പോഴൊക്കെ രേവമ്മ അവരുടെ സൂതികാവൈദഗ്ധ്യം കണ്ട് അമ്പരന്നുപോയിട്ടുണ്ട്. മുത്തശ്ശി മരിച്ചുകഴിഞ്ഞാണ് രേവമ്മ സൂതികാകർമിണിയായത്. അവളെപ്പോലെ ദാരിദ്ര്യം കാർന്നുതിന്നുന്നവരിൽ ചിലർ അവളെ തേടിയെത്തി. അതിലൊരുത്തിയെ അമിത രക്തസ്രാവം മൂലം ആശുപത്രിയിലെത്തിക്കേണ്ടിവന്നു.

ഇന്നുകാലത്ത് ഒന്നു രണ്ടു കഷണം കപ്പ പുഴുങ്ങിയതു തിന്നതാണ്. തൊണ്ടയിൽ ഒരു വമ്പൻ ദാഹം. കുടലിനകത്ത് ഒരെരിച്ചിൽ.

രേവമ്മ തറയിൽ നേരത്തെ വിരിച്ചിട്ട തഴപ്പായയിലേക്കു പതുക്കെ ചാഞ്ഞു. മെഴുക്കു മണക്കുന്ന തലയണയ്ക്കടിയിൽനിന്നു പുത്തൻ ബ്ലേഡ് തപ്പിയെടുത്ത് അരികിൽ വെച്ചു.

വേദന ഒരു വമ്പൻ തിരയായി അവളുടെ ഇടുപ്പിനെ ഒന്നാഞ്ഞുവലിച്ചുകൊണ്ടു കടന്നുപോയി. "ഹംമ്മേ..."

പിന്നെയും എവിടെയൊക്കെയോ അലഞ്ഞു തിരിഞ്ഞ് അടുത്ത വൻതിര, ഹാവൂ.

രക്തം ചുവയ്ക്കുന്ന അനുഭവങ്ങൾ രേവമ്മയ്ക്കു കരുത്തു നൽകുകയാണ്. ആത്മാവിന്റെ വേരുകൾ പ്രബലമാവുകയാണ്. ഏഴു നിറമുള്ളൊരു അഗ്നിജ്വാല കൊടുംവേദനയായി രേവമ്മയുടെ ഉദരത്തിൽ കൊടുമ്പിരിക്കൊണ്ടു. സ്വർഗവും നരകവും ഒരേ ഇടത്തിൽതന്നെ രേവമ്മ വിചാരിച്ചു. നരജന്മം ചുടുചോരയിൽ ജനിക്കുന്നു. വേദനയിലാണ് ആരംഭം. പിന്നീടൊരുപാടു വേദനയറിഞ്ഞിട്ടേ അത് ഒടുങ്ങുകയുള്ളൂ.

വേദനയുടെ കറുത്ത തിരകൾ രേവമ്മയെ കടലിലും കരയിലും അമ്മാനമാട്ടാൻ തുടങ്ങി. പെരുംമഴയത്തു രേവമ്മ കുടിലിലൊരു തുരുത്തുപോലെ അനാഥയാവുകയാണ്. ആകാശവും ഭൂമിയും വട്ടം കറങ്ങുകയാണ്. മണ്ണിന്റെ ചുടുനിശ്വാസം, മണ്ണിന്റെ തേങ്ങൽ. മണ്ണിന്റെ വേദന – വേദന. വേദന – വേദനയുടെ കൊളുത്തുകൾ അഴിച്ചെടുത്ത് അവളൊരു ജീവനെ സ്വതന്ത്രമാക്കുകയാണ്. ഒരു ജീവനിൽനിന്നു മറ്റൊന്നിനെ വേർപ്പെടുത്തുകയാണ്.

അകന്നു നിൽക്കുന്ന അവളുടെ കാലുകൾക്കിടയിൽ രക്തവും കൊഴുപ്പും പെരുകുകയാണ്. കറുത്ത കടൽ കൺമുമ്പിൽ ഇരമ്പുകയാണ്. ഇരുണ്ട ഗഹ്വരങ്ങൾ, ഉയരുന്ന തിരമാലകൾ, ദൈവമേ! ഒരു വലിയ തേങ്ങൽ കാറ്റിനെ മുറിച്ചുകൊണ്ടു കടന്നുപോയി. അവൾ ഭൂമിയെ അമ്മയുടെ വസ്ത്രാഞ്ചലമെന്നതുപോലെ അള്ളിപ്പിടിച്ചു.

അവളുടെ പേശികൾ വികസിക്കുകയും ചുരുങ്ങുകയും ചെയ്തുകൊണ്ടിരുന്നു. മരണമോ, ജീവിതമോ. സകല ശക്തിയുമെടുത്ത് അവൾ പ്രപഞ്ചവാതിൽ ആഞ്ഞുവലിക്കുകയാണ്. ഒരു കഴുകൻ അഗ്നിച്ചിറകുകളിൽ അവളെ കോരിയെടുത്ത് ആകാശത്തേക്കുയർന്നു. രേവമ്മ ഒന്നു നടുങ്ങിക്കൊണ്ടു ബോധതലത്തിലേക്കുണർന്നു. എത്ര തളർന്നാലും രേവമ്മ തോറ്റുകൊടുക്കില്ല. ഒരു ശവത്തണുപ്പു തന്നിലേക്കു പടർന്നു കയറുകയാണ്. അരുത്, കൊച്ചു കല്ലുകൾ പെറുക്കിക്കൂട്ടി ഞാനുണ്ടാക്കിയ സൗധമാണ്. അത് ഉടച്ചു കളയരുത്. അകത്തു കുഞ്ഞ് മുഷ്ടികൾ ചുരുട്ടി ഗുസ്തി പിടിക്കുകയും ചെറുക്കുകയും ചെയ്യുന്ന ഇളംജീവനെ പുറത്തു കൊണ്ടുവരികതന്നെ വേണം. അതിനു രേവമ്മയുടെ പ്രയത്നം വേണം. എന്റെ വിശുദ്ധിയുടെ ഗോപുരത്തെ കെൽപ്പുറ്റതാക്കാൻ ഞാൻ പരിശ്രമിക്കണം. അപ്പോഴതു വിളക്കുമരംപോലെ പ്രകാശിക്കും. ഹംമ്മേ...

പവിഴച്ചുവപ്പുള്ള രക്തത്തിൽ, ഒട്ടിപ്പിടിക്കുന്ന രക്തത്തിൽ രേവമ്മ എന്തോ പരതുകയാണ്. അവൻ വരുന്നു... വരുന്നു.

ഏറ്റവും ഭാസുരവും ഏറ്റവും നിന്ദ്യവുമായ ഒരു ലോകത്തേക്ക് അവൻ കാലെടുത്തു കുത്തുകയാണ്. ഈശ്വരാ!

നരവംശം ചുടുചോരയിൽ ജനിക്കുന്നു. ചൂടുള്ള ചോരയിൽ കുളിച്ചു ഒരു കുഞ്ഞു പായിലേക്കു വഴുതി വീഴുന്നു. ഏതോ രോമാഞ്ചത്താൽ

രേവമ്മയുടെ ദേഹം പായിൽനിന്ന് ഒന്നുയർന്നു. അവളുടെ കൈകൾ ജാഗരൂകമായി. കത്തുന്ന വിരലുകൾക്കിടയിൽ പിടിച്ച മൂർച്ചയുള്ള ബ്ലേഡിനാൽ അവൾ തന്റെ ജീവനിൽനിന്നു മറ്റൊരു ഇളംജീവനെ വേർപെടുത്തി. അവൾക്ക് ആശ്രയിക്കാനോ ആഗ്രഹിക്കാനോ ആരുമില്ല. പോഷകാഹാരങ്ങളോ വിറ്റാമിൻ ഗുളികകളോ ഇല്ലാതെ അവൾ ഒരു കുഞ്ഞിനെ ലോകം കാണിച്ചിരിക്കുന്നു.

പതുക്കെ അടിവയറ്റിലൊന്ന് അമർത്തിപ്പിടിച്ചപ്പോൾ അവളുടെ ഗർഭാശയഭിത്തിയിൽ പതിഞ്ഞിരുന്നു കുഞ്ഞിനു പോഷണം നൽകിയ മറുപിള്ളയും പായിലേക്കു പതിച്ചു. അവൾ കാലുകൾ നീട്ടി വെച്ച് കുഞ്ഞിനെ പൊതിഞ്ഞിരിക്കുന്ന നേർത്ത ആവരണം തുടച്ചു മാറ്റി. പഴന്തുണിയാൽ അതിന്റെ മൂക്കും മുഖവും തുടച്ചുകൊണ്ടു കാലുകളിൽ പിടിച്ച് അന്തരീക്ഷത്തിലേക്കുയർത്തി അതിന്റെ ചന്തിക്കൊരു പ്രഹരം കൊടുത്തു. മനുഷ്യജന്മത്തിന്റെ പ്രഥമ രോദനം ഉയർന്നു. “ള്ളേ... ള്ളേ..”

രേവമ്മയുടെ മുഖം ആനന്ദത്താൽ സംഫുല്ലമായി. അവളുടെ മുലക്കണ്ണുകൾ ആഹ്ലാദത്താൽ വിജൃംഭിച്ചു.

അടുക്കളയിൽ ചെന്നു ചൂടുവെള്ളമെടുത്ത് അവൾ പുറംവാതിൽക്കൽ നേരത്തെ വിരിച്ചിട്ട ഓലത്തകിടിൽ കിടത്തി ആ ചോരക്കുഞ്ഞിനെ കുളിപ്പിച്ചു തോർത്തി, മുറിയിലെ മൂലയിൽ വിരിച്ചിട്ട പായയിൽ കിടത്തി പുതപ്പിച്ചു. മുറിയിലാകെ പ്രതിഷേധത്തിന്റെ സ്വരമുയർത്തിക്കൊണ്ടു കുഞ്ഞിന്റെ കരച്ചിലുയർന്നു. “ള്ളേ... ള്ളേ...” അതു മുഷ്ടി ചുരുട്ടിക്കൊണ്ടു പ്രതിഷേധിക്കുകയാണ്.

രേവമ്മ തഴംപായിൽനിന്നു രക്തം പടർന്ന തുണികൾ വലിച്ചെടുത്ത്, തഴംപായയുംകൊണ്ടു പുഴക്കരയിലേക്കു നടന്നു. അവളുടെ കുടിലിനു മുമ്പിലൂടെ പുഴ ഒന്നുമറിയാത്തതുപോലെ ഒഴുകുകയാണ്. തന്റെ രക്തം കുടിച്ചെടുത്ത തുണികളെല്ലാം നനച്ച്, അവൾ മുങ്ങിക്കുളിച്ചു നിവർന്നു. തുണിയുടുത്തു പായിലേക്കു കിടന്ന് അവൾ മുഷ്ടി ചുരുട്ടിക്കരഞ്ഞ പുതുജീവനെ തല ചെരിച്ചു നോക്കി. അവളുടെ കടക്കണ്ണിൽ ഒരു പുഞ്ചിരി തെളിഞ്ഞു. പാവം ഉറങ്ങിപ്പോയി.

ഭാരമൊഴിഞ്ഞ വയറ്. തെളിഞ്ഞ ആത്മാവ്. അപ്പോഴേക്കും രക്തദാഹികളായ പിശാചുക്കളെപ്പോലെ ദാഹം രേവമ്മയുടെ കണ്ഠത്തിൽ പിടിമുറുക്കി. അവളുടെ പ്രജ്ഞ മങ്ങുകയാണ്.

“അമ്മേ ഇതാണോ സമ്മാനം? ഹായ് കുട്ടേട്ടാ ഇദ് കണ്ടോ ഒരു ചെറ്യേ കുട്ടി!”

രേവമ്മ പതുക്കെ കണ്ണുകൾ തുറന്നു കുട്ടികളോടു പറഞ്ഞു: “ആ ചേടത്തിയോട് അമ്മയ്ക്കു കുടിക്കാനിത്തിരി ചൂടുവെള്ളം വേണംന്ന്” പകുതി വാക്കുകളും പകുതി ആംഗ്യങ്ങളും.

രേവമ്മയുടെ നാക്ക് അണ്ണാക്കിലൊട്ടിപ്പോയിരുന്നു.

അയൽവാസി രേവമ്മയെ എഴുന്നേൽപ്പിച്ചു ചൂടുകഞ്ഞി വായിൽ ചേർത്തപ്പോൾ രേവമ്മയുടെ കണ്ണുകൾ നിറഞ്ഞു. വയറു നിറഞ്ഞപ്പോൾ രേവമ്മ പറഞ്ഞു. “ഹാവൂ മതി... മതി...”

ഉപസംഹാരം

ആരോ ഗേറ്റ് തുറക്കുന്ന ശബ്ദം കേട്ട് ഉമ്മറത്തിരിക്കുന്ന അമ്മയുടെ ആത്മഗതം ഉച്ചത്തിലായി.

"ന്റെ ഹരിക്കുട്ടാ, ഒരു അശ്രീകരം ഇതാ പടിയെറങ്ങിയപ്പോയതേയുള്ളൂ. പ്പോ ദാ കേറി വരണു സാക്ഷാൽ ശ്രീഭഗവതി!"

ശ്രീഹരി വീക്കിലിയിൽനിന്നു മുഖമുയർത്തി ആഹ്ലാദത്തോടെ എഴുന്നേറ്റു. "ഹാര് അമ്മുക്കുട്ട്യേടത്തി!"

ഇറങ്ങിപ്പോയ അശ്രീകരം അമ്മുക്കുട്ട്യേടത്തിയുടെ അനുജത്തി അനുജയും.

"ഇപ്പോ മനസിലായി, അമ്മ അമ്മുക്കുട്ട്യേടത്ത്യേ ആളയച്ചു വരുത്തീതാ, അല്ലേ?"

ഉത്തരം നൽകാൻ അമ്മയ്ക്ക് ഇടം കിട്ടും മുമ്പേ അമ്മുക്കുട്ട്യേടത്തി ചെവിവട്ടത്തെത്തി.

"ഹാവൂ. എന്തു വെയിലാ വെയില്. അമ്മേം മോനും കൂടെന്താ ഒരൂട്ടം?"

അമ്മുക്കുട്ട്യേടത്തി തൊട്ടുമുമ്പിൽ വന്നു നിന്നപ്പോൾ ശ്രീഹരി ശ്വാസം ഉള്ളിലേക്കു വലിച്ചു.

"ഹെന്റെ ഭഗവതീ! ഈ അമ്മുക്കുട്ട്യേടത്തിക്ക് കൊല്ലം എത്ര കഴിഞ്ഞാലും ഒരു മാറ്റല്ല്യ. മുണ്ടുംപെട്ടീല് ഇപ്പഴുംണ്ടോ കൈതപ്പൂവ്?"

അമ്മുക്കുട്ട്യേടത്തി പൊട്ടിച്ചിരിച്ചപ്പോൾ രണ്ടു കവിളും ചുവന്നു. ഇടതുവശത്തെ കവിളിൽ അതാ നുണക്കുഴിയും തെളിഞ്ഞു.

"എന്റെ ഹരീ, നീ ആളെ കളിയാക്കാ? നീ മീശ കുരുത്ത ചെക്കനായീന്നേയുള്ളൂ. എനിക്കിപ്പഴും ആ പഴയ കുട്ടിതന്നെ. അമ്മുക്കുട്ട്യേടത്തീടെ മുണ്ടിന്റെ കോന്തലയിൽ മുഖമമർത്തി കൈതപ്പൂ മണക്കണ ആ വള്ളി ട്രൗസറുകാരൻ."

ശ്രീഹരി അൽപ്പം നാണത്തോടെ മുടിയൊന്നൊതുക്കി അമ്മയെ നോക്കി പുഞ്ചിരിച്ചു. അമ്മുക്കുട്ട്യേടത്തി കൊടുത്ത 'ലുലു' കവർ തുറന്ന് അമ്മയൊരു നനുനനുത്ത കമ്പിളി പുറത്തെടുത്തു. "ബാക്ക്യൊക്കെ നെനക്കുള്ളതാ ഹരിക്കുട്ടാ. ഈ ദുബായീന്ന് കൊണ്ടുവരണ എന്തിനും സുഗന്ധാ."

അമ്മ പരിമളം നിറഞ്ഞ ആ വെള്ളക്കവർ ശ്രീഹരിക്കു നീട്ടി.

"ഒക്കെ നെനക്കെന്ന്യാ ഹരീ. ഷർട്ടും കുപ്പായോം സ്പ്രേയും ഇതൊന്നൂല്യ-ഗുലാം അലീം, പങ്കജ് ഉധാസും, പിന്നെ വായിച്ചു കഴിഞ്ഞ ഇംഗ്ലീഷ് പുസ്തകങ്ങളും."

"പുസ്തകങ്ങള് ഞാനാർക്കും വിട്ടുകൊടുക്കാറില്ല. പക്ഷേ, അമ്മുക്കുട്ട്യേടത്തി ഏറ്റവും ഇഷ്ടപ്പെട്ടതാ മറ്റുള്ളോർക്കു വിട്ടുകൊടുക്ക്വാ."

അമ്മ പതം നോക്കി അടുത്തു ചെന്നു സാരീടെ ചന്തം നോക്കും പോലെ പല്ലാവൊന്നു പൊക്കി പുരികം വില്ലുപോലെ വളച്ചു ചോദിച്ചു.

"ആട്ടെ, നീ രാവുണ്ണീടടുത്തു പോയിരുന്നോ?"

മുഖത്തു യാതൊരു ഭാവവ്യത്യാസവുമില്ലാതെ അമ്മുക്കുട്ട്യേടത്തി കൈ മലർത്തി.

"എവിട്യാ സമയം വല്യമ്മേ, ഞാനെത്തീട്ട് രണ്ടാഴ്ച്യേ ആയുള്ളൂ. എന്റെ നാടും കൊളോം കൈതക്കാടും സ്വർണംകൊണ്ടു കണ്ണെഴുതിച്ച മൈനേം മഞ്ഞിൽ നനഞ്ഞ നെല്ലോലകൾക്കിടയിലൂടെയുള്ള നടത്തോം ഒന്നും എനിക്കു മതിയായില്യ."

"നെന്റെ കാറ് അവടിയേ?"

"എന്റെ നാട്ടില് എനിക്കാ പഴയെ ചെരുപ്പില്ലാത്ത നടത്താ പ്രിയം. പക്ഷേ, വല്യമ്മേ, പഴയപോലെ ചെരുപ്പില്യാണ്ടെ ഒരടി നടന്നൂടാ."

ശ്രീഹരി, അമ്മുക്കുട്ട്യേടത്തി എന്ന അത്ഭുതത്തെ നോക്കി കാണുകയായിരുന്നു. അവരുടെ തന്റേടം, ചന്തം നിറഞ്ഞ ഉന്നത ഗാത്രം, നീണ്ട തലമുടി, കാന്തംപോലുള്ള കണ്ണുകൾ... രാവുണ്ണ്യേട്ടനെ ഒരു ദാക്ഷിണ്യവുമില്ലാതെ വലിച്ചെറിഞ്ഞ് ദുബായിലേക്ക് ആരോടും പറയാതെ പറന്ന ആ അമ്മുക്കുട്ട്യേടത്തിയാണോ ഇത്? കഴിഞ്ഞ ആഴ്ച അമ്മയ്ക്കൊപ്പം രാവുണ്ണ്യേട്ടന്റെ രോഗശയ്യയ്ക്കടുത്തു ചെന്നപ്പോൾ, കൊത്തുപണികളുള്ള കൂറ്റൻ വീട്ടിക്കട്ടിലിൽ മലർന്നു കിടന്ന ആളെക്കണ്ട് ശ്രീഹരി അതിശയിച്ചു. ഒരു ചന്തവുമില്ലാത്ത, മാംസക്കൂമ്പാരംപോലുള്ള ഈ ആളെ, മദ്യപനും ദുർവൃത്തനുമായ ഈ ആളെ അമ്മുക്കുട്ട്യേടത്തിക്ക് എങ്ങനെ പ്രേമിക്കാൻ കഴിഞ്ഞു.

"നീയെന്തിനാ അമ്മുക്കുട്ടീ, അന്യ നാട്ടീക്കെടന്ന് കഷ്ടപ്പെടണത്? വിശ്വനാഥന്റെ പ്രതാപിയായ മകള്, കവിതക്കാരി, വീടും പറമ്പും നെണക്ക്, എസ്റ്റേറ്റ് നെണക്ക്. അനൂന് കുടുംബോം കുട്ട്യോളുംണ്ട്. നിന്റെ ഏട്ടനും ചില്ലിക്കാശ് വേണ്ട. സ്വത്തും പണോം വേണ്ടത്രേ. ഭാര്യവീട്ടുകാരോ ഉഗ്രപ്രതാപികള്."

അമ്മുക്കുട്ട്യേടത്തി ചാരുപടിയിൽ ശ്രീഹരിക്ക് തൊട്ടടുത്തു വന്നിരുന്നു.

"നെന്റമ്മേക്ക് എന്തുപറ്റി ഹരീ? അമ്മുക്കുട്ട്യേടത്തി ദുബായിൽ പോയിട്ട് കാര്യണ്ടായില്യാന്ന് പറഞ്ഞാ പറ്റ്വോ? തെക്കേ മനക്കാർടെ പറമ്പ് അമ്പത് ലക്ഷത്തിനാ വാങ്ങിച്ചത്. ആരൂല്യാത്തോർക്കൊരു പാർപ്പിടം. അങ്ങനൊരു ലക്ഷ്യണ്ട്. മനസില് ചെല പ്ലാൻസൊക്കെണ്ട്."

അമ്മ അൽപ്പം നടുങ്ങിക്കൊണ്ട് ഇടതുകൈപ്പത്തി കവിളിൽ ചേർത്തു.

"എന്നാലും മോളേ, നീ ചെറുപ്പാണ്. നെണക്കൊരു ജീവിതം–"

ബാക്കി കേൾക്കാൻ നിൽക്കാതെ അമ്മുക്കുട്ട്യേടത്തി ഉത്സാഹത്തോടെ ചാരുപടിയിൽനിന്നു ചാടിയിറങ്ങി. മുറ്റത്തേക്ക് ഇറങ്ങി ചെരുപ്പുകൾ കാലിൽ തിരുകി വിളിച്ചു:

"ഹരിക്കുട്ടാ വാ, പറമ്പിലൊന്നു നടക്കാം. നീ സിവിൽ സർവീസിന്റെ പ്രിലിമിനറി പ്രിപ്പറേഷനിലാണെന്നു കേട്ടു. മോഹനേട്ടനെപ്പോലെ ഐ എ എസ്സുകാരനാവണം ന്നാ മോഹം?"

അമ്മ ഉമ്മറപ്പടിയുടെ താഴത്തെ പടിയിലേക്കിറങ്ങി കഴുത്തു നീട്ടി.

"മോഹനനെ വേളി കഴിച്ചിരുന്നെങ്കീ മോൾടെ വിധി മറ്റൊന്നായേനെ... വല്യമ്മായിന്നാളും കൂടെ...

പൂത്തുമറിഞ്ഞു നിൽക്കുന്ന വസന്തംപോലെ അമ്മുക്കുട്ട്യേടത്തി ആകെ ഉലഞ്ഞ് ഒന്നു പൊട്ടിച്ചിരിച്ചു. അച്ഛന്റെ അനുജന്റെ മകളാണെങ്കിലും ഒരു സഹജാതനോടുള്ള സ്നേഹം എന്നും അമ്മുക്കുട്ട്യേടത്തി തരുന്നു.

"ദുബായില് അമ്മുക്കുട്ട്യേടത്തി ഒറ്റയ്ക്ക് ഡ്രൈവ് ചെയ്യ്വോ?" ശ്രീഹരി സങ്കോചത്തോടെ ചോദിച്ചു. എന്തെങ്കിലും ചോദിക്കണമല്ലോ?

"പിന്നെ! ഒറ്റയ്ക്ക് ഒരു ജീവിതം തന്നെ ഡ്രൈവ് ചെയ്യുന്നു. പിന്നെയാണൊരു കാറ്!"

പറമ്പു മുഴുവനും നടന്നു തീർന്നില്ല. അപ്പോഴേക്കും അമ്മയൊരു വിളി. "ഹരിക്കുട്ടാ, ഇതാ നെണക്കൊരു ഫോൺ, മദിരാശീന്നാരോ..."

ടെലിഫോൺ സംഭാഷണം കഴിഞ്ഞ് ശ്രീഹരി തീൻമേശയ്ക്കരികിലെത്തി. അമ്മുക്കുട്ട്യേടത്തി പറയുന്നു:

"വല്യമ്മേ, ഒരൂട്ടം സദ്യക്കൊന്നും വട്ടം കൂട്ടണ്ട, അമ്മുക്കുട്ടിക്ക് ഉച്ചയ്ക്കൊരു പിസ്സ, അല്ലെങ്കിലൊരു പീസ് സാന്റ് വിച്ച്, ഇതാ ദുബായിൽ സദ്യ. ഉറക്കം വരും. ഉച്ചയ്ക്കുള്ള ഇന്റർവെല്ലിന് ഒരു കംപ്യൂട്ടർ സെന്ററിൽ പഠിപ്പിക്കാൻ ചെല്ലും. ഇന്നു വൈകീട്ട് അക്കാദമീടെ ഒരു മീറ്റിങ്ങുണ്ട്. ഒപ്പം അന്നത്തെ അവാർഡിന്റെ പേരിലൊരു സ്വീകരണോ. ഇതിലൊന്നും കമ്പംണ്ടായിട്ടല്ല. ആളോൾടെ സ്നേഹല്ലേ?"

ഉണ്ണാറായപ്പോ ശ്രീഹരി വേഗം കൈകഴുകി വന്നു. "അമ്മുക്കുട്ട്യേടത്തി പോവുമ്പോ ഞാനും വരാം. തിരിയെ വരുമ്പോ ആ രാവുണ്ണ്യേട്ടന്റെ വീട്ടിലൊന്ന് കേറാം. ആള് വല്യ ക്ഷീണത്തിലാണേ കഴിഞ്ഞാഴ്ച ഞാനും അമ്മേം കൂടെ പോയപ്പോ."

മുഴുവനാക്കാൻ അമ്മുക്കുട്ട്യേടത്തി സമ്മതിച്ചില്ല. "അവര് വണ്ടി കൊണ്ടരും, അത്ര വല്യ ചടങ്ങൊന്നല്ല ഹരീ, നിനക്ക് മോഹാച്ചാൽ നമുക്കെന്റെ വണ്ടീല്..."

അപകടം മനസിലാക്കി ഹരി പിൻവലിഞ്ഞു.

"ഏയ് പിന്നീടൊരിക്കലാവാം."

മേശപ്പുറത്തെ ഒഴിച്ചുകറികളൊക്കെ ഒഴിവാക്കി, കൊണ്ടാട്ടം, മോരുകറി, കടുമാങ്ങ ഈ പ്രിയവിഭവങ്ങളെ തൊട്ടും നുണഞ്ഞും ഊണു കഴിക്കുന്നതു കണ്ടാലറിയാം, അകത്താകെ കുഴമറിയലാണെന്ന്. കൈകഴുകിത്തുടച്ച് പടിഞ്ഞാറേ വരാന്തയിലെ അരമതിലിൽ ചെന്നിരിക്കുന്നതു കണ്ട് അമ്മയും വേഗത്തിൽ ഉണ്ടെന്നു വരുത്തി പിറകെ ചെന്നു.

പറമ്പിലെ കൂറ്റൻ മാവിലേക്കു കണ്ണിമയ്ക്കാതെ നോക്കുന്നതു കണ്ടപ്പോൾ അമ്മ നിനച്ചത് അമ്മുക്കുട്ട്യേടത്തി ആ മാവിൻചുവട്ടിലെ ബാല്യകാലത്ത് കണ്ണിമാങ്ങ പെറുക്കുകയാണെന്നാണ്.

"കല്യാണം കഴിഞ്ഞു ഞാൻ വരുമ്പോ ദാ, ഈ മാവ് ഇത്രേള്ളൂ. നെന്റെ അച്ഛൻ വിശ്വം, എന്നേക്കാൾ ഒരു വയസ്സിനിളപ്പം. ഭർത്താവിന്റെ അനുജനാണെങ്കിലും അവനായിരുന്നു എനിക്കു കൂട്ടുകാരൻ. എനിക്കു വയസ്സ് പതിനഞ്ച്. പക്ഷേ, അവനെന്നേക്കാൾ മുമ്പേ നടന്നു. നെന്നെ കൂട്ടുകാര്യേപ്പോലെ എന്റെ കൈയിത്തന്നിട്ട്."

അമ്മ രണ്ടു കണ്ണും തോളത്തെ തോർത്തിൽ അമർത്തിത്തുടച്ചു.

"ന്റെ അമ്മേ, വേണ്ടത്ര ടെൻഷനും സംഘർഷോം ഇപ്പോത്തന്നെ ഉണ്ടാവും അമ്മുക്കുട്ട്യേടത്തിക്ക്, അമ്മേടെ കരച്ചിലും പറച്ചിലും ഒന്നു നിർത്തൂ."

അമ്മ പെട്ടെന്നു തല തിരിച്ചു ശ്രീഹരിയോടു കയർത്തു, "നെന്നെ ആരാപ്പോ വിളിച്ചത്? പഠിച്ചാലും തീരാത്ത പഠിപ്പാന്ന്, ഇന്നലെ ഞാനൊന്നു മിണ്ടാൻ വന്നപ്പോ കയർത്തു ചാടിയ നീയല്ലേ? ചെന്നിരുന്ന് പഠിക്ക്."

പിന്നെ ശ്രീഹരിക്കു ഗത്യന്തരമില്ലാതായി. രംഗം വിടുകതന്നെ. അമ്മയ്ക്കു കാര്യമവതരിപ്പിക്കണമല്ലോ. വരാന്തയ്ക്കു തൊട്ടുള്ള മുറിയിലേക്ക് ഒരു തടിയൻ പുസ്തകവുമായി ശ്രീഹരി രക്ഷപ്പെട്ടു.

ഒരേ അമ്മയ്ക്കെങ്ങനെ രണ്ടു പ്രകൃതമുള്ള മക്കൾ പിറന്നു എന്നാണു ശ്രീഹരി അത്ഭുതപ്പെട്ടത്. എത്ര വൾഗറാണ് അനുജത്തിയുടെ സ്വഭാവം! മക്കളും ഭർത്താവുമായി വന്നു പൊങ്ങച്ചം പറഞ്ഞത്, അവലോസ് പൊടിയും പഴുത്ത മാങ്ങയും കെട്ടിപ്പൊതിഞ്ഞ് ഇന്നു പടിയിറങ്ങിയതേയുള്ളൂ. അസൂയയ്ക്കു കൈയും കാലും വെച്ചാൽ അത് അനുജയായി. അസൂയ സകല ഗുണങ്ങളേയും കാർന്നു തിന്നുമെന്ന് അമ്മുക്കുട്ട്യേടത്തി പറയാറുണ്ട്. കാര്യം കാണാൻ എന്തും ചെയ്യും അവർ. അമ്മുക്കുട്ട്യേടത്തിക്ക് എന്തു കിട്ടിയാലും അതു തട്ടിയെടുക്കണം. എന്നാൽ കവിതയെഴുത്ത് ആർക്കും തട്ടിയെടുക്കാനാവില്ലല്ലോ. കുന്നിക്കുരുവും കോഹിനൂർ രത്നവും പോലെ. മോഹനേട്ടൻ അമ്മുക്കുട്ട്യേട

ത്തിക്കു പിന്നാലെ ഭ്രാന്തെടുത്തു നടന്നപ്പോൾ അനുജ മോഹനേട്ടനു പിറകെ പ്രേമലേഖനങ്ങളുമായി നടന്നുവത്രെ. മോഹനേട്ടൻ സൂചിത്തലപ്പത്തു നിന്നു പഠിച്ച് ഐ എ എസ് എടുത്തതുപോലും അമ്മുക്കുട്ട്യേടത്തിയെ സ്വന്തമാക്കാനുള്ള അർഹത നേടാനായിരുന്നു. അപ്പോഴേക്കും കാര്യങ്ങൾ കൈവിട്ടുപോയി.

രാവുണ്ണ്യേട്ടൻ പ്രതാപിയായ രാമൻ മേനമ്മാവന്റെ ഉഗ്രപ്രതാപിയായ മകനായിരുന്നു. ഗുണ്ടായിസം, പെണ്ണുപിടിത്തം, മദ്യപാനം. പെണ്ണുങ്ങൾക്കു കാണുമ്പോൾത്തന്നെ അറപ്പും വെറുപ്പും. രാവുണ്ണ്യേട്ടന്റെ ആദ്യഭാര്യക്ക് കല്യാണം കഴിഞ്ഞ അന്നു മുതൽ ഭർത്താവിനെ കണ്ടുകൂടാ. അയാള് അടുത്തു വരുമ്പോ എനിക്കു ഛർദിക്കാൻ വരും എന്നു വീട്ടിൽച്ചെന്നു പരസ്യമായി പറഞ്ഞുവത്രെ. രാത്രീല് അയാൾടെ പരാക്രമങ്ങള് സഹിക്കാൻ തേവിടിശ്ശികൾക്കേ കഴിയൂ എന്നു പ്രഖ്യാപിച്ച് സന്ധ്യയായാൽ സ്വന്തം വീട്ടിലേക്കു പുറപ്പെടും. സന്ധിക്കു ചെന്ന അമ്മാളുവിനോടു സ്വകാര്യമായി റാണിയേടത്തി പറഞ്ഞു: "കള്ളു കുടിച്ച്, കുടിച്ച് ആണത്തം പോയി. ആണത്തമില്ലാത്ത പുരുഷൻമാർ പുലരും വരെ പെണ്ണിനെ കൊത്തിപ്പറിച്ചുകൊണ്ടിരിക്കും. എനിക്കു വയ്യെന്റെ ഏടത്തീ."

ഇതൊക്കെ സർക്കീട്ട് ഗോവിന്ദനിൽനിന്ന് ശ്രീഹരി ചോർത്തിയെടുത്ത വിവരങ്ങളാണ്. ഗോവിന്ദനറിയാത്ത രഹസ്യമില്ല. ഗോവിന്ദൻ സന്ദർശിക്കാത്ത വീടുമില്ല. അങ്ങനെയാണ് അനുജയുടെ ശൃംഗാരകഥകൾ ശ്രീഹരി കേട്ടത്.

ആയിടയ്ക്കാണ് രാവുണ്ണ്യേട്ടനു ഡിസ്ക് പ്രൊലാപ്സ് ഉണ്ടായത്. മൂപ്പരുടെ കാമിനീസംഗമങ്ങൾ കണക്കില്ലാത്ത കളിയായപ്പോഴാണ് ആ അപകടം എന്നാണു ഗോവിന്ദന്റെ കണക്കുകൂട്ടൽ. വലിയ ബാങ്ക് ബാലൻസും കണ്ണെത്താത്ത വയലുകളും ഇടതും വലതും കൈയിട്ടു നടന്ന തോഴികളും ഒന്നും വേദന മറക്കാൻ മതിയായില്ല. അലോപ്പതി, ആയുർവേദം, സമ്പത്ത്, സ്വാധീനം ഇതൊന്നും വേദന ശമിപ്പിച്ചില്ല. കുപ്പിവളകൾ പൊട്ടിച്ചിരിച്ച സിംഹമടയിൽനിന്നും ഹാവൂ അമ്മാ വയ്യാ. എന്നു ഞരക്കങ്ങൾ മാത്രം. രാത്രികാലങ്ങളിൽ ഞരക്കങ്ങൾ അലർച്ചകളായി.

ഒരു സന്ധ്യക്ക് അമ്മയ്ക്കും അനുജനുമൊപ്പം അമ്മുക്കുട്ട്യേടത്തി ഏതോ കല്യാണ വീട്ടിൽക്കയറി മടങ്ങും വഴി ശ്രീലകത്തു കയറി. പെണ്ണുപിടിയനെന്നു മുദ്ര ചാർത്തിക്കിട്ടിയ മുറച്ചെറുക്കനായ രാവുണ്ണ്യേട്ടന്റെ ആലോചന വന്നപ്പോൾ പരമ പുച്ഛത്തോടെ തട്ടിമാറ്റിയതാണ്. എന്നാൽ വീട്ടിനകത്തേക്കു കയറിച്ചെന്നപ്പോൾ കേട്ട ദീനരോദനം അവളുടെ കരളലിയിച്ചു കളഞ്ഞു. അമ്മുക്കുട്ട്യേടത്തിയുടെ ദർശനമാത്രയിൽ രാവുണ്ണ്യേട്ടന്റെ കണ്ണുകൾ നിറഞ്ഞൊഴുകാൻ തുടങ്ങി. അഗ്നിശകലങ്ങൾപോലുള്ള ആ കണ്ണുകളിലെ യാചന, അവൾക്കു മറക്കാൻ കഴിഞ്ഞില്ലത്രെ. ഉറക്കം വരാത്തൊരു രാത്രി കടന്നു വന്ന പുലരിയിൽ അമ്മുക്കുട്ട്യേടത്തി പ്രസ്താവിച്ചുവത്രെ, ആ മനുഷ്യന്റെ വേദന ഞാൻ മാറ്റി

യെടുക്കും. അമ്മുക്കുട്ട്യേടത്തിയുടെ ബി എ ലിറ്ററേച്ചർ പരീക്ഷ തീർന്ന കാലമാണ്. ആരും എതിർത്തില്ല. ആങ്ങളയുടെ മകനല്ലേ? അമ്മയും ഒന്നും പറഞ്ഞില്ല. പറഞ്ഞിട്ടും കാര്യമില്ല. അമ്മുക്കുട്ട്യേടത്തി പറഞ്ഞാൽ പറഞ്ഞതാണ്.

അനേകം ബന്ധുക്കൾക്കും പരിചാരികമാർക്കും ഇടയിൽ അമ്മുക്കുട്ട്യേടത്തി രാവും പകലും പരിചരിച്ചു. പിന്നെന്തൊക്കെ മറിമായങ്ങളാണു നടന്നത്! രോഗശയ്യയിൽനിന്ന് അമ്മുക്കുട്ട്യേടത്തി ചെറുവിരൽകൊണ്ടു രാവുണ്ണ്യേട്ടനെ എഴുന്നേൽപ്പിച്ചു. അവരുടെ സൗമ്യ രൂപം, ഉന്നത ഗാത്രം, തലയെടുപ്പ്, ആരെയും കൂസാത്ത സ്വഭാവം. അയാളിലെ പുരുഷൻ സടകുടഞ്ഞെഴുന്നേറ്റു. അവിടെ പ്രണയം നറുനിലാവിന്റെ പാൽക്കുടമായി തുളുമ്പി.

ഒരു സന്ധ്യക്കു രാവുണ്ണ്യേട്ടന്റെ കൈയുംപിടിച്ച് അമ്മുക്കുട്ട്യേടത്തി കടന്നു വന്നു. രാവുണ്ണ്യേട്ടൻ ആളാകെ മാറിയിരുന്നു. കാടു തൂർന്ന താടിയൊക്കെ വടിച്ച് തെളിഞ്ഞ ചിരി, തുടുത്ത കവിളുകൾ, ലജ്ജ നിറഞ്ഞ ഭാവം, മെരുങ്ങിയ സിംഹം.

"വല്യമ്മേ, ഇന്നു ഞങ്ങടെ രജിസ്റ്റർ കഴിഞ്ഞു. റാണിച്ചേച്ചീടെ ബന്ധം അവരു തന്നെ അറുത്തു മുറിച്ചു. ബന്ധം വേർപെട്ടു കിട്ടീത് ഇന്നലെയായിരുന്നു."

"ആര് വേണ്ടാന്നു പറഞ്ഞാലും നീയ്യ് വിചാരിച്ചതു നടത്തും. ഇനി നീ മുറുകെ പിടിച്ചോ മോളേ. പിടി വിട്ടാ കാട്ടിലേക്ക് ഓടിക്കളേം. സിംഹത്തിന് കാടല്ലേ വീട്."

അമ്മ കളിയാക്കി. അമ്മുക്കുട്ട്യേടത്തി പൊട്ടിച്ചിരിച്ചു. രാവുണ്ണ്യേട്ടനും കുട്ടിക്കുമ്പ കുലുങ്ങുമാറ് ഇളകിച്ചിരിച്ചതു ശ്രീഹരിക്കു മറക്കാനാവില്ല. ഇന്നാ ചിരി വീണ്ടും വേദനയുടെ ദൈന്യത്തിലേക്കു കൂപ്പുകുത്തിയിരിക്കുന്നു.

വരാന്തയിൽ അനക്കമറ്റിരിക്കുന്ന അമ്മുക്കുട്ട്യേടത്തി. താഴെ കാലും നീട്ടിയിരുന്നു മൗനത്തിലൂടെ സംവദിക്കുന്ന അമ്മ. അമ്മയും അമ്മുക്കുട്ട്യേടത്തിയും തമ്മിൽ അമ്മയും മകളും പോലത്തെ പ്രായവ്യത്യാസമുണ്ട്. എന്നാലും സഖികളെപ്പോലെ പരസ്പരം എല്ലാം പറയും.

"ഇനി മിണ്ടാതിരുന്നാ പറ്റില്ല്യ അമ്മുക്കുട്ട്യേ, സത്യം പറ. എന്തിനാ ആ പാവം രാവുണ്ണ്യേ തനിച്ചാക്കി ദുബായിലേക്ക് ഒളിച്ചോടിയത്? മൂന്നു കൊല്ലായി, ന്റെ നെഞ്ചത്തിരുന്നു കനലിക്കണ ചോദ്യാ. എന്നോടും കൂടി പറയാതെ തക്ക കാരണല്യാതെ നീ പോവില്യ, നിക്കറിയാം."

നേർത്ത വെള്ളക്കർട്ടനിടയിലൂടെ അമ്മുക്കുട്ട്യേടത്തിയുടെ മുഖം കാണാം. അത് ഒരു തീപ്പന്തംപോലെ ജ്വലിക്കുകയാണ്.

"വല്യമ്മ ചോദിക്കരുത്. പറയാൻ പറ്റണാതാച്ചാൽ ഞാൻ നേരത്തെ പറഞ്ഞേരുന്നു."

"ഏഴു വർഷം പരസ്പരം പകർന്നും നുകർന്നും കഴിഞ്ഞ ഞങ്ങളങ്ങനെ ഒറ്റ ദിവസംകൊണ്ട്–ദൈവങ്ങൾക്ക് അസൂയ തോന്നിക്കാണും."

അമ്മയുടെ ശബ്ദം ചിലമ്പിച്ചു.

“നെന്നെപ്പോലൊരു തങ്കോം, അവനെപ്പോലൊരു ഇരുമ്പും തമ്മീ ച്ചേരില്ലെന്നു ഞാൻ എത്ര വിലക്കീതാ മോളേ. അയാള് നിന്നെ ദ്രോഹി ച്ചോ?

അമ്മുക്കുട്ട്യേടത്തി തല വിലക്കി.

“ശരീരത്തെ നോവിച്ചാ സാരല്യ, മനസിനെ നോവിച്ചാൽ അമ്മു ക്കുട്ടി സഹിക്കില്യ. വല്യമ്മ അന്നു പറഞ്ഞത് നേരാ. സിംഹത്തിന് കാടു തന്യാ വീട്. ഞാനാ സിംഹത്തെ കാട്ടിലേക്കു തന്നെ അഴിച്ചു വിട്ടു.”

ഗന്ധർവഗാനമായി, വീണയുടെ മുറുക്കിവെച്ച കമ്പിയിൽ ആരോ വിരൽ തൊടുംപോലെ കമ്പിതമായ സ്വരം. അമ്മുക്കുട്ട്യേടത്തി ഒരു വിശ്വ തേജസ്സായി മാറുംപോലെ. ശ്രീഹരി വിചാരിച്ചു.

“രോഗശയ്യെ കിടക്കുമ്പോഴും എന്തൊരു കുട്യാ, കുടി. കഴിഞ്ഞ തവണ ഞാൻ ചെന്നപ്പോ മോളേ, ദാ ഈ കൈയിൽപ്പിടിച്ച് വിങ്ങലോടെ ഒരു നോട്ടം. എന്റെ ഉള്ള് പൊള്ളിപ്പോയി. അവള് നാട്ടിലെത്തീന്നറിഞ്ഞു. ഏടത്തീ, ഏടത്തി മനസു വെച്ചാൽ അവള് വരും, ഒന്നു കാണണം. മാപ്പു പറയണം. അവള് പോയതോടെ എന്റെ ജീവിതം പോയി. അവള്ടെ ഒരു സമാശ്വാസം മതി, ഏടത്തീ അവൾക്കു പകരം ഈ ലോകത്ത് അവൾ മാത്രമേയുള്ളൂ.

അമ്മുക്കുട്ട്യേടത്തി മനസ്സ് പിടഞ്ഞ് ഒന്നു തേങ്ങിക്കരയുമെന്നാണ് വിചാരിച്ചത്. എന്നാൽ സൗമ്യമായി മറുപടി പറഞ്ഞതിങ്ങനെ.

“മനസിനു സുഖം കിട്ടുംന്ന്ച്ചാൽ കുടിച്ചോട്ടെ വല്യമ്മേ, ചെലര് പ്രശ്നങ്ങളിൽനിന്നു പുറത്തു കടക്കുന്നത് ഇങ്ങന്യാ. ശീലങ്ങള് അടിമ യാക്കിയ ഒരു തട്യാ അത്. എന്നാൽ അമ്മുക്കുട്ടി കാര്യങ്ങളെ നേർക്കു നേരെ നേരിടും.”

അമ്മയ്ക്കു മൊഴി മുട്ടി. എന്നാലും രാവുണ്ണ്യേട്ടനു കൊടുത്ത വാക്ക്. അമ്മുക്കുട്ട്യേടത്തിയുടെ ഭാവി.

“മോളേ നീ കേക്കണം, രാവുണ്ണി കെടന്നുപോയപ്പം റാണി ചെന്നി രുന്നുവത്രെ, ആധാരം അവൾടെ പേരിൽ രജിസ്റ്ററാക്കണം. അതിനു സമ്മ തിച്ചാ മരണംവരെ ശുശ്രൂഷിച്ചോളാംന്ന്. ഫൂ കടന്നു പോടീ എന്റെ മുമ്പീന്ന് ന്ന് അവൻ ഗർജിച്ചൂത്രെ. എന്റെ മോളെ സ്നേഹിച്ചപോലെ അവനീ ഭൂമീല് മറ്റൊരു പെണ്ണിനെ സ്നേഹിച്ചിട്ടില്ല. മോള് അത്രടം വരെ ഒന്നു പോണം. കരച്ചില് കാണുമ്പോ സഹിക്കില്യ. അടി തെറ്റ്യാൽ ആനേം വീഴുംന്നു പറേണതെത്ര ശര്യാ.”

അമ്മയുടെ നെഞ്ചിൽനിന്ന് ഒരു ഊക്കൻ ഗദ്ഗദം പുറത്തുചാടി.

“സത്യത്തെ വെട്ടിമുറിക്കാൻ മാത്രം ശീലിച്ച ആള്. എല്ലാ കഴിവും ദൈവം കൊടുത്തു. അഭിനയിക്കാനുള്ള കഴിവ് വേറേം കൊടുത്തു. അഭി നയത്തില് സത്യനും മമ്മൂട്ടീം മോഹൻലാലുമൊക്കെ തോറ്റു പോവും. അയാളിന്ന് കത്തിത്തീർന്ന ഒരു കരിക്കട്ട മാത്രമാണ് വല്യമ്മേ. എനിക്കു കാണണ്ട.”

അമ്മുക്കുട്ട്യേടത്തിയുടെ സ്വരം കടുത്തു. അവർക്കിടയിൽ അതിനേക്കാൾ കനത്തു വന്നു മൗനം. വാക്കുകൾ പരാജയപ്പെടുന്നിടത്തു മൗനം സഹായത്തിനെത്തുന്നു. കടുപ്പമുള്ള വാക്കുകൾക്കു പിന്നിൽ ഒരു പെണ്ണിന്റെ ഉൾക്കട്ടിയുള്ള മനസുണ്ട്. പെണ്ണ് ദുർബലയെന്ന് ഏതു വിഡ്ഢിയാണു പറഞ്ഞത്?

"രാവുണ്ണീടടുത്തേക്കു തിരിച്ചു പോണംന്നല്ല നിനക്കയാള് ചേരില്യാ. രൂപഗുണോം ശീലഗുണോം ല്ല. ഇനീപ്പോ എണീറ്റു നടക്വോന്നെന്നെ..."

അമ്മുക്കുട്ട്യേടത്തി കുലുങ്ങിച്ചിരിച്ചു. ചിരിച്ചു ചിരിച്ചു കണ്ണു നിറഞ്ഞിട്ടാണോ, സാരിത്തലപ്പെടുത്തു കണ്ണിൽവെച്ച് അമർത്തിയത്?

"എന്റെ വിശുദ്ധി മുഴുവൻ കവർന്നെടുത്ത തെറ്റിന്, എന്നിട്ട് ഏതോ കൊടുംകാട്ടിലേക്കൊരു പാവം പെണ്ണിന്റെ ജീവിതം വലിച്ചെറിഞ്ഞ തെറ്റിന് ഏതു ദൈവത്തിന്റെ കോടതീലാണ് മാപ്പ്? അയാളെ ഒരിക്കൽ ഞാൻ രോഗശയ്യേന്ന് എഴുന്നേൽപ്പിച്ചു. പ്രണയം കൊടുത്തു, സെക്സ് റിവൈവ് ചെയ്തു. എന്നിട്ടു ഞാൻ കൊടുത്ത പ്രേമോം സെക്സും സൗന്ദര്യോമെല്ലാം എടുത്തു ചൂതു കളിച്ചാൽ..." അമ്മുക്കുട്ട്യേടത്തി കിതച്ചു.

കാര്യങ്ങൾ കുറേശ്ശെ തെളിഞ്ഞു വരണം. അമ്മുക്കുട്ട്യേടത്തി മനസ്സു മുഴുവൻ തുറക്കണം. അതാണമ്മയുടെ ആവശ്യം. അമ്മ അടുത്തു ചെന്നു കൈയിൽ പിടിക്കുന്നു, നെഞ്ചോടു ചേർക്കുന്നു. അമ്മുക്കുട്ട്യേടത്തി പതുക്കെ കൈ കുതറുന്നു.

മോളെ, നിനക്കാ കൂട്ടു വേണ്ട, എന്നാലൊരു കൂട്ടു വേണം വൈകാതെ."

"ആശ്രിതത്വം എത്രമേൽ മനസിനെ ജഡമാക്കുമെന്നു ഞാൻ അനുഭവിച്ചറിഞ്ഞു. സ്നേഹം ആശ്രയമല്ലല്ലോ വല്യമ്മേ? വിയോഗത്തിലും സ്നേഹത്തിനു പതർച്ചയില്ല."

അമ്മ കുഴങ്ങി നിൽക്കയാണ്. എന്താണീ പെണ്ണിന്റെ മനസിൽ?

"ചായയ്ക്ക് എന്തെങ്കിലും ഉണ്ടാക്കാൻ പറയട്ടെ. ഹരിക്കുട്ടൻ പഠിച്ചു കഴിഞ്ഞാൽ നമുക്കൊന്നു ശ്രീലകത്തേക്കു പോവാം."

അമ്മ എത്ര പെട്ടെന്നാണു സന്ദർഭങ്ങളെ അനുകൂലമാക്കി കൈയിലെടുക്കുന്നത്.

ഐ എ എസ് വേണോ, എൻജിനീയറിംഗ് വേണോ അമ്മേ എന്നു സന്ദിഗ്ധത്തിൽ ശ്രീഹരിയുടെ മനസ്സ് പെൻഡുലമാടിയപ്പോൾ അമ്മ പറഞ്ഞത്, ഹരിക്കുട്ടാ ഞാനൊന്നു കുളിച്ചു വരട്ടെ, അപ്പോഴേക്കും നീ സിവിൽ സർവീസിന്റെ കടലാസൊക്കെ പൂരിപ്പിച്ചുവയ്ക്ക്, നമുക്കതൊന്ന് അമ്പലത്തീ കൊണ്ടുപോയി പൂജിക്കാം എന്നാണ്. അമ്മയുടെ ഈ അടവ് അമ്മുക്കുട്ട്യേടത്തിയുടെ അടുത്ത് ചെലവാകുമോ?

അമ്മുക്കുട്ട്യേടത്തി വരാന്തയിൽ അങ്ങോട്ടുമിങ്ങോട്ടും ഉലാത്തുന്നു. വസ്ത്രങ്ങളുടെ ഉലച്ചിൽ മർമരം. മൃദുപാദങ്ങൾ വരാന്തയിലെ കാവിമിനുസത്തിലല്ല, തന്റെ ഹൃദയത്തിലാണ്. അമ്മുക്കുട്ട്യേടത്തി എത്ര നല്ല

വളാണ്! എത്ര ഉൾക്കരുത്തുള്ളവൾ! മാണിക്യത്തിളക്കമുള്ള ഈ മനസ്സു കാണാൻ രാവുണ്ണ്യേട്ടൻ വൈകിപ്പോയല്ലോ. ഇതൊക്കെ ഓർത്തോർത്ത് ശ്രീഹരി ഉറങ്ങിപ്പോയി.

നെഞ്ചത്തേതോ കനത്ത ഭാരവുമായി മല കയറുന്ന അവ്യക്ത സ്വപ്ന സഞ്ചാരത്തിനിടയിൽ ഉണർന്നു. നെഞ്ചിൽ കമഴ്ത്തി വെച്ച പുസ്തകം ആരോ എടുത്തു മാറ്റുന്നു. കണ്ണു തുറന്നപ്പോൾ അമ്മുക്കുട്ട്യേടത്തി.

"ഇത്രയ്ക്കു കനമുള്ള വസ്തുക്കൾ നെഞ്ചിലേറ്റി ഉറങ്ങല്ലേ ഹരീ." അമ്മുക്കുട്ട്യേടത്തി പരിഹസിച്ചു.

"ഇതെന്താദ്, പ്രേമലേഖനങ്ങളോ?"

മേശപ്പുറത്തു കൂനകൂട്ടി വച്ച കടലാസുകളിലേക്കു നോക്കി അവർ ചോദിക്കുന്നു.

"ഉവ്വുവ്വ്. സിവിൽ സർവീസിന്റെ പ്രണയലേഖനങ്ങൾ. വേണമെങ്കിൽ വായിച്ചു നോക്കാം. പ്രേമലേഖനമെഴുതാൻ മോഹനേട്ടനായിരുന്നു മിടുക്ക് എന്നു കേട്ടിട്ടുണ്ട്. ആട്ടെ, എന്നെങ്കിലും ഏടത്തിയൊരു മറുപടി കൊടുത്തോ?"

അമ്മുക്കുട്ട്യേടത്തി പൂമരം പോലെ ആടിയുലഞ്ഞു ചിരിച്ചു. "ന്റെ ദൈവമേ, ഇപ്പഴത്തെ കുട്ട്യോൾടെ ഒരു ധൈര്യം. ഏടത്തിമാരോടു ചോദിക്കണ ചോദ്യങ്ങള്. ന്റെ മോനേ ഞാനയച്ചതു മനസിലൂടെയായിരുന്നു. ഇഷ്ടക്കേടുണ്ടായിട്ടല്ല. എല്ലാരും ഉറപ്പിച്ച ബന്ധം അങ്ങനെത്തന്നെ നടക്കട്ടേന്ന് ഉറച്ചതാണ്. പക്ഷേ, കാര്യങ്ങള് എന്റെ കൈവിട്ടു പോയി. നമ്മടെ മനസ്സ് നമ്മള് വരച്ച വരേല് നിക്കില്യല്ലോ."

വിഷാദം മറയ്ക്കാൻ കഴിയാതെ ശ്രീഹരി പറഞ്ഞുപോയി. "മോഹനേട്ടന്റെ ഭാര്യ സ്വൈരം കൊടുക്കില്ല. എപ്പഴും വഴക്കാത്രെ, പഴയ കാമുകീടെ പേരും പറഞ്ഞ്. ജോലി കഴിഞ്ഞു വന്നാ എത്ര ലാർജാ വിഴുങ്ങ്വാ! ഒരു പെണ്ണിനെ കിട്ടിയില്ലെങ്കിൽ മനുഷ്യൻമാരിങ്ങനെ കഴിക്ക്വാ?"

വിഷം കുടിച്ചതുപോലെ അമ്മുക്കുട്ട്യേടത്തിയുടെ മുഖം മുറുകി. ഒന്നു തണുപ്പിക്കാൻ ശ്രീഹരി വിഷയം മാറ്റി.

"ദുബായില് ഒറ്റയ്ക്കൊരു വീട്ടിലാണോ താമസം?"

"ഹേയ് ലേഡീസ് ഹോസ്റ്റലെന്നു പറയാം. വലിയൊരു വില്ലയിൽ അഞ്ചാറ് പേര്. ഒക്കെ വല്യ ഉദ്യോഗസ്ഥകള്. എല്ലാർക്കും സ്വന്തം കാറ്, വെവ്വേറെ മുറി, കുക്ക്, ജീവിതം പരമസുഖം."

അമ്മുക്കുട്ട്യേടത്തി വീണ്ടും കുലുങ്ങിച്ചിരിച്ചു. മുഖത്തെ രക്തപ്രസാദം വിരലിൽ തൊട്ടെടുക്കാം. ഇടതു കവിളിലെ കാക്കപ്പുള്ളി നുണക്കുഴിയുടെ ആഴത്തിലേക്ക് ഉൾവലിയുന്നത് ഒരു കാഴ്ചയാണ്.

"ആട്ടെ, നെണക്കൊരു കൂട്ട് കിട്ടീല്യേ?" അമ്മുക്കുട്ട്യേടത്തി ശ്രീഹരിയുടെ വയറ്റത്ത് ഒറ്റവിരൽകൊണ്ടു പതുക്കെയൊന്നു കുത്തിക്കൊണ്ടു മന്ദഹസിക്കുന്നു.

“ഒറ്റപ്പെട്ടു നിൽക്കൽ ഒരു സുഖമല്ലേ ഏടത്തി? ഒരുതരം മതിൽ. ഇപ്പം തോന്നുന്നു മനസ്സു നോവാതിരിക്കാൻ, വികാരക്ഷതമേൽക്കാതിരിക്കാൻ ഇതന്യാ നല്ലത്ന്ന്. സ്നേഹം പലപ്പോഴും മുള്ളാണ്, ഇല്ലേ അമ്മുക്കുട്ട്യേടത്തീ?”

അമ്മുക്കുട്ട്യേടത്തി മുഖം തരാതെ പുസ്തകം മറിച്ചുകൊണ്ടിരുന്നു.

“ഹാവൂ, എന്റെ പുസ്തകങ്ങളൊക്കെയുണ്ടല്ലോ ഹരീ കളക്ഷനിൽ? നെണക്ക് കവിതാ കമ്പം എന്നു തുടങ്ങി?”

പക്ഷേ, തൊണ്ടയ്ക്ക് അസാരം ഇടർച്ചയുണ്ടല്ലോ എന്ന് അമ്പരക്കുമ്പോൾ, അമ്മ ഒരു ട്രേയിൽ ചായ, പരിപ്പുവട പൊരിച്ചത് എന്നിവ കൊണ്ടുവന്നു. “ഞാനാദ്യം” എന്നു ചൂടുള്ള വട അമ്മുക്കുട്ട്യേടത്തി ഘോഷമായി ചുണ്ടോടു ചേർത്തു. വടയുടെ ചൂടും എരിവും അകത്തു ചെല്ലും മുമ്പേ ആ കൺതടങ്ങൾ നനഞ്ഞു കാണുന്നുവെന്നു ശ്രീഹരിക്കു വേവലാതിയായി.

“മൂന്നു കഴിഞ്ഞല്ലോ വല്യമ്മേ, ഞാൻ നടക്കട്ടെ. നാലിന് അവരെത്തും.”

അമ്മ ഒഴിഞ്ഞ ഗ്ലാസ് വാങ്ങിച്ചു മറ്റേ കൈകൊണ്ട് അമ്മുക്കുട്ട്യേടത്തിയെ ചേർത്തു പിടിച്ച് ഇടനാഴിയിലേക്കു നടന്ന് അടക്കത്തിലെന്തോ ചോദിച്ചു.

“എന്നെ ദേവതയെന്നു വിളിച്ചയാൾ. ലോകത്തിലൊരു സ്ത്രീയുമായും സെക്സ് സാധിക്കില്യാന്നു പറഞ്ഞയാൾടെ പിറകെ പലരും ചെന്നു. പേരു ചീത്ത്യാക്കണ പെണ്ണുങ്ങളോടു കൂട്ടു വേണ്ട രാവുണ്ണ്യേട്ടാന്നു ഞാൻ ഒരിക്കൽ താക്കീതു കൊടുത്തു. സ്വന്തം ശരീരത്തെ സ്നേഹിക്കുന്നുവെന്ന് ഉറക്കെ ഉറക്കെ പ്രഖ്യാപിക്കണ ആ പെണ്ണ് എന്റെ അനുജത്തി നാലയലത്തു ചെല്ലാൻ പാടുണ്ടോ? ശരീരഭ്രാന്തുള്ള ആ പെണ്ണിന്റെ നേരെ രാവുണ്ണ്യേട്ടൻ കൈ നീട്ടാൻ പാടുണ്ടോ? ഒരു ദിവസം പനിക്കോളുമായി ഞാൻ നേരത്തെ ചെന്നപ്പോ, എന്റെ കെടക്കേല് അവൾടെ വയറ്റത്തു തല വെച്ച്. അവളോടുള്ള സ്നേഹോം, ശരീരസൗന്ദര്യോം വർണിച്ച്. ഹെന്റെ വല്യമ്മേ, വഞ്ചന നിറഞ്ഞ ഈ ലോകത്ത് എങ്ങനെ ജീവിക്കും! ഞാനൊന്നും പറഞ്ഞില്യ. സ്വന്തം വീട്ടിലും പോയില്ല. സർട്ടിഫിക്കറ്റുകളെടുത്തു നേരെ സുഹൃത്തിന്റെ വീട്ടിലേക്ക്. പാസ്പോർട്ടുണ്ടായിരുന്നു. ഒറ്റ മാസംകൊണ്ടു ദുബായിക്കു പറന്നു. ഒരെഴുത്തുകാരീടെ വെല അന്നാ അറിഞ്ഞത്. സുഹൃത്തുക്കളൊരുപാട് സഹായിച്ചു.”

അമ്മ ഇടിത്തീ വിഴുങ്ങിയതുപോലെ നിൽക്കയാണ്. ശ്രീഹരി തളർന്നു കട്ടിലിലേക്കിരുന്നു.

“സ്വന്തം ഉടലിന്റേം, അതിന്റെ സാധ്യതകളേം പറ്റിയേ എന്റെ അനുജയ്ക്കറിയൂ വല്യമ്മേ, എന്റെ കൂടു തകർത്ത് അവള് സുഖമായി കഴിയണു. അവൾടെ രണ്ടു പെൺമക്കളും മുതിർന്നു വലുതായല്ലോ. അവറ്റകളെങ്കിലും ചീത്ത്യാവാതെ നോക്കട്ടെ. ആ മനുഷ്യൻ പിന്നെ ഭസ്മാ

സുരനു വരം കിട്ടിയ പോലെ മരിക്കും മുമ്പുതന്നെ എനിക്കയാൾ മൃത നായിക്കഴിഞ്ഞു വല്യമ്മേ. ഹിംസയുടെ ആൾരൂപം. മനസിനെ കശാപ്പു ചെയ്തവൻ. വിശ്വാസം വലിച്ചു കീറപ്പെട്ട ആളുടെ നീറ്റൽ അനുഭവി ച്ചാലേ അറിയൂ. ഇനി അയാളുടെ മുമ്പിലേക്കു പോകയെന്നാൽ പുറം തൊലി ചീന്തിയെടുത്ത് എന്നെ തീക്കുണ്ഡത്തിനു മുമ്പിൽ നിർത്തലാ ണ്. ഞാനൊരു പാവാണ് വല്യമ്മേ."

ഇടിമിന്നലും കണ്ണീരും മുറിഞ്ഞു വീഴുന്ന വാക്കുകൾ. "ഇനി ഒരു കൂട്ടും വേണ്ട വല്യമ്മേ സ്വയം മൂല്യമുണ്ടെന്ന തിരിച്ചറിവ്" അതു മതി ജീവിക്കാൻ."

അമ്മുക്കുട്ട്യേടത്തി തീപ്പന്തംപോലെ ജ്വലിക്കുന്ന വട്ടമുഖം അമർത്തി ത്തുടച്ചു മുറ്റത്തേക്കിറങ്ങി. മുഖത്തു ചിരി വരുത്താനുള്ള ശ്രമം ദയനീ യമായി പരാജയപ്പെട്ടു. പുരികമുയർത്തി രണ്ടാളോടും മൗനമായി യാത്ര ചോദിച്ചു.

"കാറെടുക്കട്ടെ അമ്മുക്കുട്ട്യേടത്തീ, പൊരിവെയിലല്ലേ?" ശ്രീഹരി അടഞ്ഞ തൊണ്ടയോടെ ചോദിച്ചു.

"വേണ്ട മോനേ, നാലടി വെച്ചാൽ വീടെത്തി. ഞാൻ വന്നതു വെയി ലത്ത്, പോണതും വെയിലത്തേക്കുതന്നെ. ഇടയ്ക്കിത്തിരി തണൽ. അതു ധാരാളം മതി. സത്യം ജീവത്തായ സത്താണ് ഹരീ. വഞ്ചന ഒരു തരം ആത്മഹത്യയും. ഇതൊന്നും മറക്കല്ലേ ഹരീ."

ഇളംചിരിയോടെ ഒന്നുകൂടി നോക്കി, തലയുയർത്തിപ്പിടിച്ച് അമ്മു ക്കുട്ട്യേടത്തി പൊരിവെയിലത്തേക്ക് ഇറങ്ങി നടന്നു.

തികച്ചും അവിശ്വസനീയം

വിമാനം ടെയ്ക്കോഫ് ചെയ്തപ്പോൾ അവൾ തന്റെ ഇരു ചെവികളിലും കോട്ടൺ മുണ്ടുകൾ കീറിയെടുത്തു നിറച്ചു. സ്വന്തം ശരീരത്തിന്റെയും വിമാനത്തിനകത്തെ വായുവിന്റെയും സമ്മർദം ഒരിക്കലും അവൾക്കു സമരസപ്പെട്ടു കിട്ടിയിരുന്നില്ല.

സൈഡ് സീറ്റിലിരുന്നു തൊട്ടടുത്തുള്ള മാന്യനെ നേർത്ത സൗഹൃദത്തിന്റെ പുഞ്ചിരിയോടെ അവൾ തല ചെരിച്ചു നോക്കി. അദ്ദേഹത്തിന് ആകാശക്കാഴ്ചകളിലൊന്നും കമ്പമുണ്ടെന്നു തോന്നിയില്ല.

വിമാനത്തിൽ കയറിയിരുന്നതു മുതൽ സ്വന്തം ഹൃദയത്തിലേക്കു മുഖം തിരിച്ച മട്ടിൽ അദ്ദേഹം കണ്ണടച്ചിരിക്കുകയാണ്.

അവൾ ജാലകച്ചില്ലിലൂടെ പുറത്തേക്കു നോക്കി. കെട്ടിടങ്ങളുടെ തീപ്പെട്ടിക്കൂടു കാഴ്ച മറഞ്ഞു. മരങ്ങൾ മറഞ്ഞു. ഇപ്പോൾ ആകെ കാണാനാവുന്നത് അലസഗമനം നടത്തുന്ന വെള്ളിനൂൽക്കെട്ടു കൂമ്പാരങ്ങൾ പോലെ മേഘങ്ങളാണ്.

“മാഡം നിങ്ങളൊരു എഴുത്തുകാരിയാണല്ലേ?”

അവൾ ഞെട്ടിത്തിരിഞ്ഞു പുഞ്ചിരിച്ചു.

“അതെ.”

“ഞാൻ നിങ്ങളുടെ ചിത്രങ്ങൾ അങ്ങുമിങ്ങും കണ്ടിട്ടുണ്ട്. പക്ഷേ, ഇപ്പോൾ എന്റെ തൊട്ടടുത്ത സീറ്റിൽ ഒരു ഡോക്ടറായിരുന്നുവെങ്കിൽ എന്നാണു ഞാൻ വിചാരിച്ചുപോകുന്നത്.”

“എന്താണു സർ, താങ്കൾക്കെന്തെങ്കിലും ശാരീരികമായ അസ്വസ്ഥത? ഞാൻ എയർഹോസ്റ്റസിനോടു പറയട്ടെ?”

അവൾ അൽപ്പം പരിഭ്രമത്തോടെ ചോദിച്ചു.

“ഒന്നുമില്ല, ഐ ഹാവ് സിവ്യർ ചെസ്റ്റ് പെയ്ൻ. അതു സാരമില്ല. അതു ഞാൻ തന്നെ സഹിച്ചേ തീരൂ. അതിനു മരുന്നുമില്ല. ഇടയ്ക്കിടെ

യുള്ളതാണ്. നിങ്ങൾക്കു നിങ്ങളുടെ ഭാവനാലോകത്തേക്കു മടങ്ങിപ്പോകാം. എനിക്കു സാഹിത്യത്തെക്കുറിച്ചു യാതൊന്നും പറയാനറിഞ്ഞുകൂടാ. ഇത്തവണത്തെ ബുക്കർ പ്രൈസ് ആർക്കാണു ലഭിച്ചതെന്നു പോലും. ഞാൻ ഫിക്ഷൻ കാണാറില്ല."

അവൾക്കു പിന്നീട് ആകാശ വിശാലതയുടെ നെഞ്ചിലേക്കു തല ചായ്ച്ച് ആഹ്ലാദിക്കാനേ തോന്നിയില്ല. വേദനപ്പെടുന്ന ഒരാൾക്കടുത്തിരുന്ന് ആനന്ദിക്കാൻ മനസു വന്നില്ല. നീലനീലമായ മേഘക്കൂട്ടങ്ങളുടെ, സൗന്ദര്യ സന്നിവേശങ്ങളെ വിട്ട് അവൾ തന്റെ സഹയാത്രികന്റെ മുഖത്തേക്ക് അലിവോടെ നോക്കി.

അദ്ദേഹം വീണ്ടും കണ്ണടച്ചിരിക്കുകയാണ്. തുഷാരമണിഞ്ഞ പുൽത്തുമ്പുകളെപ്പോലെ കൺപീലികൾ നനഞ്ഞിരിക്കുന്നു.

"വേദന അധികമുണ്ടോ?"

അദ്ദേഹം മിണ്ടിയില്ല.

"ഞാൻ നിങ്ങളുടെ പേരു ചോദിക്കാൻ മറന്നു." അവൾ പറഞ്ഞു.

"നിങ്ങൾക്കെന്നെ മാത്യു എന്നു വിളിക്കാം, മാത്യു ജോസഫ്."

അയാൾ കണ്ണു തുറക്കാതെതന്നെ പറഞ്ഞു.

"ഹോ! അപ്പോൾ നിങ്ങളാണു ജോസഫ് ഗ്രൂപ്പിന്റെ തലവൻ. ധാരാളം ചിത്രങ്ങൾ കണ്ടിട്ടുണ്ട്! നിങ്ങളെ തിരിച്ചറിയാത്ത കുറ്റത്തിനു നിങ്ങളെനിക്കു മാപ്പു തരിക!"

എയർഹോസ്റ്റസ് ഭക്ഷണം നിറച്ച താലവുമായി വന്നപ്പോൾ അവൾ അയാളുടെ ടേബിൾ ടോപ്പ് നിവർത്തി വെച്ചു. അയാൾ ഭക്ഷണത്തിലേക്കു നോക്കിയതേയില്ല.

അവൾ യോഗാർട്ടിന്റെ അലുമിനിയംഫോയിൽ നീക്കി സ്പൂൺകൊണ്ടു പതുക്കെ കഴിച്ചുതുടങ്ങി.

"സർ, എന്തെങ്കിലും കഴിക്കൂ. എന്നിട്ടു വേദനയ്ക്കുള്ള മരുന്ന്..."

"ഒന്നുകൊണ്ടും ഫലമില്ല, സുനേത്ര. ഞാൻ നിങ്ങളെ പേരു വിളിച്ചുകൊള്ളട്ടെ. ഞാനിപ്പോൾ ആഹാരത്തെ വെറുക്കുന്നു. ആളുകളുടെ സംസാരത്തെ വെറുക്കുന്നു, കുടുംബത്തെപ്പോലും എനിക്കു വെറുപ്പാണ്."

"അതു പറ്റില്ല. കുറഞ്ഞതു നിങ്ങൾ ഈ നിമിഷത്തിൽ എന്നെയെങ്കിലും വെറുക്കാതിരിക്കണം. പിന്നെയീ ഭക്ഷണത്തെയും. ഞാൻ ചായയ്ക്ക് ഓർഡർ കൊടുക്കട്ടെ?"

എയർ ഹോസ്റ്റസ് വീണ്ടും വന്നപ്പോൾ അയാൾ പറഞ്ഞു. "സ്ട്രോങ് കോഫി."

ഇതാണു സമ്പന്നന്മാരുടെ വിധി. അവരുടെ അവസാന കാലത്ത് അനേകം തീക്കുണ്ഡങ്ങൾക്കരികിൽ കഴിഞ്ഞ്, കത്തിപ്പോയ പ്രാണൻ മാത്രമേ ബാക്കിയുണ്ടാകുകയുള്ളൂ.

"സർ, നിങ്ങൾക്കു ഭാര്യയും കുട്ടികളുമില്ലേ? ഈ അവസ്ഥയിൽ അവർ നിങ്ങളെ തനിയെ വിടാൻ പാടില്ലായിരുന്നു."

അയാൾ സീറ്റിലേക്കു തലചെരിച്ചപ്പോൾ ഒരു വലിയ കണ്ണു നീർക്കണം ആ കടക്കണ്ണിലൂടെ അടർന്നു.

അവൾ വജ്രക്കല്ലു പതിച്ച മോതിരമണിഞ്ഞ, ആ പരന്ന കൈപ്പത്തിമേൽ കൈവച്ചു.

"വിഷമിക്കരുത്, മനുഷ്യജന്മം ഒരു വലിയ മലകയറ്റമാണ്. അതു നാം തന്നെ കയറിയേ ഒക്കൂ. കൂടെ ആളുണ്ടായാൽ കയറ്റം അത്രയ്ക്കു പ്രയാസമില്ല. എന്നാലൊറ്റയ്ക്കാവുമ്പോൾ..."

ഇതു പറയുമ്പോൾ അലറുന്ന കടൽപോലെ സ്വന്തം ഹൃദയം ചഞ്ചലപ്പെടുന്നത് അവൾക്കു മനസിലായി. തിരകളുടെ തിരക്കും ഇരമ്പലും. ആശ്വസിപ്പിക്കുന്ന താനും ഇപ്പോൾ കരഞ്ഞുപോയേക്കാം.

"എനിക്കു ഭാര്യയും മക്കളും പേരക്കുട്ടികളും എല്ലാമുണ്ട്. അവരുടെ പത്തു തലമുറയ്ക്കു കഴിയാനുള്ളതു ഞാൻ സമ്പാദിച്ചു. എന്നാൽ എന്നെ സ്നേഹിക്കാനാളില്ല, ശുശ്രൂഷിക്കാൻ, പരിപാലിക്കാൻ. മക്കളെല്ലാം അമേരിക്കയിലാണു സെറ്റിൽ ചെയ്തത്. കുട്ടികളുടെ പഠിപ്പാണത്രെ വലുത്. എന്നാൽ ഞാൻ മാത്രം ഇന്ത്യയിൽ കഴിയാനുറച്ചു. അവരെ കണ്ടിട്ടു വരികയാണ്. എനിക്കുള്ളതെല്ലാം തന്നത് എന്റെ ജന്മനാടാണ്. നമ്മെ ചൂഷണം ചെയ്തുകൊണ്ടിരിക്കുന്ന ആ രാജ്യത്തു ഞാനെന്തിനു കഴിയണം? എന്റെ വേരുകളെല്ലാം ആഴ്ന്നിരിക്കുന്നത്, പടർന്നിരിക്കുന്നതു കേരളത്തിലല്ലേ?"

അവൾ അയാളുടെ കൈ വിടാതെ പറഞ്ഞു.

"നിങ്ങൾക്കു കോടികളുടെ ആസ്തിയുണ്ട്. എന്നാൽ സ്നേഹിക്കാനാളില്ല. എന്റെ ജീവിതവും സമാനമാണ്. ഞാൻ കോടീശ്വരിയൊന്നുമല്ല. പക്ഷേ, എന്റെ ചെറിയ ജീവിതത്തിനു നേടാവുന്നിടത്തോളം ഞാൻ നേടി. പേര്, പ്രശസ്തി, കുട്ടികൾക്കു സുഖജീവിതത്തിനുള്ള സമ്പത്ത്. പക്ഷേ, ജീവിതസുഖം നേടുമ്പോൾ മനുഷ്യനു മയമില്ലാതെയാകും. കാർക്കശ്യമേറും, പരസ്പരം കഠിനപദങ്ങൾ പറയും, വാക്കുകൾ സദാ മുറിപ്പെടുത്തും. സർ, ആത്മാവ് കാട്ടുതീയിൽ അകപ്പെട്ടതുപോലെയുണ്ട്, അതിന്റെ ആളൽ നിൽക്കുന്നില്ല."

അവരിരുവരും മിണ്ടാതിരുന്നു. അയാൾ എന്തോ ഗഹനമായ സത്യം തിരയും പോലെ, അവളുടെ തലയ്ക്കു മുകളിലൂടെ ആകാശവിശാലതയിലേക്കു നോക്കിയിരുന്നു.

"വേദനിക്കരുത് സർ, കണ്ണഞ്ചിപ്പിക്കുന്ന കാഴ്ചകളെല്ലാം നമുക്കു മടുത്തു കഴിഞ്ഞിരിക്കുന്നു. അങ്ങേക്കിനി മനസിലാക്കുന്ന ഒരു ചങ്ങാതിയെയാണ് ആവശ്യം. നിങ്ങൾക്കെപ്പോഴും എന്നെ ഒരു നല്ല സുഹൃത്തായി കാണാം."

ലോകത്തുള്ള സമസ്ത ദുഃഖങ്ങളും പീഢകളും മാഞ്ഞുപോവുക എന്ന തമാശ കണ്ടിട്ടെന്നവണ്ണം അയാൾ പൊട്ടിച്ചിരിച്ചു. വിമാനത്തിലെ പലരും അമ്പരന്നു മുമ്പോട്ടേക്കെത്തി നോക്കി.

പക്ഷേ, അയാൾക്കൊന്നു പൊട്ടിക്കരയാമായിരുന്നു.

“നിങ്ങൾ ഇങ്ങനെ ചിരിക്കുന്നതു കാണുമ്പോൾ എനിക്കു കരച്ചിൽ വരുന്നു സർ.”

കാറ്റിൽ ഇളകി ഉലയുന്ന പൂമരംപോലെ അയാളുടെ പ്രൗഢരൂപം ഉലയുകയാണ്. അയാൾ പെട്ടെന്ന് ഇരുന്നിടത്തുനിന്ന് എഴുന്നേറ്റു. എന്നിട്ടു വിമാനത്തിന്റെ അങ്ങേയറ്റം വരെ ഒരു ചാൽ നടന്നിട്ടു തിരികെ വന്നു.

“ഹാവൂ! എന്തൊരത്ഭുതം! എനിക്കിപ്പോൾ ഒരു വേദനയും തോന്നുന്നില്ല. ഈ വിമാനത്തിൽനിന്ന് എന്റെ കാറുവരെ എങ്ങനെ പോകും എന്നു ഭയന്ന ഞാനാണ്. ഇപ്പോഴിതാ താഴെ കടൽ കാണുന്നില്ലേ? ആ കടലിനെ അപ്പാടെയൊന്ന് ആലിംഗനം ചെയ്യാൻ മാത്രം യൗവനം ബാക്കിയുണ്ട്.”

സീറ്റിൽ അമർന്നിരുന്ന് അയാൾ വീണ്ടും പൊട്ടിച്ചിരിച്ചു.

“ശരിയാണ് സർ, സ്നേഹത്തിൽ വിശ്വസിക്കുന്ന മനുഷ്യന് ഈ ലോകം സ്വർഗമാണ്.”

“എനിക്കു നിങ്ങളുടെ ഭംഗിയുള്ള വാക്കുകളും നിങ്ങളുടെ പെരുമാറ്റവും എല്ലാം കണ്ട് അത്ഭുതം തോന്നുന്നു. അലയടിച്ചാർക്കുന്ന ഒരു കടൽ ശാന്തമായതുപോലെ എന്റെ ഹൃദയം പ്രശാന്തി അറിയുന്നു.”

ആത്മാവിൽ തേൻ കിനിയുംപോലെ ഒരു ആനന്ദം. അയാൾ ആശ്വാസത്തോടെ പുറത്തേക്കു നോക്കി.

ഇപ്പോൾ അവർക്കു വാക്കുകൾ അനാവശ്യമായിത്തോന്നി. ഏറെ നേരം അവരിരുവരും പുറത്തേക്കു കണ്ണുംനട്ടിരുന്നു.

പിന്നീട് അയാൾ ആത്മഗതംപോലെ പറഞ്ഞു.

‘ഈ ലോകത്ത് ഏറെ അത്ഭുതങ്ങൾ ഞാൻ കണ്ടിട്ടുണ്ട്. അതിൽ ഏറ്റവും വലിയ അത്ഭുതം സ്നേഹമാണ്. തികച്ചും അവിശ്വസനീയമായിത്തോന്നുന്നു ഇത്.’

അവൾ മൗനമായി മന്ദഹസിച്ചു.

“എനിക്കു വേറെയും സുഹൃത്തുക്കളുണ്ട്. അവരെനിക്കു വിളമ്പിയതു മദ്യമാണ്. ഓരോ സ്നേഹത്തിനും ഓരോ വില കൊടുക്കേണ്ടിവന്നു. എന്നാലിതാ യാതൊന്നും ആവശ്യപ്പെടാതെ മനുഷ്യസ്നേഹത്തിന്റെ സൗരഭ്യമുള്ള പൂങ്കുല നിങ്ങൾ വെച്ചുനീട്ടുന്നു. എന്റെ മുറിവുകൾ ഏറ്റുവാങ്ങാൻ തയാറാവുന്നു! എന്റെ ദൈവമേ, ഞാനെങ്ങനെയാണു നിങ്ങളോടു നന്ദി പറയേണ്ടത്?”

“സർ, നിങ്ങൾ അത്ഭുതപ്പെടേണ്ടതില്ല. സ്നേഹത്തിന്റെ സമൃദ്ധിയിൽ പണ്ടു നിങ്ങൾ വിശ്വസിച്ചിരുന്നില്ലല്ലോ? പക്ഷേ, മനുഷ്യൻ ജീവരസം തിരയേണ്ടതു സ്നേഹത്തിലാണ്. നിങ്ങളിതെല്ലാം തേടി നടന്നതു മറ്റു പലതിലുമാണ്. ശരിയല്ലേ?”

“ശരിയാണു സുനേത്ര, ശരിയാണ്. മുമ്പ് എനിക്ക് അപ്രാപ്യവും അനാവശ്യവുമായ വിഷയങ്ങളാണ് നിങ്ങളിപ്പോൾ പറഞ്ഞത്. മനുഷ്യഹൃദയത്തിന്റെ ആഴത്തിൽനിന്നുയരുന്ന നിങ്ങളെപ്പോലുള്ള എഴുത്തു

കാരുടെ വാക്കുകൾ ഞാൻ പണ്ടേ ശ്രദ്ധിക്കേണ്ടതായിരുന്നു. ഇന്നത് എന്നിൽ പുതിയ ജീവശ്വാസം ഊതിക്കയറ്റുന്നതായി തോന്നുന്നു."

അവർ പരസ്പരം മേൽവിലാസങ്ങൾ കൈമാറി.

വിമാനം ലാൻഡ് ചെയ്യുകയാണെന്നുള്ള അറിയിപ്പു കിട്ടി. എല്ലാവരും ബെൽറ്റ് കെട്ടി തങ്ങളുടെ സീറ്റിൽ അവരവരെ ഉറപ്പിച്ചു നിർത്തി. റൺവേയിലൂടെ വിമാനം നിരങ്ങി നീങ്ങുമ്പോൾ അവർ ചിരകാല സുഹൃത്തുക്കളെപ്പോലെ പരസ്പരം നോക്കി പുഞ്ചിരി തൂകി.

കൺവെയർ ബെൽറ്റിലൂടെ വന്ന അവളുടെ പെട്ടി എടുത്ത് ഏൽപ്പിച്ചശേഷം അയാൾ അവളെ നോക്കി.

ആർജവം തുടിക്കുന്ന അവളുടെ പുഞ്ചിരിയും പാതിയും നരച്ച തലമുടിയും പുതിയ അർഥത്തോടെ അയാൾ നോക്കിക്കണ്ടു. സ്നേഹത്തിന്റെയും സൗഹൃദത്തിന്റെയും ആനന്ദമെന്തെന്നു മനസിലാക്കിത്തന്ന ആ സ്ത്രീയുടെ കൈത്തലം പിടിച്ചു കുലുക്കി അയാൾ പുഞ്ചിരിയോടെ പറഞ്ഞു:

"വീണ്ടും കാണാം."

"നന്ദി സുഹൃത്തേ, നമുക്കു വീണ്ടും കാണാം."

ഒരു പ്രണയസംവാദം

രേണുവിന്റെ മുഖത്തെ പേശികളുടെ മുറുക്കവും അവളുടെ ഉരുണ്ട മുഖത്തിന്റെ സൗമ്യതയ്ക്കു തീരെ ചേർച്ചയില്ലാതെ മുറ്റി നിൽക്കുന്നൊരു ഗൗരവവും കാണുന്നത് അവർക്കാർക്കും സഹിക്കാനേ കഴിഞ്ഞില്ല. എല്ലാ വാരാന്തങ്ങളിലും പ്രസാദമധുരമായി ചിരിച്ചുകൊണ്ടു ചർച്ചകളിൽ പങ്കെടുത്തിരുന്നവളാണ് രേണു. അടുത്ത കാലത്തായി അവളൊന്നു കൊഴുത്തു സുന്ദരിയായിട്ടുമുണ്ട്. സ്നേഹം മനുഷ്യരുടെ രൂപവും ഭാവവുമെല്ലാം മാറ്റിമറിക്കുമോ ഇത്രയെല്ലാം എന്ന് എല്ലാവരും അകമേ അത്ഭുതപ്പെടുകയും ചെയ്തിട്ടുണ്ട്.

രേണു ഹോട്ടലിന്റെ പിൻവശത്തുള്ള വലിയ പുൽത്തകിടിയിലൊരു കസേരയിൽ തനിച്ചിരിക്കുകയാണ്. അൽപ്പം അകലെയാണ് സുഹൃത്തുക്കളുടെ ഇരിപ്പ്. അന്തിത്തുടുപ്പാർന്ന ആകാശക്കവിളുകൾ അവളുടെ കവിളിന്റെ കണ്ണാടിയിൽ തെളിഞ്ഞുകാണാം. എല്ലായ്പ്പോഴും കെയർലെസ്‌ലി കെയർഫുൾ വസ്ത്രധാരണമാണു രേണുവിന്. ഇന്നതു വെറും കെയർലെസാണ്. എല്ലാവരും സ്ഥലത്തുണ്ടെങ്കിൽ അവർക്കിടയിലെ മാറ്റിവയ്ക്കാനാവാത്ത അജണ്ടയാണ് ഈ വാരാന്തസംഗമം. ഇന്നത്തെ ചർച്ചയ്ക്കു സുഹൃത്തുക്കൾ എത്തിവരുന്നതേയുള്ളൂ.

രേണുവിനെ ശ്രദ്ധിക്കുന്തോറും നിമിഷങ്ങൾ വാചാലമായൊരു മൗനത്തിന്റെ മൂർച്ചയേറിയ സൂചിത്തലപ്പത്തേക്കു കൂർത്തുവരുന്നതായി തോന്നി. വയനാടൻ ചുരമിടിയുംപോലെയാണ് പൊടുന്നനെ രേണുവിന്റെ മുഖത്തു വ്യസനം വന്നു നിറയുക.

"ഇന്നത്തെ ചർച്ചയേക്കാൾ പ്രധാനം രേണുവിനെയൊന്നു നോർമലാക്കി കൊണ്ടുവരികയാണ്." അപ്പേട്ടനാണ് തുടങ്ങിവെച്ചത്. കൂട്ടത്തിൽ

സീനിയറായ കോടീശ്വരൻ ബിസിനസുകാരനാണ് അപ്പേട്ടൻ. അമ്മുവിന്റെ മുഖം ചുവന്നു.

"അപ്പേട്ടാ ദാ ഞാൻ പറയട്ടെ, നിങ്ങളിൽ ചിലരാണു രേണുവിനെ ഇങ്ങനെ ലാളിച്ചും സപ്പോർട്ടു ചെയ്തും ഒരു തൊട്ടാവാടിയാക്കിയത്. പ്രണയമാണുപോലും."

ഡോക്ടർ മധുവിന് അതു സമ്മതമായില്ല. തന്റെ അലൻ സോളി ഷർട്ടിന്മേലുള്ള തിളങ്ങുന്ന കഫ്‌ലിംഗിൽ തെരുപ്പിടിച്ചുകൊണ്ട് അദ്ദേഹം അൽപ്പം ഉച്ചത്തിൽ പറഞ്ഞു:

"രേണുവിനെ ഒരിക്കലും ഒരു തൊട്ടാവാടിയായി എണ്ണാൻ പറ്റില്ല. അമ്മൂ, യൂവാർ സോ ക്രൂവൽ. നിനക്കെങ്ങനെയാണ് രേണുവിന്റെ പ്രണയത്തെ തള്ളിപ്പറയാൻ പറ്റുന്നത്? ഹരിനന്ദന്റെ പ്രണയമാണ് അവളെ സ്ത്രീയാക്കിയത് എന്നു മുമ്പു നീയല്ലേ പറഞ്ഞത്? അതു ശരിയല്ലേ? ജീവിതത്തെ അവൾ അഗാധമായി പ്രണയിച്ചതു പ്രണയത്തിൽ അകപ്പെട്ടതിനുശേഷമാണ്. എന്നാൽ പ്രണയം ചിലപ്പോഴൊക്കെ കഠിനമായി പരിക്കേൽപ്പിക്കും എന്ന സത്യം അവൾ മുമ്പേ അറിഞ്ഞുവയ്ക്കേണ്ടതായിരുന്നു. ഹരിനന്ദനു പല സ്ത്രീകളുമായും ബന്ധമുണ്ടായിരുന്നത് അവൾക്കറിയാം. അവൾ, രാധാകൃഷ്ണപ്രണയം പോലെ എന്നാണ് പറയുന്നത്. മറ്റു ഗോപസ്ത്രീകളെ കൃഷ്ണൻ പ്രണയിച്ചിരിക്കാം. എന്നാൽ കൃഷ്ണന്റെ പേരിനൊപ്പം രാധയുടേതല്ലാതെ മറ്റൊരു നാമമില്ലത്രേ! ഇപ്പോൾ രേണുവിന്റെ നോട്ടം ഇങ്ങോട്ടു പാളി വീഴുന്നതു ശ്രദ്ധിച്ച് ഡോക്ടർ മധു നിർത്തി.

അമ്മു കർച്ചീഫെടുത്തു ദേഷ്യത്തോടെ മുഖമൊന്ന് അമർത്തി തടവി. പുൽത്തകിടിയിലെ പുല്ല് കസേരയിലിരുന്നുകൊണ്ടുതന്നെ ചവിട്ടിയരച്ചു. ഒരു പരിഹാസച്ചിരി അവസാനം അവളുടെ മുഖത്തു തെളിഞ്ഞത് ആർക്കും ഇഷ്ടപ്പെട്ടില്ല.

നിന്റെ അന്ധമായ മുൻവിധികളാണ് അമ്മു നിന്നെ ഇങ്ങനെ വഴിതെറ്റിക്കുന്നത്. രേണു ഇപ്പോൾ എത്ര മാറിയിരിക്കുന്നു! അവൾ എത്ര ഉത്തരവാദിത്തമുള്ളവളായിരിക്കുന്നു. അവളുടെ മുഖത്തുനിന്ന് ആ പഴയ വിഷാദഭാവവും മാഞ്ഞുപോയിരിക്കുന്നു. നിനക്കിതൊന്നും തിരിച്ചറിയാൻ വയ്യേ?

രാജീവൻ അർഥവത്തായ ഒരു പുഞ്ചിരികൊണ്ട് അമ്മുവിന്റെ മുഖത്തെ പരിഹാസത്തെ നേരിട്ടു.

ആരും മിണ്ടിയില്ല. മൗനഘനമായ നിമിഷങ്ങൾ കടന്നുപോകേ, സൂര്യൻ എവിടേക്കോ മുഖം താഴ്ത്തി കടന്നുപോയി. പകരം ജയസൂര്യന്റെ രൂപം ലോണിൽ പ്രത്യക്ഷപ്പെട്ടു. ഞാൻ വല്ലാതെ വൈകിപ്പോയോ? ഫ്രണ്ട്സ് നിങ്ങളെനിക്കു മാപ്പു തരിക. ഇന്ന് സെൻട്രൽ റോട്ടറിയുടെ മീറ്റിങ്. അവിടെനിന്ന് എങ്ങനെയാണ് ഊരിപ്പോന്നതെന്ന് എനിക്കേ അറിയൂ. ഒന്നു തൊണ്ട നനയ്ക്കാനും കൂടി നേരം കിട്ടിയില്ല. ജയസൂര്യയുടെ

കിളരം കൂടിയ ശരീരം കളർപ്ലസ് ഷർട്ടിന്റെ ലൈംനിറത്തിലും ലീ കൂപ്പർ ഷൂവിന്റെ തിളക്കത്തിലും ഉജ്ജ്വലമായി തോന്നി.

എനിക്കു നിങ്ങളെ പ്രണയിക്കാൻ കഴിയുമായിരുന്നെങ്കിൽ നിങ്ങളുടെയീ സൗന്ദര്യമെല്ലാം ഞാൻ അന്യാധീനപ്പെടുത്തിയേനെ! അമ്മു ഉള്ളിൽ സ്വകാര്യമായി ജയസൂര്യയോടു സംവദിച്ചു.

"രക്തക്കൊതി മൂത്ത അമേരിക്കൻ സാമ്രാജ്യത്വത്തിന്റെ വായിൽ ഇറാഖ് ഇരയായിരിക്കുന്നു? യുദ്ധം കൊടുമ്പിരിക്കൊള്ളുകയാണ്. ഇന്നത്തെ ചർച്ച ആ യുദ്ധക്കൊതിയൻ ബുഷിന്റെ. ജയസൂര്യ കോപത്തോടെ ലോണിലിട്ട ചൂരൽക്കസേരകളിലൊന്നിനെ ചവിട്ടി മറിച്ചിട്ടു. അപ്പേട്ടൻ പതുക്കെ മുരടനക്കിക്കൊണ്ടു എഴുന്നേറ്റു.

"ഇന്നത്തെ ചർച്ച ഈ യുദ്ധം തന്നെയാവേണ്ടതായിരുന്നു. പക്ഷേ, ഇവിടെയിപ്പോൾ യുദ്ധം നടക്കുന്നതും നമ്മുടെയെല്ലാം അഭിമാനഭാജനമായ കവയിത്രി രേണുവിന്റെ അകത്താണ്. ഇത്രയും വിഷാദിച്ചാൽ അവൾ ആത്മഹത്യ ചെയ്യുമോ എന്നാണെന്റെ പേടി. അത്ര സെൻസിറ്റീവല്ലേ?"

"ഹെന്ത്! നമ്മുടെ രേണുവോ?" സൂര്യ കയ്പ്പുറ്റ ഒരു പുഞ്ചിരിയോടെ രേണു ഇരിക്കുന്നിടത്തേക്കു നോക്കി.

കഴിഞ്ഞയാഴ്ച കണ്ടപ്പോൾ അവൾക്ക് എന്തൊരു പ്രസരിപ്പായിരുന്നു? ഹൃദയത്തിൽ ഈശ്വരൻ തൊടുന്നതുപോലെയാണ് പ്രണയം എന്ന ആശയമാണ് അവളന്നു പ്രകാശിപ്പിച്ചത്. വാട്സ് റോങ് വിത്ത് ഹെർ നൗ?

"ഹരിനന്ദൻ അവളോടൊരക്ഷരം പറയാതെ വിദേശത്തേക്കു പോയിരിക്കുന്നു! ഒരാഴ്ചയായി ഒരു വിവരവുമില്ല. അവൾ തന്റെ മൊബൈൽഫോണിനെ പ്രതീക്ഷയോടെ ഉറ്റുനോക്കിക്കൊണ്ടിരിക്കുകയാണ്. വിദേശയാത്രകൾ അയാൾക്കു പതിവാണ്, പക്ഷേ..."

"ഇതാണ് ഈ പെണ്ണുങ്ങളുടെ കുഴപ്പം. ആണുങ്ങൾക്കു നൂറുകൂട്ടം ബിസിനസ്സ് കാര്യങ്ങളുണ്ടാവും. അവരെ എപ്പോഴും ഓർത്തുകൊണ്ടിരിക്കാനും ഫോണിൽ സംസാരിക്കാനും എവിടെ നേരം? പ്രേമം മനസിലല്ലേ? പ്രേമിക്കാൻ അൽപ്പം കരളുറപ്പൊക്കെ വേണംന്ന് ഞാനാ പെങ്കൊച്ചിനെ പറഞ്ഞു മനസിലാക്കട്ടെ." ജയസൂര്യ എഴുന്നേൽക്കാൻ ഭാവിച്ചപ്പോൾ അപ്പേട്ടൻ തടഞ്ഞു.

"അവൾ ഈ പ്രണയത്തിനു കനത്ത വിലയാണു കൊടുത്തിരിക്കുന്നത്. ഇത്രയും കനത്ത വില അവൾ കൊടുക്കേണ്ടിയിരുന്നില്ല."

ഇതു പറഞ്ഞുകൊണ്ട് അപ്പേട്ടൻ എഴുന്നേറ്റുനിന്ന് ഔപചാരികതയോടെ ഉറക്കെ പറഞ്ഞു. "നമ്മുടെ പ്രിയ സുഹൃത്ത് രേണു ഇന്നു തനിച്ചു മാറിയിരിക്കുകയാണ്. രേണുവിനെ ഈ ചർച്ചയിലേക്കു ഹൃദയപൂർവം സ്വാഗതം ചെയ്യുന്നു."

രേണു പതുക്കെ എഴുന്നേറ്റു സാരിയൊന്നു കുടഞ്ഞ് സുഹൃത്തുക്കൾക്കരികിലേക്കു നീങ്ങി കൈകൂപ്പി പുഞ്ചിരിച്ചു.

രേണുവിനോട് ഇരിക്കാൻ ആംഗ്യം കാട്ടി അപ്പേട്ടൻ തുടർന്നു. "ഏതു വസന്തത്തേയും പുകച്ചു കളയാൻ തയാറായി സുഹൃത്തുക്കളേ, അമേരിക്ക ഇറാഖിനെതിരെ ആഞ്ഞടിക്കുകയാണ്. നാം യുദ്ധത്തിന് എതിരാണ്. അമേരിക്കയ്ക്കെതിരാണ്. അവിടെ നടക്കുന്നതെന്തെന്ന് ആർക്കും ശരിക്കറിയില്ല. ഇറാഖിലെ യാതന അനുഭവിക്കുന്ന ജനതയ്ക്കായി ഒരിറ്റു കണ്ണുനീർ നമുക്കു ഹൃദയത്തിൽ സൂക്ഷിക്കുക. ബോംബർ വിമാനങ്ങളുടെ കാതടപ്പിക്കുന്ന ശബ്ദം കേട്ട് കുഞ്ഞുങ്ങൾ പേടിച്ചു കരയുകയാണ്. അമേരിക്കക്കാരുടെ യന്ത്രത്തോക്കുകൾ പിഞ്ചുകുട്ടികളുടെ നെഞ്ചു തുളച്ചു കയറുകയാണ്. ഇതോർത്താൽ നമുക്കു രാത്രിയിലെ നിദ്രപോലും ഒരു ദുഃസ്വപ്നത്തിന്റെ പീഡയാണ്. അമ്മമാരുടെയും വിധവകളുടെയും അനാഥബാല്യങ്ങളുടെയും നിലവിളികൾ കാതിൽ വന്നലയ്ക്കുകയാണ്. നമുക്കു ചെറുക്കുക. യുദ്ധത്തെ ചെറുക്കുക. യുദ്ധത്തിനെതിരായി, മരിക്കുന്നവർക്കായി കണ്ണുനീർ ചൊരിയുക."

കണ്ണുനീർകൊണ്ടു തിളങ്ങുന്ന കണ്ണുകളോടെ അപ്പേട്ടൻ പറഞ്ഞുനിർത്തി. എല്ലാവരും ഏതോ വേദനയാൽ മുഖം താഴ്ത്തി.

അപ്പേട്ടൻ തൊണ്ടയിൽ തടഞ്ഞ വലിയ കണ്ണുനീർക്കണം വിഴുങ്ങി, മുരടനക്കി ശബ്ദം ശരിയാക്കി തുടർന്നു.

"നമ്മുടെ പൊന്നോമനയായ രേണുവിന്റെയുള്ളിലും യുദ്ധം നടക്കുകയാണ്. അവളെ നമുക്കു പഴയ രേണുതന്നെയാക്കണം. അവളുടെ കവിതകൾ ഒരേ സമയം തീയും നക്ഷത്രവും പോലെയാണ്. നമ്മുടെ അകം പൊള്ളിക്കുകയും ആത്മശോഭ പൊലിക്കുകയും ചെയ്യുന്ന കവിതകളാണവ."

ഡോക്ടർ മധു അൽപ്പം ആവേശത്തോടെ മുമ്പോട്ടാഞ്ഞിരുന്നു. "രേണൂ, നിന്റെ ഏറ്റവും പുതിയ കവിത കേൾക്കട്ടെ. അഗ്നിയുടെയും നക്ഷത്രങ്ങളുടെയും സ്വാദ് ഞങ്ങളും അറിയട്ടെ."

രേണുവിന്റെ മുഖം തീക്കനൽ പോലെയൊന്ന് ആളി. പിന്നീട് അവിടെ ഒരു വിളർത്ത ചിരി പ്രത്യക്ഷപ്പെട്ടു. അവൾ എന്തോ പറയാൻ ചുണ്ടു തുറക്കും മുമ്പേ അമ്മു കൈ ഉയർത്തി ഉച്ചത്തിൽ പ്രതിഷേധിച്ചു. വേണ്ട. പറയാതെ അറിയാം, ഹരിനന്ദനെ മൗനമായി പ്രണയിക്കുമ്പോൾ ഒരായിരം കവിതകളെഴുതിയ രേണു, അയാളുടെ പ്രണയത്തിൽ വീണതിനുശേഷം ഒരു വരിപോലും എഴുതിയിട്ടില്ല. അതായത് ഒരുവർഷവും മൂന്നു ദിവസവും രേണു പ്രണയത്തിൽ മാത്രം മുഴുകിക്കഴിയുകയാണ്. അവൾ മുമ്പെഴുതി വച്ചിരുന്ന കവിതകളാണു നാമിപ്പോൾ വായിച്ചുകൊണ്ടിരിക്കുന്നതെന്നർഥം.

അമ്മുവിന്റെ കൃശഗാത്രം അവളുടെ ഇരുണ്ട നിറത്തിലുള്ള അയഞ്ഞ കുർത്തയിൽ കിടന്ന് ഉലയുന്നതായി എല്ലാവർക്കും മനസിലായി. അവൾ വാസ്തവത്തിൽ കലിതുള്ളുകയാണ്. രേണുവിന്റെ കവിതയുടെ സ്രോതസ്സ് വറ്റുന്നത് അവൾ സഹിക്കാൻ തയാറല്ല. രേണു ചെറിയൊരു പുഞ്ചിരിയോടെ അമ്മുവിന്റെ തോളത്തൊന്നു തട്ടി. എന്നിട്ട് എഴുന്നേറ്റു നിന്നു, "ഒരാളുടെ പ്രണയം അയാളുടെ സ്വകാര്യതയാണ്. അതു ചർച്ച ചെയ്യപ്പെടാനുള്ളതല്ല. പക്ഷേ, നിങ്ങൾക്ക് എന്റെ കാര്യത്തിൽ ഉൽക്കണ്ഠയുണ്ട്. അതുകൊണ്ട് എനിക്കെന്തും തുറന്നു പറയാം. എന്നെത്തന്നെ വിശകലനം ചെയ്യുംപോലെ, അതു ഗുണം ചെയ്യും. അമ്മു എന്റെ കവിതയെ ഇഷ്ടപ്പെടുന്നവളാണ്. അവൾ പറഞ്ഞതു സത്യമാണ്. സത്യത്തെ ഞാനൊരിക്കലും നിഷേധിച്ചിട്ടില്ല. അതുകൊണ്ടു യാതൊരു കാര്യവും ഇല്ല."

ജയസൂര്യയുടെ കണ്ണുകൾ രേണുവിന്റേതുമായി ഇടഞ്ഞു. ഇപ്പോൾ അയാൾക്കു മനസിലായി, രേണു എന്തുകൊണ്ടാണ് തന്റെ സ്നേഹത്തെ നിരസിച്ചതെന്ന്. അവളുടെ ആഴവും പരപ്പുമുള്ള സ്വത്വത്തെ ഉൾക്കൊള്ളാൻ തനിക്കു കെൽപ്പ് പോരാ. ആ സത്യം അവൾ അറിഞ്ഞിട്ടുണ്ട്. ജയസൂര്യയുടെ ചിന്തയുടെ തുടർച്ചയെന്നോണം രേണു പറഞ്ഞു.

"എന്നെ ഉൾക്കൊള്ളാനും എന്നെ സഹിക്കാനും എന്നോടു ക്ഷമിക്കാനും കെൽപ്പുള്ളവർ അധികമൊന്നും ഈ ലോകത്തിലില്ല. അതുകൊണ്ടാണ് ഇത്ര വൈകിമാത്രം ഒരു പ്രണയം കടന്നുവന്നത്. സ്വന്തം ആത്മാവിലൂടെ കിട്ടാത്തതെന്തോ തേടി അലയുന്ന ഞാൻ ഹരിനന്ദനെ കണ്ടെത്തുകയായിരുന്നു. എന്റേതായതെല്ലാം ദാനം ചെയ്തുകൊണ്ട് ഞാൻ സമ്പന്നയായിത്തീർന്നു. ഹരിനന്ദൻ ഒരു പരിപൂർണ മനുഷ്യനാണ്. എന്നോടു നീതി പുലർത്തുംപോലെ ഞാനയാളോടു നീതി കാട്ടുകയാണ്. എനിക്കിഷ്ടമില്ലാത്തതൊന്നും ഞാനയാൾക്കു കൊടുത്തിട്ടില്ല. അയാളെ സ്വന്തമാക്കാൻ ഞാൻ ഒരിക്കലും ശ്രമിച്ചിട്ടില്ല. അയാൾക്ക് ആരുമായും ഇടപെടാം. അതയാളുടെ സ്വാതന്ത്ര്യമാണ്. എന്നാലെനിക്ക് ഒരു ഹരിനന്ദൻ മാത്രമേയുള്ളൂ. അതാണ് എന്റെ സ്വാതന്ത്ര്യം. അയാളോട് അസൂയപ്പെടാതിരിക്കാൻ ഞാനേറെ ശ്രദ്ധിക്കുന്നുണ്ട്. അയാൾ അടുത്തുള്ളപ്പോൾ എന്റെ കാതുകൾ ഒരു ഗാനോത്സവം ശ്രവിക്കുന്നു. ഘ്രാണേന്ദ്രിയങ്ങൾ വസന്താരാമത്തിന്റെ സൗരഭ്യമറിയുന്നു. ചുണ്ടുകൾ ഒരു മധുശാലതന്നെ സന്ദർശിക്കുന്നു."

അമ്മുവിന്റെ മുഖം കടുത്തു.

"നീ ഇപ്പറയുന്നതെല്ലാം വെറും ആദർശമാണ് രേണൂ. ഇതിനപ്പുറം യാഥാർഥ്യത്തിന്റെ ഒരു ലോകമുണ്ട്. ഒരു പ്രണയത്തിനും ശാശ്വതമായ നിലനിൽപ്പില്ല. അതു നിന്റെ വിരലുകൾക്കിടയിലൂടെ ഉടൻ ചോർന്നുപോകും. നീ നാശത്തിന്റെ വഴിയിലാണ്. ഈ പ്രണയമാണ് നിന്റെ

അന്ത്യം. ഞാൻ താക്കീതു തരുന്നു." അമ്മു പറഞ്ഞു. ഡോക്ടർ മധു ചാടിയെഴുന്നേറ്റു.

"അതു ശുദ്ധ അസംബന്ധമാണ്. പ്രണയത്തെ അറിയാത്തവരാണ് അതിനെ തള്ളിപ്പറയുന്നത്."

അമ്മു തന്റെ തോളറ്റം മുറിച്ചിട്ട മുടി ദേഷ്യത്തോടെ തട്ടി പുറകോട്ടാക്കിക്കൊണ്ടു പ്രതിഷേധിച്ചു. "ആരു പറഞ്ഞു ഞാൻ പ്രണയത്തെ അറിഞ്ഞില്ലെന്ന്? പറയുന്നതു തെറ്റാണെങ്കിൽ രേണു എനിക്കു മാപ്പു തരട്ടെ. രേണുവിനേക്കാൾ വളരെ മുമ്പു ഞാനാണു ഹരിനന്ദനെ പ്രേമിച്ചത്. അയാൾ ഒരു പുരുഷനാണ്! അയാൾ ചുംബിച്ചിട്ടുള്ള ഒറ്റ സ്ത്രീയും ജീവിതാവസാനം വരെ അയാളെ മറക്കുകയില്ല. പക്ഷേ, പ്രണയത്തിൽ ഉറച്ചു നിൽക്കാൻ അയാൾക്കറിഞ്ഞുകൂടാ."

അമ്മു അലിവോടെ തന്റെ വലംകൈയെടുത്ത് രേണുവിന്റെ ചുമലിൻ മേൽ വെച്ചു. രേണു അൽപ്പം ഉറക്കെത്തന്നെ പൊട്ടിച്ചിരിച്ചു. "ഹരിനന്ദൻ പഴയ കഥകളെല്ലാം എന്നോടു പറയാൻ തുനിഞ്ഞതാണ്. പക്ഷേ, ഞാനതു സമ്മതിച്ചില്ല. കൃഷ്ണൻ ഒരിക്കലും തന്റെ പ്രണയകഥകൾ രാധയോടു പറഞ്ഞിട്ടില്ല. പറയാനും പാടില്ല എന്നാണു ഞാൻ പറഞ്ഞത്. ഹരിനന്ദൻ എന്നെ പൂർണമായി മനസിലാക്കിയിട്ടുണ്ട്. അയാളെന്നെ ഇടയ്ക്കിടെ മുറിവേൽപ്പിച്ചുകൊണ്ടിരിക്കും. എന്നാലീ രക്തം കിനിയുന്ന മുറിവുകൾ എന്നെ ബലപ്പെടുത്തുന്നതേയുള്ളൂ. ഈ ലോകത്ത് ഒരാൾ ഏറ്റവുമധികം സ്നേഹിക്കുന്നത് അവനവനേയാണ്. എന്നാൽ എന്നേക്കാൾ എനിക്കു ഹരിനന്ദനെ സ്നേഹിക്കാൻ കഴിയുന്നുണ്ട്."

ജയസൂര്യയുടെ മുഖത്ത് അത്ഭുതം കലർന്ന ഒരു പുഞ്ചിരി പടർന്നു. "എന്റെ ദൈവമേ! സത്യമായും രേണൂ എനിക്ക് ഹരിനന്ദനോട് അസൂയയുണ്ട്. നിന്നെപ്പോലൊരു പെണ്ണ് സ്നേഹിക്കാനുണ്ടെങ്കിൽ ഞാൻ സകലതും ഉപേക്ഷിക്കാം. പക്ഷേ, പ്രായം കവിഞ്ഞുപോയി."

രേണുവിന്റെ മുഖത്ത് അൽപ്പം ഗൗരവം പകർന്നു. "പ്രേമത്തിനു വേണ്ടി എത്ര രാജാക്കന്മാർ സിംഹാസനം ഉപേക്ഷിച്ചിരിക്കുന്നു! പ്രേമത്തിനുണ്ടോ ജയസൂര്യ പ്രായവും കാലവും ജാതിയും, മതവും? സ്നേഹത്തെ അറിഞ്ഞവൻ സകലവും അറിഞ്ഞവനാണ്."

"പക്ഷേ" അമ്മു ഇടപെട്ടു.

"നിനക്കെന്തുകൊണ്ടു കവിത എഴുതാൻ പാടില്ല?"

രേണു അമ്മുവിന്റെ കരം ഗ്രഹിച്ചുകൊണ്ടു പറഞ്ഞു. "അമ്മൂ കവിത എഴുതാൻ കൽപ്പിച്ചാൽ കവിതയുണ്ടാകില്ല. ഏകാന്തതയുടെ തീവ്രദുഃഖമാണ് ഒരെഴുത്തുകാരിക്ക് ഊർജം. പ്രേമത്തിലകപ്പെട്ടപ്പോൾ എന്റെയുള്ളിൽനിന്ന് ഏകാന്തത അകന്നുപോയി. ഹരിനന്ദൻ വിട്ടുപോകുമ്പോഴും അയാൾ എന്റെയുള്ളിൽനിന്നു പോകുന്നില്ല. അതാണെന്റെ ദുഃഖം. അല്ലല്ലാ, ഇതാണെന്റെ സുഖവും."

"അപ്പോൾ മലയാളഭാഷയ്ക്ക് ഒരു കവയിത്രി നഷ്ടമായി. ഇനി യാതൊന്നും പറഞ്ഞിട്ടു കാര്യമില്ല. ചർച്ച ഇവിടെ അവസാനിക്കട്ടെ."

അമ്മു എഴുന്നേറ്റു.

"വരട്ടെ, പോകാൻ വരട്ടെ. നേരത്തെ ഞാൻ തനിച്ചിരുന്നപ്പോൾ എന്റെ മനസ്സ് ഏകാന്തതയുടെ ധ്യാനം അറിഞ്ഞു. ഹരിനന്ദന്റെ ഓർമ തൽക്കാലം മാഞ്ഞുപോയി. നിങ്ങളെന്റെ കവിതയെക്കുറിച്ച് ഉൽക്കണ്ഠപ്പെട്ടപ്പോൾ ഞാൻ മനസിൽ പലതും എഴുതുകയായിരുന്നു. ഞാനത് ഓർത്തെടുത്തു ചൊല്ലാം. അമ്മു പോകരുത്, ഞാനിനിയും കവിതകളെഴുതാതിരിക്കില്ല."

"ഹാവൂ!" അമ്മു ഉറക്കെ നിലവിളിച്ചു.

"അപ്പേട്ട, കവിതയൊക്കെ പിന്നെ, എനിക്കു നന്നായി വിശക്കുന്നു. ഇന്ന് ആരുടെ വകയാണ് ഡിന്നർ?

എല്ലാവരും ഉറക്കെ ചിരിച്ചപ്പോൾ രേണു അശ്രുനക്ഷത്രങ്ങളായി തിളങ്ങുന്ന തന്റെ കണ്ണുകൾ ആകാശത്തേക്കുയർത്തി.

എക്സ്പയറി ഡേറ്റ്

പൊട്ടിച്ചിരിയുടെയും ആംഗ്യഘോഷത്തിന്റെയും അകമ്പടിയോടെ സംസാരിച്ചുകൊണ്ടിരുന്ന പ്രഭയുടെ മുഖം ഒരു മുന്നറിയിപ്പുമില്ലാതെയാണു മങ്ങിപ്പോയത്. അവിടെ വേദനയുടെ നേർത്ത ചുളിവുകൾ പ്രത്യക്ഷപ്പെടാൻ തുടങ്ങി. അവൾ മുഖവുരയൊന്നും കൂടാതെ ടിവിക്കു മുന്നിൽ നിന്നു മുകളിലത്തെ കിടപ്പുമുറിയിലേക്കുള്ള പടവുകൾ ചവിട്ടിക്കയറുകയാണ്.

സജീവൻ അൽപ്പം ഭയന്ന് അമ്പരന്ന് അത് നോക്കിനിന്നു - സ്ത്രീകൾ കുംഭമാസത്തിലെ നിലാവുപോലെ എന്നു പറയുന്നതെത്ര ശരി!

ടി വിയിലെ അഭിമുഖം അവസാനിച്ചിരിക്കുന്നു. സജീവൻ ടി വി കാണുന്നതു മതിയാക്കി ലൈറ്റുകളണച്ച് കുട്ടികൾ കിടക്കുന്ന മുറിയിൽ ചെന്നു നോക്കി. കുട്ടനും കുഞ്ഞാവയും പരസ്പരം പുണർന്നു കിടന്ന് ഉറങ്ങിപ്പോയിരിക്കുന്നു. അൽപ്പംമുമ്പ് ഒരു കിടക്കവിരിപ്പിനുവേണ്ടി കലഹിച്ചവർ പുതപ്പില്ലാതെ ചേർന്നുറങ്ങുന്നു. കള്ളമില്ലാത്ത പിള്ളമനസുകൾ! ഒരു നേർത്ത പുഞ്ചിരിയോടെ കുട്ടികളെ പുതപ്പിച്ച് ഫാനിന്റെ കാറ്റു കുറച്ചുവെച്ച് അയാൾ കിടപ്പുമുറിയിലെത്തി.

പ്രഭ മരുന്നുപെട്ടി തപ്പുകയാണ്.

"അന്നു വയറുവേദനയ്ക്കു ഡോക്ടർ തന്ന ഗുളിക, ഓ ഞാനിന്നാളും കൂടി കണ്ടതല്ലേ?"

നെഞ്ചിനും വയറിനുമിടയിലേക്കു കൈപ്പത്തി അമർത്തിക്കൊണ്ട് അവൾ അക്ഷമയായി. ഒടുവിൽ ആശ്വാസത്തോടെ വെളുത്ത കുട്ടിക്കവറുകളിൽനിന്നു പ്രഭ ഗുളിക കുടഞ്ഞിട്ടു. "ഹാവൂ! ഇന്നു രാത്രിയെങ്ങന്യാ കഴിച്ചു കൂട്ട്വാന്ന്."

മേശപ്പുറത്തെ പ്ലാസ്റ്റിക് പിടിയുള്ള സ്ഫടികപ്പാത്രത്തിലേക്കു കൈ നീട്ടവേ പ്രഭ ചെറിയൊരു അരിശത്തോടെ ആത്മഗതം ചെയ്തു: "ആ ഗുളികയൊന്നു പൊളിച്ചു തന്നൂടെ സജീവേട്ടാ. ഞാനിവിടെ വേദന കൊണ്ടു പുളയുന്നതു കണ്ടൂടെ?"

സജീവൻ പതിവുള്ള ക്ഷമയോടെ അലുമിനിയം ഫോയിൽ അഴിച്ചു മാറ്റും മുമ്പു വെളിച്ചത്തിനു നേരെ ഉയർത്തിപ്പിടിച്ചു.

"ഈശ്വരാ ആറു മാസം മുമ്പ് എക്സ്പയറി ഡേറ്റ് കഴിഞ്ഞ ഗുളികയാണോ?"

പ്രഭയുടെ മുഖം വിളറി.

"ഭഗവതീ അതു ഞാൻ ശ്രദ്ധിച്ചില്ല."

എക്സ്പയറി ഡേറ്റിനെക്കുറിച്ച് ഇന്ന് ടി വിയിൽ ബാലചന്ദ്രമേനോന്റെ ഇന്റർവ്യൂ കണ്ടതല്ലേ?"

സജീവന്റെ ചുണ്ടിനിരുവശത്തും ഒരു തമാശച്ചിരിയുടെ നുരയാണല്ലോ എന്നു പ്രഭ കണ്ടുപിടിച്ചു.

"അത് ഈ എക്സ്പയറി ഡേറ്റല്ലല്ലോ. സ്നേഹബന്ധങ്ങൾക്കു പോലും എക്സ്പയറി ഡേറ്റുണ്ട് എന്നാണു മേനോന്റെ വാദം. ശുദ്ധ അസംബന്ധം."

പ്രഭ കിടക്കയിലേക്കു പതുക്കെ തന്റെ ശരീരത്തെ വിശ്രമിപ്പിച്ചു കൊണ്ടു പറഞ്ഞു.

"എന്തുകൊണ്ടില്ല, എല്ലാറ്റിനും ഒരവസാനമുണ്ട്. സ്നേഹമായാലും വികാരമായാലും സൗഹൃദമായാലും."

സജീവൻ ബുക്ക് ഷെൽഫിൽ ഏതോ പുസ്തകം തിരഞ്ഞു കൊണ്ടിരുന്നു.

"സ്നേഹത്തിന് അവസാനമുണ്ടത്രേ! എക്സ്പയറി ഡേറ്റുണ്ടത്രേ! ഞാനേറെ ആദരിക്കുന്ന നടനാണ് ബാലചന്ദ്രമേനോൻ. അദ്ദേഹത്തിന്റെ തലയിലെങ്ങനെ"

പ്രഭയ്ക്കതു സഹിക്കുന്നില്ല.

"കുറ്റം നിന്റെ തലയ്ക്കാണ്. കയ്ക്കുന്ന സത്യങ്ങളെ കണ്ടതായി നീ നടിക്കില്ല. ഒഴിഞ്ഞുപോകും, അഹിത സത്യങ്ങളെ അംഗീകരിക്കാൻ."

"ഓ. മതി, മതി. ഹോ, എന്തൊരു വേദന, ഞാനൊന്നുറങ്ങാൻ നോക്കട്ടെ. ഇപ്പോൾ എല്ലാ മെഡിക്കൽ ഷോപ്പും അടച്ചു കാണും."

സജീവൻ എഴുന്നേറ്റു.

"അതു സാരമില്ല. എക്സ്പയറി ഡേറ്റ് കഴിയാത്ത ഗുളിക ഞാൻ വാങ്ങിച്ചു കൊണ്ടുവരാം. ടൗണിലേതെങ്കിലും കടയിൽ..."

"വേണ്ട, ഞാൻ സത്യത്തെ അംഗീകരിക്കാത്തവളാണെന്നല്ലേ കണ്ടുപിടിത്തം. ഇന്നീ വേദനയെന്ന സത്യത്തെ അംഗീകരിക്കാനും അതിശയിപ്പിക്കാനും കഴിയുമോ എന്നൊന്നു നോക്കട്ടെ."

സജീവൻ അൽപ്പം അസ്വസ്ഥനായി. "ഞാനൊന്നും പറഞ്ഞില്ലേ രാമ നാരായണാ. ഇനി ഇതു മതി തിരിഞ്ഞു കിടക്കാനും പിണങ്ങി നടക്കാനും."

പുറത്തു രാത്രിയുടെ കറുപ്പ് കൂടിക്കൂടി വരുന്നതും നരിച്ചീറുകൾ വാദ്യമേളം തുടങ്ങിയതും ശ്രദ്ധിച്ച് പ്രഭ അൽപ്പം നനഞ്ഞ കണ്ണുകളോടെ പറഞ്ഞു.

"എന്റെ മനസിനൊരു വല്ലാത്ത മ്ലാനത സജീവേട്ടാ, ഏതു സ്നേഹത്തിനും മരണദിനമുണ്ടെന്ന സത്യമുണ്ടല്ലോ. അതു ഹൃദയത്തെ വല്ലാതെ നൊമ്പരപ്പെടുത്തുന്നു.

സ്ഫുടസ്ഫുടിതമായ ഓർമകൾ ഹൃദയത്തിൽ തിങ്ങി വിങ്ങലാകുന്നു."

എന്നിട്ടും സജീവൻ പറഞ്ഞു.

"ഓരോ മനുഷ്യനും മരണമുള്ളതുപോലെ ഓരോ സ്നേഹത്തിനും..."

പ്രഭ എതിർപ്പോടെ എഴുന്നേറ്റു. "അപ്പോൾ നമ്മൾ തമ്മിലുള്ള സ്നേഹത്തിനും? എല്ലാ കയ്പിനെയും ശമിപ്പിക്കുന്ന മധുരമാണ് സ്നേഹം എന്നാണെന്റെ തോന്നൽ. നാം നെഞ്ചോടമർത്തുന്ന ഈ സ്നേഹം മരിക്കുംന്നോ?"

പ്രഭയുടെ ശബ്ദം അൽപ്പം ഇടറിപ്പോയി.

"എന്താ സംശയം. പണ്ടു നിന്നെ പ്രണയിച്ചിരുന്ന കാലത്തെ സ്നേഹം, വികാരതീവ്രതയൊക്കെ ഇപ്പോൾ എനിക്കു നിന്നോടുണ്ടോ? നിനക്കെന്നോടുണ്ടോ?"

"നുണ, നുണ ഇതൊക്കെ നുണയാണ്. എനിക്കു തീരെ വയ്യാത്തപ്പോ ഈ കടുത്ത വാക്കുകൾകൊണ്ട് എന്നെ വേദനിപ്പിക്ക്യാണ്."

ശബ്ദത്തിന്റെ ഇടർച്ച ശ്രദ്ധിച്ചപ്പോൾ സജീവന്റെ മുഖം കരുണാർദ്രമായി.

"ഇനി നിനക്കിഷ്ടമാവാത്ത മറ്റൊരു കയ്ക്കുന്ന സത്യമുണ്ട്. അതത്രെ മക്കളുടെ സ്നേഹത്തിന്റെ എക്സ്പയറി ഡേറ്റ്."

"ഇനി ഞാനിവിടെക്കിടന്നാ ശര്യാവില്ല. ഞാൻ കുട്ട്യോൾടെ കൂടെ ഉറങ്ങാൻ പോകുന്നു."

വയറുവേദനയെ കൂട്ടാക്കാതെ പ്രഭ തലയണയെടുത്തു കുട്ടികളുടെ മുറിയിലേക്ക് ഉറങ്ങാൻ പോകുന്നതും നോക്കി സജീവൻ മന്ദഹസിച്ചു.

സത്യത്തിന്റെ ജീവത്തായ സത്ത് ഉൾക്കൊള്ളാൻ മനുഷ്യനു ഭയമാണ്. ഭാരരഹിതമായ ഒരു സത്യത്തെ നേരിടാൻ ആരും സന്നദ്ധരല്ല. അതിൽനിന്ന് ഒഴിഞ്ഞുപോകയല്ല, നേർക്കുനേരെ നോക്കുകയാണു വേണ്ടത് എന്ന് ഓരോരുത്തർക്കും അറിയുകയും ചെയ്യാം. തനിച്ചു നിൽക്കാൻ മനുഷ്യന് എത്ര ഭയമാണ്. ആനന്ദം വാസ്തവത്തിൽ എത്ര ക്ഷണികമാണ്.

ഡോക്ടർ കനകത്തിന്റെ ഫ്ളാറ്റിലെ വലിയ സ്വീകരണമുറിയിൽ പ്രഭയും സജീവനും കയറിച്ചെല്ലുമ്പോൾ അവിടെ ഒരു അതിഥിയുണ്ടായിരുന്നു. സജീവൻ അമ്പരന്ന് ഉറക്കെ വിളിച്ചു. വിജയലക്ഷ്മി!

സജീവന്റെ അതിശയത്തിന് അതിരില്ല. ഇരുപതു വർഷം മുമ്പു കണ്ട അതേ വിജയലക്ഷ്മി. ഒരു മാറ്റവുമില്ല. നാൽപ്പത്തിരണ്ടിൽതന്നെ തന്റെ തലമുടിയിൽ പലയിടത്തും നരകയറി. എന്നാൽ വിജയലക്ഷ്മി യുടെ കറുകറുത്ത തലമുടിക്കും ഉടലിന്റെ വടിവിനും ഒരു മാറ്റവുമില്ല. കഴുത്തിലെ തൊലി അൽപ്പം അയഞ്ഞിട്ടുണ്ട് എന്നതൊഴിച്ചാൽ. ചിരിക്കുമ്പോൾ മുഖത്തു വിരിയുന്ന നുണക്കുഴിച്ചന്തംപോലും...

രണ്ടുപേരും പരസ്പരം മിണ്ടാനാവാതെ നിൽക്കുന്നതു കണ്ടപ്പോൾ ഡോ. കനകം പരിചയപ്പെടുത്തി.

ഇതൊരു കോയിൻസിഡൻസാണ് പ്രഭേ, കോളേജിൽ ഞാനും വിജയവും പിന്നെ സജീവനും സിദ്ധാർഥനും അതായിരുന്നു കോമ്പിനേഷൻ.

വിജയം മന്ദഹസിച്ചപ്പോൾ പ്രഭയ്ക്ക് അൽപ്പം അസ്വസ്ഥതയാണ് ഉണ്ടായത്. ഡോ. കനകത്തെക്കുറിച്ചു സജീവൻ എത്രയോവട്ടം പറഞ്ഞിട്ടുണ്ട്. പലതവണ പല രോഗങ്ങൾക്കും കാണാൻ വന്നിട്ടുണ്ട്. എന്നാൽ വിജയലക്ഷ്മി, ഹേയ് അങ്ങനെയൊരു പേര് കേട്ടിട്ടേയില്ല.

“സിദ്ധാർഥൻ എവിടെയാണിപ്പോൾ? ഞാൻ മുംബൈക്കു പോകുമ്പോൾ കണ്ടതാണ്. പിന്നെ എന്തോ കാരണത്തിനു പിണങ്ങി. ഞാൻ കരുതി പിണക്കം കാരണമാവും കല്യാണക്കാര്യമൊന്നും അറിയിക്കാഞ്ഞതെന്ന്.”

“പിണക്കം കൊണ്ടല്ല, ഞാനും അവനെ, നിങ്ങളെയൊന്നും എന്റെ കല്യാണക്കാര്യം അറിയിച്ചില്ല. ഒക്കെയങ്ങു നടന്നു.”

വിജയലക്ഷ്മി അശാന്തമായ മുഖത്തോടെ വിരൽ ഞൊടിച്ചു. മുഖം താഴ്ത്തിയതല്ലാതെ യാതൊന്നും പറഞ്ഞില്ല. പറഞ്ഞതു കനകമാണ്.

“സിദ്ധാർഥൻ ഇപ്പോൾ ഗോവയിലാണ്. സ്റ്റേറ്റ് ബാങ്കിൽ തന്നെ.”

മൂന്നു സുഹൃത്തുക്കൾക്കിടയിൽ താൻ ഒറ്റപ്പെട്ടതുപോലെ. പ്രഭ എഴുന്നേറ്റു പതുക്കെ കൺസൾട്ടേഷൻ മുറിയിലേക്കു നടന്നുകൊണ്ടു പറഞ്ഞു. “ഞാനിവിടെയിരിക്കാം.”

വയറിൽ അവിടവിടെ തൊട്ടു നോക്കി ചില മരുന്നുകളൊക്കെ പ്രഭയെ ഏൽപ്പിച്ചശേഷം സ്വീകരണമുറിയിലെത്തിയപ്പോൾ ഇരുവരും മൗനമായി ഓർമകളിൽ മുഴുകിയിരിക്കുകയാണ്. കനകം സോഫമേലേക്ക് അമർന്നിരുന്നപ്പോൾ സജീവൻ മുഖമുയർത്തിക്കൊണ്ടു ചോദിച്ചു.

“എപ്പോഴായിരുന്നു വിവാഹം?”

“ആരുടെ?”

വിജയം ഒട്ടും വൈകാതെ ചോദിച്ചു.

“സിദ്ധാർഥന്റെയോ അതോ എന്റെയോ?”

സിദ്ധാർഥന്റെ വിവാഹം പതിനാലു വർഷം മുമ്പു കഴിഞ്ഞു. ഭാര്യ തിരുവനന്തപുരത്തുനിന്ന് പ്രസീദ. സുന്ദരി. കൃഷ്ണയും വീണയും കുട്ടികൾ. രണ്ടും എനിക്കു പ്രിയമായ പേരുകൾതന്നെ.

സജീവന്റെ മുഖം പൊടിച്ചു പൊടിച്ചു വിയർത്തു. സ്വീകരണമുറിയുടെ വാതിൽക്കൽ ഒരു വൃദ്ധ പ്രത്യക്ഷപ്പെട്ടു. “മാഡത്തെക്കാണാൻ രണ്ട് കോളേജ് കുട്ട്യോൾ വന്നു നിൽക്കുന്നു, കുറച്ചു നേരായി.”

വിജയം ചിരിച്ചുകൊണ്ട് എഴുന്നേറ്റു തൊഴുതു.

“ഇനി പിന്നെക്കാണാം. ഭാര്യയെക്കൂട്ടി എന്റെ ഫ്ളാറ്റിലും ഇവിടെ വരുമ്പോഴൊക്കെ വരണം. ഞങ്ങളുടെ കോളേജ് ഡേ ആഘോഷങ്ങൾ അതിന്റെ പല ചുമതലകളും എനിക്കാണ്. അതാണ് കുട്ടികൾ വന്നത്. ഞാൻ ചെല്ലട്ടെ?”

സജീവൻ എഴുന്നേറ്റു. “ശരി, ശരി.”

പ്രഭയും അറിയാതെ എഴുന്നേറ്റു തൊഴുതുപോയി.

“എന്തൊരു സ്ത്രീ!”

ചായ കുടിക്കുമ്പോൾ കനകം വിശദീകരിച്ചു.

“പാവം അടുത്ത കാലത്താണ് ഇങ്ങോട്ടു മാറ്റമായി വന്നത്. ഞാനാണ് ഫ്ളാറ്റ് ശരിയാക്കിക്കൊടുത്തത്. ഇപ്പോ എനിക്കു സമാധാനമായി. അവളുടെ അടുത്തുതന്നെ ഞാനുണ്ടല്ലോ. എത്ര കാലമാണ് ഒറ്റയ്ക്കു കഴിയ്വാ?”

“സിദ്ധാർഥനും വിജയലക്ഷ്മീം എന്തൊരു ആത്മബന്ധമായിരുന്നു. വിജയം എത്ര നന്നായി കവിതയെഴുതിയിരുന്നു! വിവാഹത്തിനു വീട്ടുകാർവരെ സമ്മതിച്ചതായിരുന്നില്ലേ? അതിനിടയ്ക്കു നിസ്സാരകാര്യത്തിന് ഒരു വഴക്ക്. എന്തോ വിശ്വാസക്കേട് സിദ്ധാർഥൻ കാണിച്ചു. ഒരു പെണ്ണ് ഭ്രാന്തെടുത്തു സ്നേഹിക്കാനുണ്ടാവുമ്പോ എങ്ങന്യാ പുരുഷൻമാർക്ക് അന്യസ്ത്രീകളെ എനിക്കറിഞ്ഞൂടാ. വിജയത്തിനതു സഹിക്കാനായില്ല. വിശ്വാസത്തിന്റെ പ്രശ്നമല്ലേ? ‘മൃതിയിലും മഹിളകൾ മറക്കാ മാനം’ എന്നു കേട്ടിട്ടില്ലേ? അവൾ വലിയ അഭിമാനിയാണ്. ശരീരഹാനിയേക്കാൾ അത്തരക്കാർ ഭയക്കുന്നത് മാനഹാനിയാണ്. സിദ്ധാർഥൻ അതിലും വലിയ വാശിക്കാരൻ. ഉടൻ ചെന്നു വേറൊരു പെണ്ണു കെട്ടി. വിജയം തകർന്നുപോയി. എന്നാൽ അവളുടെ വാശി വിചിത്രമായിരുന്നു. എത്രയോ വിവാഹാലോചനകൾക്കു മുമ്പിൽ അവൾ പിടിച്ചുനിന്നു. എനിക്കു കല്യാണമേ വേണ്ട! ജോലിയുള്ളതുകൊണ്ടു പിടിച്ചുനിന്നു. ഏട്ടന്മാരും അമ്മയുമെല്ലാം പിന്മാറി. ഇപ്പോൾ നാൽപ്പത്തൊന്നു കഴിഞ്ഞു. എന്നാലും സിദ്ധാർഥനാണ് മനസിൽ ഭർത്താവ്. സിദ്ധാർഥൻ നിലനിൽക്കുന്ന ഭൂമിയിൽ അവൾക്കു കഴിയാൻ ഒരു മടിയുമില്ല. കണ്ടില്ലേ. എന്തൊരു പ്രസരിപ്പ്. എന്തൊരു സൗന്ദര്യം. കരച്ചിൽ വന്നാലും അവൾ ചിരിക്കും.”

സജീവൻ പകച്ചിരിക്കുകയാണ്.

“ഓ സിദ്ധാർഥൻ, അവൻ എന്നെ ഒന്നുമറിയിച്ചില്ല. അതെങ്ങനെ? ചെറിയ പിണക്കം മതി, പിന്നെ ആള് തിരിഞ്ഞുനോക്കില്ല. പക്ഷേ, വിജയം. ഇതു കുറെ കടന്നുപോയി. പിന്നെ അവർ തമ്മിൽ കണ്ടുവോ?”

കനകം വിഷാദം നിറഞ്ഞ പുഞ്ചിരിയോടെ പറഞ്ഞു.

“എന്തിനാണ് കാണുന്നത്? അവൾ എപ്പോഴും കണ്ടോണ്ടിരിക്കയല്ലേ? പക്ഷേ, ഓഫീസിലുള്ള ഒരു സുഹൃത്തുവഴി എല്ലാ വിവരങ്ങളും ചോദിച്ചറിയും. സിദ്ധാർഥന് അവളെ വെറുക്കാൻ കഴിഞ്ഞു. വെറുക്കാൻ കഴിയുന്നവർക്കു മറക്കാനും കഴിയും. എന്നാൽ വിജയമുണ്ടല്ലോ വല്ലാത്തൊരു സൃഷ്ടിയാണ്. നിലയില്ലാത്ത സാഗരമധ്യത്തിൽ തനിച്ചാക്കിപ്പോയ ആളെ ഇന്നും തീക്ഷ്ണമായി, തീവ്രമായി...”

പ്രഭയുടെ മുഖത്തു പ്രത്യാശയുടെ ചെന്തീ ആളി.

“ഇപ്പോ സജീവേട്ടനു മനസിലായില്ലേ, സ്നേഹത്തിന് എക്സ്പയറി ഡേറ്റ് ഇല്ലെന്ന്?”

അർഥവത്തായി ഇരുവരെയും നോക്കിക്കൊണ്ട് കനകം സജീവനു നേരെ തിരിഞ്ഞു.

“സജീവൻ, ഞങ്ങൾ ഡോക്ടർമാരാണ് ഈ വാക്ക് അധികം ഉപയോഗിക്കുന്നത്. ഔഷധങ്ങൾ കാലാവധി കഴിഞ്ഞാൽ ചിലപ്പോൾ കാളകൂടമാകും. എന്നാൽ എന്റെ വിജയത്തിനു സ്നേഹം എന്തിനും അമൃതുതന്നെ. അവൾ ഭഗവാൻ ശ്രീകൃഷ്ണന്റെ ആരാധികയാണ്. ദിവസവും കൃഷ്ണപൂജയുണ്ട്. പ്രാർഥിച്ചു കഴിഞ്ഞാൽ പ്രസാദം തൊടില്ല. എന്നാൽ കൃഷ്ണപ്രതിമയ്ക്കു പിന്നിൽ സൂക്ഷിച്ചുവച്ച ഒരു ഫോട്ടോയുണ്ട്; സിദ്ധാർഥന്റെ അതു രണ്ടു കണ്ണിലും അണയ്ക്കും. ഭഗവാനേ ഞാനത് ഒരിക്കൽ കണ്ടു. ഓരോ തവണയും അവൾ കരയും ചിലപ്പോ വിചാരിക്കും ഇതൊക്കെ സിദ്ധാർഥനെ വിളിച്ചു പറഞ്ഞാലോ എന്ന്. അത് മറ്റൊരു ദുരന്തമാവില്ലേ?”

ചെറിയ ചെറിയ നിരാശകളിൽപ്പോലും നമുക്ക് എന്തെല്ലാം പോരാട്ടങ്ങൾ നടത്തേണ്ടിവരുന്നു! നാം നെഞ്ചിലേറ്റി ലാളിക്കുന്ന സ്നേഹം വലിച്ചു കീറപ്പെടുമ്പോൾ ഭയം തോന്നില്ലേ? നിരാലംബതയും നിശ്ശൂന്യതയും തോന്നില്ലേ? എന്നാൽ വിരൽ തൊടുമ്പോഴേക്കു വിതുമ്പുന്ന വീണയല്ലേ വിജയം. സന്തോഷം തേടാതെ തന്നെ ആനന്ദം അനുഭവിക്കുക! പ്രഭയ്ക്കതു വിശ്വസിക്കാനേ കഴിയുന്നില്ല. സന്തോഷം ആവർത്തിക്കപ്പെടില്ല എന്നറിയുമ്പോൾ ദുഃഖത്തിന് അറുതിയുണ്ടാവും എന്നാണ് തോന്നുന്നത്. ഊർജസ്വലവും വീര്യവത്തുമായ ഉറവിടം സ്വന്തം ആത്മാവിലുണ്ടെങ്കിൽ ഒന്നിനും പ്രയാസമില്ല. പ്രഭ നിഗമനത്തിലെത്തി.

പിന്നീട് ഓരോരോ കാരണങ്ങൾ പറഞ്ഞ് പ്രഭ ഡോ. കനകത്തെ കാണാൻ ഒറ്റയ്ക്കു പോയിത്തുടങ്ങി. വിജയത്തിന്റെ അതിജയം അവളെ അത്രയ്ക്ക് ആകർഷിച്ചിരുന്നു. വിജയത്തിന്റെ കൂട്ട് അവളിൽ കൂടുതൽക്കൂടുതൽ ആത്മവിശ്വാസത്തെ ഉണർത്തി. ഒരു ദിവസം വിജയം പറഞ്ഞു:

“എന്റമ്മ എപ്പോഴും പറയുമായിരുന്നു ഒരരിശത്തിനു കിണറ്റിൽ ചാടിയാൽ ഏഴരിശത്തിനു കയറാൻ പറ്റില്ലെന്ന്. പക്ഷേ, ഈ ലോകത്ത് ഓരോ പെണ്ണും എത്ര അനായാസമായാണു സ്നേഹത്തിൽ വീണുകൊടുക്കുന്നത്! സ്നേഹം തകർന്നാൽ അവരും തകരുന്നു. ആശ്രിതത്വമാ

ണത്. വെറും ശീലം. ശീലമാവരുത് സ്നേഹം. സ്നേഹത്തെ വെട്ടിമുറിക്കാതെ കൊണ്ടു നടക്കാനാണ് ഞാൻ ശീലിക്കുന്നത്. എന്റെ സ്നേഹം എനിക്ക് എന്നെത്തന്നെ കാണാനുള്ള കണ്ണാടിയാണ്."

വീട്ടിൽ അച്ഛനു സുഖമില്ലാതായപ്പോൾ പ്രഭയും കുട്ടികളും അങ്ങോട്ടു താമസം മാറ്റി. പിന്നീടു മാസങ്ങളോളം വിജയത്തെ കാണാൻ കഴിയാതെയുമായി.

വിജയത്തിന്റെ ഉൾക്കട്ടിയുള്ള സ്നേഹത്തെക്കുറിച്ചോർത്തു ചിലപ്പോഴൊക്കെ ഉള്ളു നീറുമെങ്കിലും പ്രഭയ്ക്ക് ഒരിക്കലും മറക്കാത്ത ആ സ്നേഹസ്മരണ അഭിമാനമായി.

ഗുരുവായൂരമ്പലത്തിൽ ഏതോ കല്യാണത്തിനു ചെന്നപ്പോൾ, കൈകൂപ്പി പ്രാർഥിച്ചു നിൽക്കുമ്പോഴും എന്തിനോ പ്രഭ വിജയത്തെക്കുറിച്ചോർത്തുപോയി.

സജീവനാണു തൊട്ടു വിളിച്ചത്.

"ദാ നോക്ക് അതു നമ്മുടെ വിജയമല്ലേ? കൂടെ കനകവുമുണ്ട്."

പ്രഭയുടെ നോട്ടമൊരു നടുക്കമായി വിജയലക്ഷ്മിയുടെ നരച്ച തലമുടിയുടെ ഇത്തിരി ഇഴകളിലായി. അവൾ ഓടിച്ചെന്നു വിജയത്തിന്റെ കൈ പിടിച്ചു.

"എന്താണിത് വിജയേടത്തി, കണ്ടിട്ടു മനസിലായില്ലല്ലോ, എന്തുപറ്റി, എന്തായിരുന്നു അസുഖം?"

വിളർത്ത ചിരിയോടെ പിടിത്തം വിടുവിച്ചു വിജയം മുന്നോട്ടു നീങ്ങിയപ്പോൾ പ്രഭയുടെ മുഖം കടലാസുപോലെ വെളുത്തു.

കനകം പ്രഭയുടെ കൈയിൽപ്പിടിച്ചു. പതുക്കെ സജീവന്റെ നേരെ തിരിഞ്ഞുകൊണ്ടു പറഞ്ഞു:

"മൂന്നാലു മാസം മുമ്പ് സിദ്ധാർഥൻ ഒരു ആക്സിഡന്റിൽ മരിച്ചു. അതിനുശേഷം വിജയത്തിനു ജീവിതമാകെ താളം തെറ്റിയിരിക്കയാണ്. ഭക്ഷണമില്ല, സംസാരമില്ല, എത്ര ശ്രമിച്ചിട്ടും നോർമലായിക്കിട്ടുന്നില്ല. ഒരേയൊരു വിചാരം മാത്രം. ഗുരുവായൂരിൽ പോകണം – കണ്ടില്ലേ അവളെ. നിങ്ങളൊക്കെ ഒന്നു വരണം. ആശ്വസിപ്പിക്കണം. ഞാനും നടക്കട്ടെ, ഈ തിരക്കിൽ അവളെ കണ്ടുപിടിക്കാൻതന്നെ വല്യേ പാടല്ലേ?"

പ്രശ്നങ്ങളെ നേരിടാനും പരിഹരിക്കാനും വിജയത്തിനു കഴിഞ്ഞില്ലേ? പ്രശ്നങ്ങൾ പരിഹരിക്കുമ്പോൾ നാം വളരുന്നു. മുറിപ്പെടുത്തുന്ന സത്യങ്ങൾ വഴികാട്ടികളാണ് എന്നൊക്കപ്പറഞ്ഞ വിജയമാണോ ഇത്? ഒരു ആദർശത്തെ വൈകാരികമായി അംഗീകരിച്ചതുകൊണ്ടു കാര്യമുണ്ടോ?

മഹാപ്രവാഹമായ ഈ ജീവിതത്തിൽ ഭൂതകാലത്തിന്റെ കെട്ടുപാടുകളില്ലാതെ, ജീവിക്കാൻ ആർക്കുമാവില്ലേ? പ്രിയപ്പെട്ടവരുടെ മരണത്തിൽ ഒരാളുടെ ബാലൻസ് തെറ്റാമോ? ജീവിതമെന്തെന്നറിയാതെ ഈശ്വരാ, മരണമെന്തെന്ന് എങ്ങനെ അറിയും?

സ്നേഹത്തിന് എക്സ്പയറി ഡേറ്റുണ്ട് എന്നു പറയുന്നതും നേരാണോ ഭഗവാനേ? പ്രഭ പ്രാർഥനയോടെ കണ്ണുകളടച്ചു.

പ്രതിഗമനം

അവർ കലഹിക്കുകയായിരുന്നു. അനിതയും ജേക്കബും. പ്രണയത്തിന്റെ അഗ്നി ആളിപ്പടർന്ന് അതിന്റെ വെളിച്ചത്തിൽ പരസ്പരം കണ്ടും അറിഞ്ഞും വിശുദ്ധ വഴികളിലൂടെ സഞ്ചരിച്ചും മനസിന്റെ സമ്പൂർണ ലയത്തിൽ സൗന്ദര്യമാസ്വദിച്ചിട്ടും അവർ കലഹിക്കുകതന്നെയായിരുന്നു. സ്നേഹം വെറുമൊരു വാക്കല്ല, അതു നമ്മുടെ ആത്മാവുതന്നെ എന്ന് ഉറക്കെ ഉദ്ഘോഷിച്ച് അതിന്റെ പുതിയ ആഴങ്ങളും പുത്തൻ ഉയരങ്ങളുമന്വേഷിച്ചു പറന്നും തളർന്നും ഒരു മരച്ചില്ലയിൽ വന്നു കൊക്കുരുമ്മിയിരിക്കുകയായിരുന്നു അവർ.

അപ്പോഴാണ് ജേക്കബിന്റെ ധർമശാസ്ത്ര പ്രബോധനങ്ങളെ വെറിപിടിപ്പിക്കാൻ പോന്ന പ്രസ്താവം അനിത നടത്തിയത്. അമൃതും കാളകൂടവും ഒരുവളിൽത്തന്നെ എന്ന്! ആദ്യം ജേക്കബ്ബൊന്നു പകച്ചു. പിന്നെ അവർ പോരടിച്ചു പരസ്പരം തൂവലുകൾ കൊത്തിപ്പറിക്കാൻ തുടങ്ങി. അനിതയുടെ ഇടതൂർന്നു മുറ്റിയ നീളം കുറഞ്ഞ മുടി അഴിഞ്ഞു ചിതറി. ജേക്കബിന്റെ എപ്പോഴും ഇസ്തിരി വെടിപ്പിൽ നിൽക്കുന്ന വസ്ത്രങ്ങൾ അലങ്കോലപ്പെട്ടു. അവരിൽനിന്ന് അനുരാഗത്തിന്റെ അടയാളങ്ങളെല്ലാം മാഞ്ഞുപോയി.

ജേക്കബിനെ പ്രകോപിപ്പിക്കുക എന്നത് അത്ര എളുപ്പമായിരുന്നില്ല. തന്നെ പിച്ചിച്ചീന്താൻ ആരെയും അനുവദിക്കാതെയാണ് അയാളിത്രനാളും ജീവിച്ചത്. സ്നേഹത്തിന്റെ തുടിപ്പും മിടിപ്പും അറിയുംതോറും അയാൾ അനിതയുടെ സ്വത്വത്തിലേക്ക് ആകർഷിക്കപ്പെട്ടുകൊണ്ടിരുന്നുവെന്നതു ശരിതന്നെ ആയിരിക്കാം. എന്നാൽ നോക്കൂ, നമ്മിലോരോരുത്തരിലും ഓരോ മൃഗമുണ്ട്. അതിനെ ലാളിച്ചും തൊട്ടും തലോടിയുമിരുന്നാൽ അതങ്ങനെ മെരുങ്ങിക്കിടന്നോളും. എന്നാലതിനെ കുത്തി

നോവിച്ചാലുണ്ടല്ലോ അതങ്ങു ചീറിയുണരും. അതു കുടഞ്ഞു കുതറുന്ന ജടയിൽനിന്നു തീപ്പൊരികൾ ചിതറും.

ജേക്കബ് ഒരു കഥ വായിക്കുകയായിരുന്നു.

അതിന്റെ തലേന്നു രജിസ്ട്രാർ ഓഫീസിൽ ചെന്ന് അവർ വിവാഹ ഉടമ്പടിയിൽ ഒപ്പുവച്ചതേയുള്ളൂ. ഭ്രാന്തവും ക്രൂരവും അക്രമാസക്തവുമായ ഈ ഭൂമി ആണിനെയും പെണ്ണിനെയും സ്വതന്ത്രമായൊന്നു സ്നേഹിക്കാൻ സമ്മതിക്കാത്തത്ര കപടവുമാണ് എന്നത്രെ ജേക്കബിന്റെ പരമപുച്ഛം.

"വീ ജസ്റ്റ് ലിവിങ് ടുഗെതർ – ആരാണു പറയാൻ! നമുക്കു വിവാഹമൊന്നും വേണ്ട അനിത–" എന്ന് ആദ്യമാദ്യം സകലതിനെയും ധിക്കരിക്കാനാണ് അവനു തോന്നിയത്. എന്നാൽ ലിവിങ് ടുഗെതർ എന്ന ആശയം അനിതയ്ക്കു ദഹിച്ചില്ല.

ഒന്നിച്ചു ജീവിക്കണം എന്ന കൊതി ആദ്യം ജനിച്ചത് അനിതയിലായിരുന്നു. കാരണം സ്നേഹിച്ച് അതിവേഗം മുന്നേറുമ്പോൾ, അതിനേക്കാൾ ധൃതിയിലും ഊക്കിലും അകത്തു മറ്റേതോ പരിവർത്തനം നടക്കുന്നതായി അവൾക്കു മനസിലായി.

ജേക്കബിന്റെ വീടിന്റെ മുകളിലത്തെ നിലയിൽ ഒരു ഞായറാഴ്ച ഏതോ പുസ്തകമെടുത്തു പതിവുപോലെ ഡിസ്കഷനെന്നും പറഞ്ഞു ചെന്നപ്പോൾ, കഥയൊന്നുമറിയാതെ അവന്റെ അമ്മച്ചി അനിതയ്ക്കു കാപ്പിയിടാൻ താഴേക്കു പോയപ്പോഴാണ് അവളതു തിരിച്ചറിഞ്ഞത്. ഏതോ പുതിയ മാനുഷികതയും നവലോകവും ഉള്ളിൽ ദർശിച്ചു തുടങ്ങിയ നേരം.

വെറുതെ പുസ്തകത്തിൽനിന്നു തലയുയർത്തിയപ്പോൾ ജേക്കബിന്റെ ഉയർന്ന നെറ്റിയും മനോഹരമായി ചീവിയൊതുക്കിയ തലമുടിയും ഉയർന്ന മൂക്കിന്മേൽ പൊടിഞ്ഞ ഇത്തിരി വിയർപ്പും സൗന്ദര്യം തികഞ്ഞ മന്ദസ്മിതവും ഒക്കെക്കൂടെ കണ്ടപ്പോൾ അവൾക്കൊരു നിമിഷം ഭ്രാന്തുപിടിച്ചു. അവളാ ഓമനമുഖം കൈയിൽ കോരിയെടുത്ത് നെറ്റിയിലും മൂക്കിലും കണ്ണിലുമെല്ലാം ഒരു പൂച്ചക്കുട്ടിയെ എന്നതുപോലെ ഉമ്മവയ്ക്കാൻ തുടങ്ങി. ഒരിക്കലും കരഗതമാവാതിരുന്ന മോഹിപ്പിക്കുന്ന ഒരു മുന്തിരിപ്പഴം മടിയിലേക്കു വന്നു വീണതുപോലെ ജേക്കബിന്റെ ഹൃദയത്തിൽ ആനന്ദം നിറഞ്ഞു. അവൻ തിരിച്ചങ്ങോട്ടും ഒരാക്രമണം നടത്തി. അനിതയെ ദേഹത്തോടു ചേർത്തുപിടിച്ചു രണ്ടു കണ്ണിലും ചുംബിച്ചു. അതു മതിയാവാഞ്ഞ് ഇളനീർ തണുപ്പുള്ള ആ കവിളുകളിൽ ചുണ്ടുകൾ ചേർത്തു. അവിടെയും നിൽക്കാതെ പിടിത്തം മുറുകുന്നതറിഞ്ഞ് അനിത സകലശക്തിയും സ്വരൂപിച്ച് അവന്റെ കൈകളെ കുതറിത്തെറിപ്പിച്ചു. അവൾ ഉറക്കെച്ചിരിച്ചുകൊണ്ടു പ്രസ്താവിച്ചു:

"മതി മതി. ഇത്രയൊക്കെ മതി ജേക്കബേ, ഇനി നിന്റെ പുസ്തകോം വേണ്ട, കാപ്പിയും വേണ്ട. ഞാനിതാ പോണൂ."

തട്ടിൻപുറത്തുനിന്നു മരക്കോണിയിലൂടെ ടപ്പ്, ടപ്പ് എന്ന് അവളിറങ്ങിപ്പോയി. നെഞ്ചത്തുനിന്നു ദുപ്പട്ടയൊഴുകി താഴെ വീണതുപോലും ശ്രദ്ധിക്കാതെ അവളങ്ങു ചാടിയിറങ്ങിപ്പോയി. ഈ പെണ്ണിന് ഇത്രയും ചൂടും ചൂരും ചന്തവുമൊക്കെയുണ്ടായിരുന്നോ എന്നു ജേക്കബും അതിശയപ്പെട്ടു.

എന്നാൽ ശരീരത്തെ അറിഞ്ഞതുപോലെയല്ല, അവളുടെ ആത്മാവിൽ സ്പർശിച്ചതുപോലെ! ജേക്കബ് അത്ഭുതപ്പെട്ടു. ഹോ, ജേക്കബിന്റെ ദേഹത്തിന്റെ സാമീപ്യമല്ല, അവന്റെ ഹൃദയത്തിൽ തൊട്ടതുപോലെ, അനിതയും അമ്പരന്നു.

രാത്രിയിൽ ഉറങ്ങാൻ കിടന്നിട്ടും രണ്ടുപേർക്കും ഉറക്കംകിട്ടിയില്ല. പിറ്റേന്ന് ഉച്ചയ്ക്ക് റിസേർച്ചിനു വേണ്ട നോട്ടുകൾ ലൈബ്രേറിയിലിരുന്നു പകർത്തുമ്പോൾ പതിവുപോലെ ഒന്നും പറയാനും തോന്നിയില്ല. അനിതയുടെ കണ്ണുകളിലേതോ ഇളംവെയിലിന്റെ പ്രകാശം. ജേക്കബ് ആദ്യമായി അവയുടെ ആഴങ്ങളിലേക്കു നോക്കിയിരുന്നുപോയി. യാതൊന്നും ഇപ്പോൾ പറയാനില്ലാത്തതുപോലെ, പറയാനുള്ളതെല്ലാം പറഞ്ഞു തീർന്നതുപോലെ.

"എടോ, ഈ ബൈക്കിൽ ചുറ്റലും ക്യാംപസിലൂടെ നടക്കലും കടല കൊറിക്കലും മസാലദോശ തിന്നലും ഒക്കെ മതിയാക്കി, നമുക്കങ്ങ് ഒന്നിച്ചു ജീവിച്ചാലോ? ഒന്നൂല്ലെങ്കിലും ആരേം പേടിക്കാതെ മിണ്ടാം, ഒന്നിച്ചിരിക്കാം, ഇന്നലത്തെപ്പോലെ?"

ജേക്കബ് ഒരു നിർദേശം വെച്ചപ്പോൾ വാസ്തവമായും അനിത ചിരിച്ചുപോയി. ചിരി അൽപ്പം ഉച്ചത്തിലായിരുന്നിരിക്കണം. ശ്ശ് – എന്നു തടിച്ചി ലൈബ്രേറിയൻ ചുണ്ടത്തു വിരൽചേർത്തു.

"അതിന്ന് ഞാൻ ജേക്കബിന്റെ മുമ്പിൽ വെയ്ക്കാൻ ഉദ്ദേശിച്ച സജഷനല്ലേ?"

നാലു വിരലും കൂട്ടി ചുണ്ടത്ത് വെച്ച് ലൈബ്രേറിയൻ കേൾക്കാതെ അനിത കുശുകുശുത്തു.

അതെപ്പോഴും അങ്ങനെയായിരുന്നു. മാസങ്ങളോളമുള്ള അവരുടെ സൗഹൃദത്തിനിടയിൽ ഒരാൾ പറയുന്ന നിർദേശവും അഭിപ്രായങ്ങളുമെല്ലാം ഒന്നായിപ്പോകും. ഒരു ചായ കുടിച്ചാലോ എന്നു നട്ടുച്ചയ്ക്ക് ജേക്കബ് കലശലായി മോഹിക്കുമ്പോഴേക്കും അനിത പറയും "ജേക്കബ് ഇനി മതി, ഇനിയോരോ ചായ കുടിച്ചിട്ട്." ഇതു കേൾക്കുമ്പോഴേക്കും ജേക്കബിന്റെ ആശ്ചര്യം ചിരിയായി മാറും.

"വിവാഹത്തോടെ പ്രേമം സമാധിയായിപ്പോകും എന്ന് അനുഭവസ്ഥർ പറഞ്ഞുകേൾക്കുമ്പോഴാണ് പേടി." മനസിലെ ചാഞ്ചല്യം അനിത തുറന്നു പറഞ്ഞു.

"ഇതൊരു വേഷം മാത്രമാണെടോ, വിവാഹത്തെ അത്രയ്ക്കങ്ങു ഗൗരവമായി ഗണിക്കേണ്ട. നമുക്കു സുഹൃത്തുക്കളായി ആനന്ദത്തെ പങ്കു വയ്ക്കാം. ഞാൻ നിനക്കൊരു ഭാരമാവാതിരുന്നാൽ പോരേ? പിന്നെ

നീയെനിക്കൊരു നാലഞ്ചു കുട്ടികളെയെങ്കിലും പ്രസവിച്ചു തരണം. എന്നെപ്പോലെ ഒറ്റയാന്മാരായ കുട്ടികൾ."

മുഴുവനും പറയാൻ അനിത സമ്മതിച്ചില്ല. "അങ്ങനെ കുട്ടികളെ ഉൽപ്പാദിപ്പിക്കാനുള്ള ഫാക്ടറി മാത്രമായി എന്നെ കാണല്ലേ ജേക്കബേ."

"മാതൃത്വം അമൂല്യമായ ഒരനുഭവമാണെന്നു നീയിന്നലെ അമ്മയെക്കുറിച്ചു പറഞ്ഞപ്പോൾ പറഞ്ഞതോ?

അനിത ചിരിച്ചുപോയി.

"പ്രണയം മരിക്കുന്നതെപ്പോഴാണെന്ന് അറിയാമോ ജേക്കബ്? അന്യന്റെ സ്വാതന്ത്ര്യത്തിന്മേൽ കൈകടത്തുമ്പോൾ. വിവാഹം ഒരു തടവറയാവാഞ്ഞാൽ മതി. ഒരു ജീവിതത്തിൽ ഓരോരുത്തർക്കും അവരുടേതായ ഇടമുണ്ട്. അതനുവദിച്ചു കിട്ടിയാൽ രക്ഷപ്പെട്ടു. പരസ്പരം വിമർശനം നടത്താതെ, സംശയിക്കാതെ, കലഹിക്കാതെ."

അങ്ങനെയങ്ങനെ, അനിത കാടുകയറിപ്പോകുകയാണ്.

ക്യാംപസിൽ പടർന്നു പന്തലിച്ച മരങ്ങൾക്കു കീഴെ അവർ ഇരിക്കുകയാണ്. ഒരു തണുത്ത കാറ്റ് അനിതയുടെ സ്പ്രിങ് മുടിയിൽ നൃത്തം ചവിട്ടുന്നത് ഒരു കാഴ്ചയാണ്. അവളുടെ തീക്ഷ്ണ നയനങ്ങൾ ഏതോ അപാരതയെ തേടുകയാണ്. ഏതോ ഗൗരവത്താൽ മുറുകിയ ഭാവം. കവിളത്ത് എണ്ണമിനുക്കം പോലൊരു തിളക്കം. ജേക്കബിന്റെ നോട്ടത്തിൽ കണ്ണുടക്കിയപ്പോൾ അനിത മന്ദഹസിച്ചു. ജേക്കബും മന്ദഹസിച്ചു.

അപ്പോഴാണ് ഒരു ചെറുചിരി എങ്ങനെ അവളുടെ ഗൗരവത്തെ അലിയിച്ചു കളയുന്നു എന്ന് ജേക്കബ് അതിശയിച്ചത്.

"നമുക്കു സ്വന്തം വിശുദ്ധിയും ഉണ്മയും ഇച്ഛകളും അഭിപ്രായങ്ങളുമെല്ലാം സമാസമം. വെട്ടി മുറിക്കപ്പെട്ട ഈ ഊഷരഭൂമിയിൽ ജേക്കബേ, നീയേയുള്ളൂ ആകെയൊരാശ്വാസം. ഒരു രസം കേൾക്കണോ, കോളേജ് കഥകൾ പറയുന്ന കൂട്ടത്തിൽ എന്റെ അടുത്ത സ്നേഹിതന്റെ പേര് ജേക്കബ്ബ്ന്നാണെന്ന് അമ്മയോടു ഞാനൊന്നു പറഞ്ഞുപോയി. അതാ വരുന്നു തുരുതുരാ വെടിയുണ്ടകൾ. ഇന്നു നിർത്തിക്കോണം. മനുഷ്യന്റെ മനസാ, അടുത്തത് സ്നേഹിതനെ ഭർത്താവാക്കാൻ തോന്ന്യാലത്തെ കഥ, എന്റെ ഭഗവതീ, അച്ഛനറിഞ്ഞാൽ നിന്നെ വെട്ടിതുണ്ടംതുണ്ടമാക്കും. പിന്നെ റിസർച്ചും വേണ്ട, തീസിസും വേണ്ട. എന്റെ ജേക്കബേ, എന്തൊരു നാടാണിത്!"

അനിത ജീൻസിന്റെ മുട്ടിൽ പതിഞ്ഞ ഇത്തിരി പൊടിയും മണ്ണും തട്ടിക്കുടഞ്ഞ് എഴുന്നേറ്റു.

"ഞാൻ നിന്റെ പേരു പറയാനേ പോയില്ല. അമ്മച്ചിക്ക് എന്നെക്കൊണ്ട് ഒരു വിഷമോം ഇപ്പോഴില്ല. ആകെയുള്ള മകൻ പഠിച്ച് അന്തസ്സുള്ള ജോലി കിട്ടി. അതിനിടയിൽ ഡോക്ടറേറ്റ് എടുക്കാനൊരു കമ്പം. ആ കമ്പത്തിനിടയിൽ ഈ കമ്പിനെ കയറിപ്പിടിച്ചു. അതും ഒരു നിയോഗം. അന്യജാതിക്കാരി പെൺകുട്ടികളെ ഞാൻ നോക്കാനുംകൂടി പാടി

ല്യാന്ന് മേരിമാതാവിനെപ്പിടിച്ച് ആണയിടീക്കാൻ ഈ അമ്മച്ചി ഒരുപാട് ശ്രമിച്ചതാണ്. ഇപ്പോഴല്ല, മിക്സഡ് കോളേജിൽ ചേർന്നപ്പോൾ. അന്നും ഞാൻ പിടികൊടുത്തില്ല."

ജേക്കബ് വീരവാദം മുഴക്കി.

"എങ്കിലൊന്ന് ജേക്കബിന്റെ അമ്മച്ചിയെ കണ്ടിട്ടുതന്നെ കാര്യം. പക്ഷേ, മോഡേൺ ഗേളായിട്ടല്ല. നിന്റെ ബൈക്കിലും ഞാൻ വരില്ല. സാരി ചുറ്റി സിമ്പിളായ്, ഡീസന്റായി, ഇന്നസെന്റായി, ജേക്കബിന്റെ ഒരു പുസ്തകവും ചോദിച്ചു ഞാനങ്ങു വന്നു കയറും. ഞാൻ ജേക്കബിന്റെ ക്ലാസ്മേറ്റാണെന്നു കാച്ചും. എന്നിട്ടു കുറേശ്ശെയായി അമ്മച്ചിയെപ്പിടിച്ചു ഞാനങ്ങു ചാക്കിലാക്കും നോക്കിക്കോ."

എന്നാൽ അമ്മച്ചിയാണ് തന്റെ അന്തസ്സുറ്റ പെരുമാറ്റംകൊണ്ട് അനിതയെ ചാക്കിലാക്കിയത് എന്നാണ് ജേക്കബിന്റെ പക്ഷം. ഇപ്പോഴിപ്പോൾ അനിത വീട്ടിൽ വന്നാലും പോയാലും അമ്മയ്ക്കു സന്തോഷം മാത്രം.

സ്നേഹിക്കുകയാണെന്നറിയാതെ സ്നേഹത്തിലെത്തിച്ചേർന്നപ്പോൾ ജേക്കബ് ആത്മവിസ്മൃതിയോടെതന്നെ ഈ പെണ്ണിനെ അറിയാൻ തുടങ്ങി. ഒരാണിനെ എങ്ങനെ സ്നേഹിക്കണം, മനസിലാക്കണം എന്ന് ജേക്കബിലൂടെ അനിതയും മനസിലാക്കി. ജീവിതത്തിലെ പരമോന്നത മൂല്യം സ്നേഹം തന്നെയെന്ന് ഇരുവരും വിസ്മയാധീനരായി സമ്മതിക്കുകയും ചെയ്തു. ഉപാധികളില്ലാതെ പങ്കുവയ്ക്കൽ.

അനിർവചനീയമായ ഒരു നിറവ്, കവിഞ്ഞൊഴുകലിന്റെ ഒരു അനുഭൂതി.

ചെറുപ്പത്തിലെന്നോ അച്ഛനോ അമ്മയോ പെണ്ണിനെ തരാം എന്നു പറഞ്ഞതു കേട്ട് അപ്പേട്ടൻ സ്നേഹത്തിന്റെ മുള്ളുകൊണ്ട് അനിതയെ നോവിക്കാൻ തുടങ്ങിയിട്ടു കൊല്ലങ്ങളായി. അവളുടെ തീരാത്ത പഠിപ്പുകൾ കാരണം വയസ്സ് ഇരുപത്തിയാറായി. അപ്പേട്ടനെ ആ കണ്ണുകൾകൊണ്ടു നോക്കാനേ അനിതയ്ക്കു കഴിയുന്നില്ല. അതുപോലെ ജേക്കബിനുമുണ്ട് ഒരു ഊരാക്കുടുക്ക്. ഒരു വലിയ തോട്ടം ഉടമയുടെ ഒറ്റ മകളെ. വകയിലൊരു ബന്ധുവിനെ അമ്മച്ചി നോട്ടമിട്ടു വെച്ചിട്ടുണ്ട്. അങ്ങോട്ടുമിങ്ങോട്ടും പോക്കുംവരവുമുണ്ട്. പഠിത്തം കഴിഞ്ഞാൽ അമ്മച്ചി എന്റെ തലയിൽ വച്ചുതരാൻ ആശിക്കുന്ന കുരിശ് എന്നാണ് ജേക്കബിന്റെ വിശേഷണം. കാര്യമെന്തൊക്കെയായാലും ഒരു പെൺകിടാവ് ഒരിക്കലും ഒരു കുരിശാവില്ല എന്ന് അപ്പോൾത്തന്നെ അനിതയിലെ പെൺസിംഹം സട കുടഞ്ഞു കയർത്തു. മെർലിൻ എന്ന പെണ്ണിനറിയില്ലല്ലോ നിന്റെ മനസിലിരുപ്പ്. എന്നാലമ്മച്ചിക്ക് എന്നെപ്പോലും പേടിയില്ലാത്തത് ഇതാണല്ലേ എന്നു രഹസ്യം കേട്ടപ്പോൾ മുതൽ അനിത കളിയാക്കാനും തുടങ്ങി.

സ്നേഹത്തിന്റെ ആവശ്യമില്ലാത്ത ഉൽക്കണ്ഠകൾ അനിത അറിഞ്ഞിട്ടേയില്ല. കാരണം പ്രശ്നസങ്കീർണമായിരുന്നു എന്നും അവളുടെ ജീവിതം. ഒഴുക്കിനെതിരെ മാത്രം നീന്തി ശീലിച്ച പെൺകുട്ടി. അനു

മോളേ, ഇതാ എടുത്തോളൂ എന്ന് ആരുമൊന്നും അവൾക്കുനേരെ നീട്ടിയിട്ടില്ല. ഇതാ ഈ പാവ നിനക്കാണ്, ഈ പലഹാരം നിനക്കായി ഞാൻ കൊണ്ടുവന്നതാണ്. ഈ ഉടുപ്പ് ഏറെ ഉടുപ്പുകൾക്കിടയിൽനിന്ന് ഞാൻ തിരഞ്ഞെടുത്തതാണ് എന്ന് അവളോട് ആരും പറഞ്ഞിട്ടില്ല. പരിഗണനയുടെയും പരിലാളനയുടെയും ഇത്തിരി മധുരം ലഭിച്ചിട്ടില്ല. അതുകൊണ്ടുതന്നെ ഏതൊരു വ്യസനത്തെയും ഉൽക്കണ്ഠയെയും ചുമലൊന്നു കുടഞ്ഞ് അനിത തട്ടിത്തെറിപ്പിക്കും. മലമുകളിൽ വീഴുന്ന നിഴലുകൾ ഞാനെന്തിനാണ് എന്റെ ഹൃദയത്തിലേക്കു പ്രവേശിപ്പിക്കുന്നത് എന്ന് അവൾ അരിശപ്പെടും.

വീട്ടിനകത്തെ മുഴുത്ത ഏകാന്തതയെയും വിരസതയെയും അനിത അഭിമുഖീകരിച്ചത് വായനയിലൂടെയായിരുന്നു. ജീവസ്സാർന്ന ഒരു അവബോധം അതുകൊണ്ട് അവൾക്ക് ഉണ്ടായിവന്നു. ഓരോ മനുഷ്യനും അനുഭവിക്കുന്ന യാതനയ്ക്ക് ഒരളവോളം അവരൊക്കെത്തന്നെ കാരണക്കാർ എന്നാണ് വീട് അനിതയെ പഠിപ്പിച്ച പാഠം.

“നമുക്കു നാമേ പണിവതു നാകം നരകവുമതുപോലെ”

എന്ന കവിവചസ്സ് ജേക്കബും സദാ ഓർമിപ്പിക്കും.

പരസ്പരം പുറം തലോടാതെ, സ്നേഹിക്കുന്നു എന്നു വെറുതെ ധ്വനിപ്പിക്കാതെ, പരസ്പരം മടുപ്പിക്കാതെ, സത്യസന്ധമായി സ്നേഹിക്കുക എന്ന രീതിയാണ് രണ്ടുപേരും അവലംബിച്ചത്.

ചില്ലറ പിണക്കങ്ങളും അസ്വസ്ഥതകളും ഉണ്ടായി വരുമ്പോഴേക്കും അനിതതന്നെ അതൊക്കെ കുരുക്കഴിക്കാൻ ശ്രദ്ധിച്ചു. അവളുടെ ഭാഗത്തുനിന്നാണു പൊട്ടലും ചീറ്റലും ആദ്യം പുറപ്പെടുക. എന്നാൽ അരമണിക്കൂറിലധികം അവൾക്കതിൽ കടിച്ചുതൂങ്ങാനാവില്ല. ഹൃദയത്തെ താഴിട്ടു പൂട്ടി പിണങ്ങിനിൽക്കുന്ന ശീലം അവൾക്കില്ല. ഒരാളങ്ങനെ ചെയ്താൽ മറ്റേയാൾ താക്കോൽ കണ്ടെത്തി പൂട്ടു തുറക്കണമെന്ന് അവൾ ഇടയ്ക്കിടെ താക്കീതും നൽകിയിരുന്നു.

“എന്തായിരുന്നു ദേഷ്യം! എന്തൊരു കടുത്ത വാക്കുകൾ” എന്നു പരിഹസിക്കുമ്പോഴേക്കും ജേക്കബിന്റെ മുഖം വാടും. കുറ്റബോധം കൊണ്ട് ഇത്തിരി കുനിഞ്ഞ ശിരസ്സിളക്കി അവൻ സമ്മതിക്കും.

“യെസ് ഡിയർ യൂനോ ഐ ആം റ്റൂ സെൻസിറ്റീവ് എ പേഴ്സൺ–ഈസിലി എനോയ്ഡ്. എന്നെ സ്നേഹിക്കുന്നവർ ഇതറിയണം. ഓകേ?”

ഫോൺ മണിയടിച്ചപ്പോൾ ജേക്കബായിരുന്നു റിസീവറെടുത്തത്. “ഇന്നലെ രണ്ടാളും തീരെ ഉറങ്ങിയില്ലേ മോനേ” എന്നോ മറ്റോ ഏതോ സുഹൃത്തു ചോദിച്ചപ്പോൾ ജേക്കബ് ചിരിയടക്കാൻ പാടുപെട്ടു.

“ആരോടും പറയല്ലേ മോനേ, ഒരബദ്ധം പറ്റി, വീട് അടുക്കിയും പെറുക്കിയും വെച്ചിട്ടേ ഞങ്ങൾ ഉറങ്ങാൻ കിടക്കൂ എന്നു പ്രതിജ്ഞ ചെയ്തിരുന്നു. ഹോസ്റ്റലിൽനിന്നു രണ്ടാളും കൂടി ചുമന്നുകൊണ്ടു വന്ന ലഗേജെല്ലാം ചിതറിക്കിടക്കുകയായിരുന്നില്ലേ? പുസ്തകങ്ങളെല്ലാം

ഒതുക്കി വച്ചു തളർന്ന് അങ്ങേ മുറിയിൽ അനിതയും വസ്ത്രങ്ങൾ മട ക്കിയൊതുക്കി ഇങ്ങേ മുറിയിൽ കുഴങ്ങി ഞാനും കിടന്നുറങ്ങിയപ്പോയി. ഇനി സംസാരമൊക്കെ മതിയാക്ക്. ഞങ്ങൾ വിസ്തരിച്ചൊന്ന് പരിചയ പ്പെടട്ടേ."

ടെലിഫോൺ ഭാഷണം പൊട്ടിച്ചിരിയിൽ കലാശിച്ചു. പല്ലുതേപ്പും കുളിയും കഴിഞ്ഞു ഹോട്ടലിൽനിന്ന് ജേക്കബിന്റെ പ്യൂൺ കൊണ്ടുവന്ന ഇഡ്ഡലിയും സാമ്പാറും രണ്ടാളും ആർഭാടമായി കഴിച്ചു. തലേന്നാളായി രുന്നു വിവാഹം എന്ന സത്യം രണ്ടാളും മറന്നതായി ഭാവിച്ചു.

ഒരേ കട്ടിലിൽ ഓരോ പുസ്തകവുമായി കിടന്നു. അനിത രസം പിടിച്ച് ഒരു ഇംഗ്ലീഷ് നോവൽ വായിക്കയാണ്. പെട്ടെന്നു ജേക്കബ് ചാടി യെഴുന്നേറ്റ് വാഷ് ബെയ്സിനരികിലേക്കു ഓടി, ഛർദിക്കാൻ തുടങ്ങി. കഴിച്ചു തീർന്ന ഇഡ്ഡലിയും സാമ്പാറും മുഴുവൻ വമിച്ചു തീർന്നപ്പോൾ അയാൾ കട്ടിലിലേക്കു മടങ്ങി. "ഇനി മുതൽ ഹോട്ടൽ ഭക്ഷണം വേണ്ട ജേക്കബ്. നാളെ മുതൽ നമുക്കു കുക്കിംഗ് തുടങ്ങാം" എന്ന് അനിത പുറം തലോടിക്കൊണ്ട് ആശ്വസിപ്പിച്ചു.

"ഹോട്ടൽ ഭക്ഷണമല്ല, അനിതേ. അതാ അത്." ജേക്കബ് വിരൽ ചൂണ്ടിയ ഇടത്തേക്ക് അനിത വേഗത്തിൽ മുഖം തിരിച്ചു. "ഹെന്ത്! ഇതൊരു കഥയല്ലേ? ഇതു വായിച്ചാണോ നീ?"

"അത് അയ്യേ..."

ഇത്രയും പറഞ്ഞപ്പോഴേക്ക് ജേക്കബ് വീണ്ടും ഓക്കാനിക്കാൻ തുട ങ്ങി.

അനിത വീക്കിലിയെടുത്ത് കണ്ണോടടുപ്പിച്ചു.

"ചിത്രം കൊള്ളാം. നല്ല പ്രാധാന്യത്തോടെ പബ്ലിഷ് ചെയ്തിട്ടുമു ണ്ട്. പെണ്ണുങ്ങളെഴുതുന്ന കഥകളോടു പുച്ഛമല്ലേ? പുതിയ ആളാണല്ലേ? പുത്തൻ പരീക്ഷണമാവും അല്ലേ ജേക്കബ്?"

ജേക്കബ് വീണ്ടും തൊണ്ടയിൽക്കയറിപ്പിടിച്ചു.

"അയ്യേ ഇതു കഥയാണോ? തേൻ കിനിയുന്ന നാക്കുപോലും! ബീഭത്സസെക്സ് വർണനയും. ഓ മൈ ഗോഡ്! ഇതൊരു ലൈവ് ഷോ പോലുണ്ട്. ഇതു ലോകാരംഭം മുതൽ ആണും പെണ്ണും ചെയ്യുന്നതല്ലേ? ഇങ്ങനെ സ്റ്റെപ്പ് ബൈ സ്റ്റെപ്പായി വർണിക്കേണ്ടതുണ്ടോ? അനുഭൂതിയ ല്ല, അറപ്പാണ്."

ബാക്കി വാക്കുകൾ ജേക്കബ് അണപ്പല്ലിലിട്ടു ഞെരിച്ചു കളഞ്ഞു.

വരികളിലൂടെ കണ്ണുകൾ ഇടറി നീങ്ങവേ, അനിതയുടെ വയറിന കത്തൊരു കൊളുത്തിപ്പിടിത്തം. നെഞ്ചിലൂടെ ഒരു സമുദ്രത്തിന്റെ ലവണ രസം ഇരമ്പി വരികയാണ്.

"വേണ്ട ഞാനും ഛർദിച്ചേക്കും" എന്ന് അനിതയും തൊണ്ടയില മർത്തിപ്പിടിച്ചു. ജേക്കബ് വീക്കിലി വാങ്ങി മുറിയുടെ മൂലയിലേക്കിട്ടു. അപ്പോൾ അനിത താൻ വായിച്ചു പകുതിയാക്കിയ നോവലിലേക്ക് ആന ന്ദത്തോടെ തിരിയെച്ചെന്നു. ഇടയ്ക്കൊന്നു തമാശയ്ക്കു ചോദിച്ചു.

"അല്ല ജേക്കബ്, ലോകാരംഭം മുതൽ ആണും പെണ്ണും ചെയ്യുന്നുവെന്നു പറഞ്ഞുവല്ലോ എനി പ്രീവിയസ് എക്സ്പീരിയൻസ്?"

ഈ തമാശയെ ജേക്കബ് മറ്റൊരു തമാശകൊണ്ടു നേരിട്ടു.

"ഇല്ലെന്നാരു പറഞ്ഞു?"

അനിതയും ചിരിയടക്കിക്കൊണ്ടു ചോദിച്ചു: "മെർലിൻ?"

ജേക്കബ് തലകുലുക്കി മന്ദഹസിച്ചു. "യെസ്."

അനിത വിസ്താരം തുടങ്ങി.

"വാട്ട് ഡിഡ് യൂ ഡൂ? ടെൽ മീ."

ജേക്കബ് ഉഷാറായി. അനിതയെ ചുമലിൽ പിടിച്ചു തനിക്കു നേരെ തിരിച്ചു കിടത്തി – യൂ വോൺട് ടു നോ? ഐ ഗേവ് ഹെർ ടൽവ് കിസ്സസ്സ് ആന്റ് ആഫ്ടർ 'മെർജർ' അലൗവ്ഡ് ഹേർ ടു സ്ലീപ്പ് ഇൻ മൈ ഹാൻഡ്സ്."

ഈ വാക്കുകൾ ഒരു ബോംബിനേക്കാൾ സംഹാരാത്മകമായി അവർക്കിടയിൽ വന്നുവീണു. അനിത ആരോ എയ്തു വിട്ട ശരംപോലെ ജേക്കബിനു മുമ്പിലേക്കു ചാടി വീണു. "യൂ ചീറ്റ്. ഐ ഹേറ്റ് യൂ. നിന്നെ ഞാൻ വിശ്വസിച്ചു. എനിക്കിപ്പോൾ എന്നോടുതന്നെ സഹതാപം തോന്നുന്നു. നീയെന്നെ നോവിച്ചു. വൈ ഡിഡ് യൂ ഹർട്ട് മീ സോ?"

തുറിച്ച കണ്ണുകളിലെ രക്തക്കുഴലുകൾ ചുവന്നു തുടുത്ത് എഴുന്നേറ്റു. രക്തദാഹിയായ ചെന്നായയെപ്പോലെ അവൾ ജേക്കബിന്റെ മുന്നിൽ അലറി:

"അയാം റിയലി ഷോക്ക്ഡ്, നിങ്ങൾ... നിങ്ങൾ..." അവൾ ജേക്കബിനു മുമ്പിൽ വിരൽചൂണ്ടി നിൽക്കയാണ്. നീ എന്ന അടുപ്പം എത്ര വേഗമാണു നിങ്ങൾ എന്ന അപരിചിതത്വത്തിലേക്കു വഴി മാറിപ്പോയത്!

ജേക്കബ് ആദ്യമൊന്ന് അമ്പരന്നു. തമാശ ഇത്രവേഗം കാര്യമായോ? അവൻ ആവുന്നത്ര ശാന്തചിത്തനായി പറഞ്ഞു.

"മൈ ഡിയർ ലേഡി, ഐ നെവർ ഇന്റന്റഡ് ടു ഹർട്ട് യൂ ഓർ ഷോക്ക്ഡ് യൂ. ബീ കൂൾ."

അനിത കൊടുങ്കാറ്റുപോലെ മുറിക്കകത്ത് ആഞ്ഞു വീശുകയാണ്.

"പിന്നെ? നിങ്ങളുടെ കിടപ്പറ രഹസ്യങ്ങൾ എന്നോടു പറയാൻ എങ്ങനെ ധൈര്യം വന്നു! രാവും പകലും നിങ്ങളെ സ്നേഹിച്ച്, ഇത്ര നാളും വളർത്തിയ വീട്ടുകാരെ വിട്ട് ജേക്കബിനുവേണ്ടിയാണ് ഞാൻ അപ്പേട്ടനുമായി കലഹിച്ചത്. ഞങ്ങൾ തമ്മിൽ വലിയ ശത്രുതയായത്. അല്ലായിരുന്നെങ്കിൽ ഇതുപോലൊരു അനുഭവം വർണിക്കാൻ എനിക്കും–"

അനിത കിതച്ചു. ജേക്കബിന്റെ മുഖം ചുവന്നു.

"ഓഹോ അങ്ങനെയോ? യൂ ഗോ ആൻഡ് യുണൈറ്റ് യുവർ ബിലൗവ്ഡ് അപ്പേട്ടൻ ഞാൻ നിന്നെ ഇതുവരെ ഒന്നും ചെയ്തിട്ടില്ല. ഈഫ് യൂ ഗോ ഐ വിൽ ബി ദ ഹാപ്പിയസ്റ്റ് മാൻ ഇൻ ദ വേൾഡ്. ഐ നെവർ ഗെറ്റ് ക്രാഷ്ഡ് ടു ഇൻ യുവർ ലൈഫ്. നീയാണ്."

"എനിക്കു ലജ്ജ തോന്നുന്നു. ഇതൊക്കെ പറയുന്ന നിന്നെ ഈ കൈകൾകൊണ്ടു തൊട്ടതിന്. അന്യസ്ത്രീയെ തൊട്ട കഥ ഇന്നലെ വിവാഹം കഴിച്ച പെണ്ണിനോടു പറയുന്ന നിങ്ങൾ ക്രൂരനാണ് –"

അനിത അകത്തു ചെന്ന് ഒരു ഗ്ലാസ് വെള്ളം വായിലേക്കു കമഴ്ത്തി. യുദ്ധത്തിനു കൂടുതൽ ആയുധങ്ങൾ മൂർച്ച കൂട്ടുന്നതിനു പകരം, അകം തണുത്ത് അവൾ ജേക്കബിന്റെ ചുമലിൽ തൊടാനായി കൈ നീട്ടി.

പീരങ്കിയിൽനിന്നു തുരുതുരാ വെടിയുണ്ടകൾ വർഷിക്കുംപോലെ ജേക്കബിന്റെ തൊണ്ടയിൽനിന്നു വാക്കുകൾ പുറത്തേക്കു വന്നു. അയാളുടെ മുഖം തുടുത്തു. കണ്ണുകൾ സ്ഫടികം പോലെ തിളങ്ങി.

"നീ നിന്റെ മുറച്ചെറുക്കനെ മിസ്ട്രീറ്റ് ചെയ്തു എന്നെ സ്വന്തമാക്കാൻ. നീ എന്നും പറഞ്ഞു നിന്റെ ഈഗോയെ തൃപ്തിപ്പെടുത്താൻ എനിക്കേ കഴിയൂ എന്ന്. എന്നാലറിഞ്ഞോളൂ മനുഷ്യബന്ധങ്ങൾ കെട്ടിപ്പടുക്കേണ്ടതു സ്നേഹത്തിലാണ്. ഈഗോയിലല്ല, അതിന് ആത്മത്യാഗം വേണം, അഹന്ത വെടിയണം. ഗോട്ട് ഇറ്റ്? ഞാൻ നിന്നെയല്ല, നീ എന്നെയാണ് ആദ്യം പ്രേമിച്ചത്. ഞാൻ നിന്നെ കണ്ടതു വെറും സ്നേഹിതയായാണ്. എന്നാൽ തുടക്കത്തിലേ എനിക്കറിയാമായിരുന്നു നീയിത് ഒരു ട്രാജഡിയാക്കുമെന്ന്. ഐ വോസ് നെവർ ക്രൂവൽ. ഐ നെവർ ഹർട്ട് യൂ. യുവർ ഈഗോ ഈസ് ഹർട്ടിങ് യൂ. നീ കാരണം എന്റെ കുടുംബം തകർന്നു. ഞാൻ മെർലിനോടു കയർത്തു. അനാഥയായ അമ്മയെ വിട്ടു."

ജേക്കബ് ഏറ്റവും മൂർച്ചയേറിയ വാക്കുകൾക്കായി പരതുകയാണ്. തീഗോളം വിഴുങ്ങിയതുപോലെ അനിത ആകെ പൊള്ളിപ്പിടഞ്ഞു.

തനിക്കു കടുത്ത വയറുവേദനയാണ്. തലകറക്കവുമുണ്ട് എന്നതെല്ലാം ഒളിച്ചുവച്ചതു ശരിയായില്ല. മാസാമാസം ഡെയ്റ്റിന് നാലഞ്ചു ദിവസം മുമ്പെങ്കിലും ഈ വയറുവേദന തുടങ്ങുമെന്ന് എങ്ങനെയാണ് ഈ ജേക്കബിനെ പറഞ്ഞു മനസിലാക്കുക? ഒന്നു പിടിച്ചുനിൽക്കാൻ ഒരു വേദനസംഹാരി എവിടെനിന്നു കിട്ടും?

"ജേക്കബ് പ്ലീസ്, അയാം നോട്ട് വെൽ ആക്ച്വലി. എനിക്കു തല കറങ്ങുന്നുണ്ട്. കടുത്ത വയറുവേദനയാണ്. ഡെയ്റ്റിന് മുമ്പ് ഇങ്ങനെ വരാറുണ്ട്. നിനക്കറിയില്ല, ഇത്തരം ദിവസങ്ങളിൽ പെൺകുട്ടികളെ ആരും ശകാരിക്കാറില്ല. ഇ എസ് ആറിന്റെ ലെവൽ ഉയർന്ന്."

അനിത ജേക്കബിന്റെ ഷർട്ടിന്റെ കൈയിൽ പിടിച്ചു.

"ഷീ തൊടരുതെന്നെ. നീയാണ് ആദ്യം എന്നെ തൊട്ടത്. നമ്മുടെ ബന്ധത്തിലേക്കു സെക്സിനെ വലിച്ചിഴച്ചു കൊണ്ടുവന്നത്. ആൻഡ് നൗ യൂ ഫൈൻഡ്സ് ഫാൾട്ട്സ് വിത്ത് മീ. നീ നിന്റെ മുറച്ചെറുക്കനോടു പ്രതികാരം ചെയ്യുകയായിരുന്നു. അതിനു നീയെന്നെ കരുവാക്കി. ആഫ്ടർ ഹർട്ടിങ് മീ. യൂ ആർ നൗ പ്ലീഡിങ് ഇൽ ഹെൽത്ത്. എന്റെ രണ്ട് അനാസ്ഥകൾ. എന്റെ ഹൃദയത്തെയും കുടുംബത്തെയും തകർത്തു.

ആക്രമണങ്ങളും ആരോപണങ്ങളും തടുക്കാനും സഹിക്കാനും ഇനിയൊട്ടും കഴിയില്ല എന്നായപ്പോൾ അനിത അടുത്ത മുറിയിൽ കടന്നു പതുക്കെ വാതിൽ ചാരി.

"സോറി മാഡം നിങ്ങൾക്ക് അങ്ങനെ രക്ഷപ്പെടാനാവില്ല. എനിക്കു നിങ്ങളെ മറക്കണം. നിങ്ങൾ തന്ന സമ്മാനങ്ങളെല്ലാം ഞാൻ ആ അലമാരയിൽ പട്ടിൽ പൊതിഞ്ഞു സൂക്ഷിച്ചിട്ടുണ്ട്. അതെല്ലാം തിരിയെ എടുത്തിട്ടു നിങ്ങൾക്കു വാതിലടയ്ക്കാം."

അനിത ചാരിയ വാതിൽ തുറന്ന് ജേക്കബിനു മുമ്പിൽ ചെന്നു നിന്നു. രക്തവർണമായിത്തീർന്ന മുഖം കൈപ്പത്തികൊണ്ട് അമർത്തിത്തുടച്ച് അവൾ ശാന്തമായി പറഞ്ഞു:

"എല്ലാം ഞാൻ തിരിയെ എടുക്കാം. എന്നാൽ ഞാൻ ആദ്യം നിനക്കു തന്ന സമ്മാനമുണ്ടല്ലോ ജീവിതത്തിലൊരിക്കലും മറക്കാനാവാത്തതെന്നു നീ പറയാറുള്ള ആ സമ്മാനം, എന്റെ സ്നേഹം, അതു നീ പലിശയടക്കം എനിക്കു തിരിയെത്തരണം. തരില്ലേ?"

ജേക്കബിന്റെ മുഖം ദയനീയമായി ചുവന്നു. അവന്റെ കണ്ണുകളിൽ ഏതോ ഈറൻപ്രകാശം ചീറിക്കത്തി. ഹൃദയത്തിനുള്ളിലെവിടെയൊക്കെയോ മുറിവുകളുണ്ടായി. ജീവിതം തുടങ്ങും മുമ്പേ പാനപാത്രം താൻ തച്ചുടയ്ക്കാൻ ശ്രമിക്കുന്നു. തനിക്കുവേണ്ടി സകലതും ഉപേക്ഷിച്ച ഈ പെൺകുട്ടിയുടെ ഹൃദയം ബോംബ് വച്ചു തകർക്കാൻ ശ്രമിക്കുന്നു! അവൾ കരയുന്നില്ല. അവൾ കുട്ടിയല്ല. ജീവിതത്തിൽ അവൾക്കാകെ കിട്ടിയ മധുരം തന്റെ സ്നേഹമാണത്രേ. മുപ്പതുകഴിഞ്ഞ പക്വമതിയെന്ന് എന്നും അഹങ്കരിച്ച തനിക്കു സ്നേഹിച്ച പെണ്ണിന്റെ മുമ്പിൽ സ്വന്തം കോപത്തെ ഒന്നു തുടലിട്ടു പിടിക്കാൻ കഴിഞ്ഞില്ല. അവൾ കോപിച്ചതു തെറ്റാണോ? അവളുടെ വിരലറ്റത്ത് ആരെങ്കിലും തൊട്ടെന്നു പറഞ്ഞാൽ താനതു സഹിക്കുമോ? ആ നിമിഷം ചവിട്ടി പുറത്താക്കില്ലേ?

വസന്തവും ശിശിരവും യുദ്ധവും സമാധാനവും സ്നേഹവും ദേഷ്യവും ജീവിതവും മരണവും ഒക്കെ എനിക്കിനി നീയാണ് ജേക്കബ് എന്നല്ലേ ഇന്നലെ അവൾ പറഞ്ഞത്? അവൾ തന്നെ പ്രേമിച്ചതു തന്റെ ജീവിതത്തിലെ ഏറ്റവും മനോഹരമായ അനുഭവമല്ലേ? അവൾ തന്നെ ചുംബിച്ചപ്പോൾ ജീവിതത്തിന്റെ ഏറ്റവും മനോജ്ഞമായ അനുഭൂതി അറിഞ്ഞില്ലേ? അവൾക്കു സുഖമില്ലാതായാൽ ഭർത്താവായ താൻ ശുശ്രൂഷിക്കയല്ലേ വേണ്ടത്? അവൾ തന്റെ സ്നേഹത്തിന്റെ തേൻമധുരത്തോടൊപ്പം കോപത്തിന്റെ ഉഗ്രവിഷത്തെയും സ്വീകരിക്കുന്നു. എല്ലാ ഗുണത്തോടും ദേഷ്യത്തോടുംകൂടി സ്നേഹിക്കുമ്പോൾ മാത്രമേ സ്നേഹം സ്നേഹമാകൂ.

ഓരോ മനുഷ്യനും പാരമ്പര്യത്തിന്റെയും ഓർമകളുടെയും അത്ഭുതകരമായ കലവറയാണ്. ഒറ്റ ദിവസംകൊണ്ട് എല്ലാം മാറ്റിയെടുക്കാനാവില്ല.

അനിത അടുക്കളയിലേക്കു കയറിപ്പോയിരിക്കുന്നു. അമിതമായ വികാരാവേശങ്ങൾ ശരീരത്തെ തളർത്തിയിരിക്കുന്നു. അയാൾ കണ്ണടച്ചു കട്ടിലിലങ്ങനെ കിടന്ന് എപ്പോഴോ ഉറങ്ങിപ്പോയി.

നെറ്റിയിലേതോ ശീതള സ്പർശം, ജേക്കബ് കണ്ണു തുറന്നപ്പോൾ അനിത കൈ പിൻവലിച്ചു.

“ഹയ്യോ ഞാൻ മരിച്ച പോലങ്ങ് ഉറങ്ങിപ്പോയി. നേരം എത്രയായി?” അയാൾ എഴുന്നേറ്റിരുന്നു.

അനിത പിറകിലൂടെ അയാളുടെ ചുമലുകൾ കെട്ടിപ്പിടിച്ചു. “സ്നേഹിക്കുന്നവർക്കു മരണത്തെ സ്പർശിക്കാനാവില്ല, ജേക്കബ്. എഴുന്നേൽക്കൂ. ഞാൻ ചോറുണ്ടാക്കി വെച്ചിട്ടുണ്ട്. കാലത്തു കഴിച്ചതെല്ലാം ഛർദിച്ചു പോയില്ലേ?”

ഊണു കഴിഞ്ഞപ്പോൾ ജേക്കബിനു വീണ്ടും ക്ഷീണമായി. ഇരുവരും കട്ടിലിനെത്തന്നെ ശരണം പ്രാപിച്ചു.

ജീവിതത്തിന്റെ ഋതുഭേദങ്ങളെ സ്വീകരിക്കാൻ തയാറാവേണ്ടതുണ്ട്. അനിത വിചാരിച്ചു. ഓരോ മനുഷ്യനിലും ഗുണദോഷങ്ങളുണ്ട്. ഒന്നിനെ ചേർത്തു പിടിക്കാനും മറ്റേതിനെ ഉപേക്ഷിക്കാനും കഴിയില്ല. ഈ ജീവിതം ദൈവത്തിന്റെ ദാനമാണ്.

അനിത ജേക്കബിന്റെ മുഖത്തിനു മേൽ തന്റെ മുഖമമർത്തി.

“വെരി വെരി സോറി ജേക്കബ്, നീയെന്നോടു ക്ഷമിക്കണം. നിന്നെ പ്രൊവോക്ക് ചെയ്തതിന്. നിന്നോടുള്ള സ്നേഹം എന്നെ ഉന്മാദിനിയാക്കി. ഞാൻ നിന്നെ സ്നേഹിച്ചതും നിന്നെ തൊട്ടതും ഒക്കെ സ്നേഹം കൊണ്ടാണ്. ഞാനാരേയും മിസ്ട്രീറ്റു ചെയ്തില്ല. ഈഗോയെന്നു ഞാനുദ്ദേശിച്ചത് ആത്മസ്വത്വത്തെയാണ്. അതിനെയാണ് നീ തൃപ്തിപ്പെടുത്തിയത്. നിന്നെ സ്നേഹിച്ചപ്പോൾ എന്റെ അഹന്ത എന്നിൽനിന്നു ഞെട്ടി പിന്മാറി. നമുക്കു നാളെത്തന്നെ നിന്റെ അമ്മയെ കാണാൻ പോകണം. എനിക്കവരോടു മാപ്പു ചോദിക്കണം. നീ പറഞ്ഞതെല്ലാം ഞാൻ സഹിച്ചു. എന്നാൽ നിനക്കെന്നെ മറക്കണമെന്ന്... ഞാൻ തന്നതൊക്കെ തിരിച്ചെടുക്കണമെന്ന്–”

അനിത സംസാരം നിർത്തി ജേക്കബിന്റെ നനുനനുത്ത മുടിയിഴകളെ തലോടിക്കൊണ്ടിരുന്നു.

“നീയെന്നോടു സോറി പറയരുതേ. പിന്നെ അനിതാ നിനക്കു തോന്നുന്നുണ്ടോ എന്റെയീ വിരലുകൾ മറ്റൊരു പെണ്ണിനെ തൊട്ടിട്ടുണ്ടെന്ന്. ഒരു തമാശ പറഞ്ഞതിനു നീ...?”

അനിത അയാളുടെ വിരലുകളിൽ വിരൽ കോർത്തു.

“സോറി ഞാൻ തെറ്റു ചെയ്തു. നീയെന്നോടു ക്ഷമിക്കണം. എന്നാൽ നീയിനി കോപിച്ചാൽ യാതൊന്നിനേയും നിന്ദിക്കരുത്. നിന്ദിക്കുമ്പോൾ മനോഹരമായ സാധ്യതകളെ തടയലാകും. ചെളിയെ നിന്ദിക്കുമ്പോൾ താമരയെ നിന്ദിക്കലാണ്.”

ജേക്കബ് കുറ്റബോധംകൊണ്ട് ഇടറിയ തൊണ്ട ശരിയാക്കിക്കൊണ്ടു പറഞ്ഞു.

“എനിക്കു നിന്നിലൂടെ ഒരുപാടു പാഠങ്ങൾ പഠിക്കാനുണ്ട്. സ്നേഹം പരസ്പരം സമർപ്പിക്കലാണ്. പരസ്പരം വെറുക്കാൻ ഇട കൊടുക്കരുത്.”

ഈ വാക്കുകളെ ഒരു വലിയ പൊട്ടിച്ചിരികൊണ്ടു തകർത്തു തരിപ്പണമാക്കി അനിത ജേക്കബിനെ തലയണമേലേക്ക് ഉന്തിത്തള്ളിയിട്ടു.

“ജേക്കബിനറിയോ, സ്നേഹം ഉള്ളിലുള്ളതുകൊണ്ടാണു ഞങ്ങൾ പെണ്ണുങ്ങൾ ജീവിച്ചുപോകുന്നത്. ഏത് ഇനത്തിലുള്ള ബന്ധത്തിലും പുരുഷന്മാരെ സഹിക്കുക അത്ര എളുപ്പമുള്ള കാര്യമാണോ? പ്രകൃതിക്കും പുരുഷനേക്കാൾ ആവശ്യം സ്ത്രീയെയാണ്. കാരണം ഭൂമിയിൽ ജീവൻ നൃത്തം വയ്ക്കുന്നത് അവളിലൂടെയാണ്. അവൾ സ്നേഹംകൊണ്ടാണു സ്നേഹനിരാസത്തെ നേരിടുന്നത്. അണ്ടർസ്റ്റാൻഡ് മൈ ഡിയറസ്റ്റ് നോട്ടീ സ്കൂൾ ബോയ്?”

“ആ നശിച്ച കഥയാണ് ഇതൊക്കെയുണ്ടാക്കിയത്. നമുക്കതെല്ലാം ഇനി മറക്കാം.” ജേക്കബ് പോംവഴി പറഞ്ഞു.

പുറത്തു കർക്കിടകമഴ തിമർത്തു പെയ്യാൻ തുടങ്ങിയപ്പോൾ, അവർ – ജേക്കബും അനിതയും – ജീവിതത്തിന്റെ സുഖദുഃഖങ്ങളെപ്പറ്റി ഒട്ടുമേ ഉൽക്കണ്ഠപ്പെടാതെ ഒരു കിൽറ്റിന്റെ ഊഷ്മളതയിലേക്കു നൂണ്ടു കയറി.

ഓരോരോ ഗന്ധങ്ങൾ

കോണാട്ട് പ്ലേസിലെ പാലിഗാബസാറിൽ കാർ നിർത്തിയപ്പോൾ സുരേഷ്കൃഷ്ണയുടെ മുഖം എന്തിനോ വിവർണമായി. അയാളെപ്പോഴും അങ്ങനെയാണ്. തനിയെ ആവുകയാണെന്ന ബോധം അയാളെ ഭയപ്പെടുത്തിക്കളയും.

"ഇന്നത്തെ ഷോപ്പിങ്, ഗോപികേ നീ സന്ധ്യവരെ നീട്ടിക്കൊണ്ടുപോകും. അതുറപ്പ്. നമുക്ക് വൈകിട്ടൊന്നു നടക്കാനിറങ്ങണം. ഒരുപാടു കാര്യങ്ങൾ പറയണം, എന്നൊക്കെയാണ് എന്റെ..."

ഞാൻ ഉത്സാഹത്തിമിർപ്പോടെ ഇറങ്ങി, ഡോറടച്ചപ്പോൾ ബാക്കി വാക്കുകൾ ആ ശബ്ദകോലാഹലങ്ങളിൽ കുരുങ്ങിപ്പോയി. യാത്ര പറയാനായി ഞാനവന്റെ മുഖത്തിനു നേരെ തല കുനിച്ചു.

ഒരു സത്യം ഞാൻ പറയാം. സുരേഷ്കൃഷ്ണ സുന്ദരനായിരിക്കാം, സൽസ്വഭാവി ആയിരിക്കാം. ഉയർന്ന ഉദ്യോഗസ്ഥനും ആയിരിക്കാം. പക്ഷേ, എനിക്കവന്റെ ഉടലിന്റെ ഗന്ധം അസഹ്യമായിരുന്നു. ഏത് സുഗന്ധദ്രവ്യത്തെയും തുളച്ചുമാറ്റിക്കൊണ്ട് ആ ഗന്ധകമണം. അപ്പോഴൊക്കെ ഏതോ ശൈശവവീഥിയിലേക്കു കുതിച്ചുചാടിക്കൊണ്ട് ഒരു പരിചിത ഗന്ധം എന്റെ നാസാരന്ധ്രങ്ങളെത്തേടിയെത്തുന്നു.

"ശരി, കൃഷ്ണ നമുക്കു വൈകിട്ടു കാണാം."

പൊടുന്നനെ ഉന്മേഷശൂന്യനായിപ്പോയ ഞാൻ ബസാറിനു നേരെ തിരിഞ്ഞു നടന്നു.

ഞങ്ങൾ പ്രണയിതാക്കളായിരുന്നില്ല. പ്രണയസല്ലാപങ്ങൾക്കായി ഞങ്ങൾക്കു നേരമില്ലായിരുന്നു. സ്വാതന്ത്ര്യത്തിന്റെ വെളിമ്പറമ്പുകളിൽ യഥേഷ്ടം വിഹരിച്ചിരുന്ന എന്നെ ഒരു വിവാഹനിശ്ചയത്തിന്റെ ഊരാക്കുടുക്കിൽ ഈ മുപ്പതാം വയസിൽ കുരുക്കിയതു ബാലനങ്കിളാണ്. വിവാഹബന്ധങ്ങളിലുള്ള വിശ്വാസക്കുറവല്ലായിരുന്നു എന്നെ വിവാഹ

ത്തിൽനിന്നകറ്റിയത്. എന്റെ തീരാത്ത വിദ്യാഭ്യാസത്വരയും പിന്നെ റിസർച്ചിന്റെ തിരക്കുകളും.

ആ പ്രായം കഴിഞ്ഞപ്പോൾ ഒരാളുടെ ആനന്ദത്തിന്റെ അവകാശ സ്ഥാപനത്തിന് എന്തിനായി അപരന്റെ വെളിച്ചത്തെ അപഹരിക്കണം എന്ന ചിന്ത. ധർമക്ഷതിയുടെ തമസ്സ് – അതിന്റെ ചതുപ്പുനിലങ്ങൾ താണ്ടി, ഇരുമ്പും കരിമ്പും രുചിച്ച് ഒരു യാത്ര. ധാരാളം പുരുഷസുഹൃത്തുക്കൾ. എന്നാൽ വെന്ത അപ്പത്തെ മാത്രം ഇഷ്ടപ്പെട്ട ഞാൻ, ഓരോരോ വേവാത്ത അപ്പങ്ങളേയും തിരസ്കരിച്ചു. ഒരു പുരുഷനും എന്റെയുള്ളിലേക്കു ചുഴിഞ്ഞിറങ്ങാൻ കഴിഞ്ഞില്ല. ഏതോ കൗമാര സ്വപ്ന സുഗന്ധിയായ ഓർമകൾ ഒരു കുസൃതിക്കാറ്റായി തലോടാറുണ്ടെന്നു മാത്രം.

പക്ഷേ, നോക്കൂ. എന്നെ കണ്ടാൽ മുപ്പതു തോന്നുമോ? എന്റെയീ ചർമസുഷമയുടെ ഔദാര്യം ഇരുപത്തിരണ്ടിലോ മറ്റൊ ഒതുക്കി നിർത്തുന്നു എന്നാണ് എന്റെ സ്നേഹിത ഇന്ദുവിന്റെ തീർപ്പ്. കൃശഗാത്രികളായ സ്ത്രീകൾക്കു സൗന്ദര്യത്തെ പിടിച്ചുനിർത്താനാവും. കാലത്തേയും. പിന്നെ, നിങ്ങൾക്കറിയാമോ, യൗവനം വാസ്തവത്തിൽ പൂത്തുമറിഞ്ഞു നിൽക്കുന്നതു മുപ്പതുകളിലാണ്. ജീൻസും അയഞ്ഞ കുർത്തയുമാണു ജോലിസ്ഥലത്ത് എന്റെ വേഷം. ദില്ലിയിലെ മോഹിനികത്തിടയിൽ ഇതൊരു നിത്യക്കാഴ്ച തന്നെ. പക്ഷേ, കേരളത്തിലെ എന്റെ ഗ്രാമത്തിലേക്കണയുമ്പോൾ ഞാനീ കാലുറകൾ ഉരിഞ്ഞുമാറ്റും. പകരം അതിമനോഹരങ്ങളായ കോട്ടൺ സാരികൾ ചുറ്റും.

അമ്മ അതിസുന്ദരിയായിരുന്നു. അമ്മയുടെ പവൻമാറ്റു നിറം എനിക്കു കിട്ടിയില്ലെങ്കിലും, എനിക്കമ്മയുടെ ഛായ തന്നെ എന്നു ചെറിയമ്മ എപ്പോഴും മുഖസ്തുതി പറയും. എന്നാലമ്മയുടെ പതിഞ്ഞ സൗന്ദര്യത്തേക്കാൾ അച്ഛന്റെ പ്രോജ്ജ്വലസൗന്ദര്യം എന്നെ അമ്പരപ്പിച്ചിരുന്നു. ഗ്രാമത്തിലെ ദേവീക്ഷേത്രത്തിൽ ദീപാരാധനയ്ക്കു വരുന്ന ഒരൊറ്റ സ്ത്രീയും അച്ഛന്റെ കളഭസൗന്ദര്യത്തെയൊന്നു കടക്കണ്ണുകൊണ്ട് കടാക്ഷിക്കാതെ കടന്നുപോയിട്ടില്ല. ശിവനും പാർവതിയും പോലെ എന്നോ, കൃഷ്ണനും രാധയും പോലെ എന്നോ, ശ്രീരാമനും സീതാദേവിയും എന്നോ മറ്റോ അവരെപ്പറ്റി ആളുകൾ ദൃഷ്ടിവച്ചതു കൊണ്ടാണോ അങ്ങനെയൊക്കെ സംഭവിച്ചത്?

മുത്തശ്ശൻ മരിച്ചതിന്റെ പുലകുളി കഴിഞ്ഞിട്ടേ ഉണ്ടായിരുന്നുള്ളൂ. പത്താം ക്ലാസിലെത്തിയപ്പോഴേ എനിക്കു കവിതാകമ്പം തുടങ്ങിയിരുന്നു. നഗരത്തിലെ ഇംഗ്ലീഷ് മീഡിയം സ്കൂളിൽ, കവിതാരചനയ്ക്ക് എനിക്കുള്ള ഒന്നാം സമ്മാനം ഞാൻ കലക്ടറിൽനിന്നു സ്വീകരിക്കുന്നത് അച്ഛനും അമ്മയും കാണണമെന്ന് എനിക്ക് ഒരേയൊരു വാശി. വീട്ടിൽ സന്ദർശകരുടെ തിരക്ക്. എങ്കിലും അച്ഛന് എന്റെ ആഗ്രഹം സാധിപ്പിക്കാതെ അടങ്ങിയിരിക്കാനാവില്ല. ദില്ലിയിലെ ഉയർന്ന ഉദ്യോഗസ്ഥരാണ് അച്ഛനും അമ്മയും. എങ്കിലും ഗ്രാമവും പുഴയും മലയാള ഭാഷയും മല

യാള മണ്ണും എനിക്ക് പെറ്റമ്മയാണെന്നും അമ്മയെ അറിയാതെ നഗരമെന്ന വിരുന്നുകാരിയെ അറിയാനാവില്ല എന്നും അച്ഛൻ എന്നെ പഠിപ്പിച്ചു. പത്താം ക്ലാസിൽ സ്കൂളിലെ ഏറ്റവും ഉയർന്ന റാങ്കുകാരിയായ എനിക്ക് ദില്ലിയിൽ ഏറ്റവും മികച്ച സ്കൂളിൽ അച്ഛൻ സീറ്റു പറഞ്ഞുവച്ചിരുന്നു. ഇനി ക്ലാസു തുടങ്ങുമ്പോൾ അങ്ങു ചെന്നു ചേർന്നാൽ മതി. അപ്പോഴാണ് മുത്തച്ഛന്റെ മരണം. അച്ഛനുമമ്മയും നാട്ടിലെത്തി ദില്ലിക്കു തിരിക്കും മുമ്പ് സ്കൂളിലൊരു ചടങ്ങിൽവച്ച് എനിക്കു സ്വീകരണം. കൂടെ കവിതയെഴുത്തിനുള്ള സമ്മാനദാനം.

അച്ഛൻ തന്നെയാണ് കാറോടിച്ചത്. ഞാനെന്റെ പുത്തൻ വസ്ത്രങ്ങളണിഞ്ഞു പിറകിലത്തെ സീറ്റിൽ ഒറ്റയ്ക്കു സ്പീഡിലോടുന്ന കാറിൽ മറയുന്ന വൃക്ഷത്തലപ്പുകളുടെ ഹരിതഭംഗിയിൽ മയങ്ങി. ഞാൻ സീറ്റിൽ ചാരിയിരുന്നു. ഇനിയിതെല്ലാം എന്നാണ് ഞാൻ കാണുക! ദില്ലിയെന്ന മഹാനഗരം എന്തൊക്കെയാണ് എനിക്കു കൊണ്ടുവന്നു തരാൻ പോകുന്നത്? ചെകിടടപ്പിക്കുന്ന ഒരൊച്ച. ഞാൻ ഞെട്ടിയുണർന്നു. അപ്പോഴേക്കും ആരോ എടുത്തെറിഞ്ഞപോലെ ഞാൻ വയലിലേക്കു തെറിച്ചു. കാറിന്റെ ഒരു ചക്രം എനിക്കൊപ്പം ഉരുണ്ടു വന്ന് വയലിലെ ചേറിലേക്കു പൂണ്ടു. അമ്മയും അച്ഛനും എവിടെ?

അങ്ങനെയാണ് ഞാൻ അച്ഛനും അമ്മയും ഇല്ലാത്തവളായത്. എങ്കിലും ദില്ലിയിൽ അച്ഛൻ ചേർത്ത സ്കൂളിൽ തന്നെ പഠിക്കണമെന്ന് എനിക്കു നിർബന്ധമായിരുന്നു. എല്ലാ വെക്കേഷനും ഞാൻ ഗ്രാമത്തിലെത്തും. എന്റെ വളർച്ച കാണാനെന്നപോലെ ഗ്രാമവാസികളും ചെറിയമ്മയും ബാലമ്മാമയും. പിന്നെ അടുക്കളയിൽ കാർത്തുവേടത്തി.

ഇവർക്കെല്ലാം ഞാനിപ്പോഴും മാളൂട്ടി തന്നെ (മുത്തച്ഛൻ കുഞ്ഞായ എന്നെ മോളൂട്ടി എന്നു വിളിച്ചിരുന്നുവത്രെ. അങ്ങനെ പേരു തേഞ്ഞു തേഞ്ഞ് മാളൂട്ടിയായി).

പഠിപ്പു കഴിഞ്ഞ് ദില്ലിയിൽ തന്നെ ജോലിക്കു ചേർന്നപ്പോൾ ചെറിയമ്മയ്ക്ക് പരിഭ്രമം. ഏതെങ്കിലും ജാതികെട്ട ഹിന്ദുസ്ഥാനിയെ പ്രേമിച്ചു കെട്ടിയാൽ, തീർന്നില്ലേ എല്ലാം! വർഷങ്ങൾ കഴിഞ്ഞപ്പോൾ പരിഭ്രമത്തിനു പുതിയൊരു മുഖം കൈവന്നു. “യോഗ്യനായ ഒരു ഹിന്ദുസ്ഥാനിയായാലും വേണ്ടില്ല, എന്റെ മാളൂട്ടിക്കൊരു നല്ല ഭർത്താവുണ്ടായിക്കണ്ടു മരിക്കാനാവ്വോ ദേവീ!”

ഇത്തവണ ബാലമ്മാമയുടെ ദില്ലിസന്ദർശനം അദ്ദേഹത്തിന്റെ സഹപാഠിയുടെ മകനുമായുള്ള വിവാഹക്കരാറിൽ കലാശിച്ചു. ബാങ്കിൽ ഉയർന്ന ഉദ്യോഗം. സുമുഖൻ. സത്സ്വഭാവി. പിന്നെന്തു വേണം? മലയാളിയുമാണ്. നാടിനെയും ഭാഷയേയും സ്നേഹിക്കുന്നവനാണ്. ചെറിയമ്മയ്ക്കും ബോധിച്ചു.

ബസാറിൽ തിരക്കു തുടങ്ങിയിരുന്നു. വിവാഹത്തിനു നാട്ടിൽ പോകും മുമ്പുള്ള ഷോപ്പിങ്. അറ്റം കാണാതെ നീണ്ടുകിടക്കുന്ന അണ്ടർ

ഗ്രൗണ്ട് ഷോപ്പിങ് സെന്റർ. കണ്ണഞ്ചിപ്പിക്കുന്ന വർണസുരഭിലമായ കടകളുടെ നിരകൾ. ഒരിക്കലും കണ്ടിട്ടില്ലാത്ത മനുഷ്യരെ തട്ടിമുട്ടി.

"നസർ സേ നസർകോ
സലാം ആരഹേ ഹൈ"

കണ്ണുകളിൽനിന്നു കണ്ണുകളിലേക്കു പറക്കുന്ന പ്രണയനമസ്കാരത്തെക്കുറിച്ച് ഗുലാം അലി പാടിയത്, മനസിൽ മൂളിക്കൊണ്ട് ഞാൻ പാലിഗാ ബസാറിലേക്ക് ഊളിയിട്ടുകൊണ്ടിരുന്നു.

കൈയിലെ എണ്ണമറ്റ പ്ലാസ്റ്റിക് കൂടുകളുടെ ഭാരം, ചുമലിനു ചെറിയൊരു തളർച്ച. പഴയ സ്പോണ്ടലൈറ്റിസിന്റെ കയറിപ്പിടുത്തം ഒരു പേടി സ്വപ്നം പോലെ എന്നെ ചൂഴ്ന്നു. വ്യസനത്തേക്കാൾ എന്നുമെന്നെ തളർത്തിയിരിക്കുന്നതു വ്യസനഭയമായിരുന്നു.

സമയം ഉച്ചകഴിഞ്ഞിരിക്കുന്നു. ഞാനൊരു ചെറിയ ഫാസ്റ്റ് ഫുഡ് സ്റ്റാളിനു മുമ്പിൽ തളർന്നിരുന്നു. നേരിയൊരു തലകറക്കമോ ഏയ്! കടുപ്പവും ചൂടുമുള്ള ചായ, അഗാധവും ഊഷ്മളവുമായൊരു പ്രണയത്തെപ്പോലെ എന്നെ ഉഷാറാക്കി.

"സിന്ദഗി സേ യഹീ ഗിലാഹൈ മുജേ
തൂ ബഹുത് ദേർ സേ മിലാഹൈ മുജേ"

ഞാൻ ഒന്നുകൂടി മൂളിപ്പാടി. ഗസലുകൾ കേൾക്കുമ്പോൾ ഞാനീ ജീവിതത്തെക്കുറിച്ചു സാരമായി ചിന്തിക്കാൻ തുടങ്ങും. പ്രണയവും നൈരാശ്യവും ദുഃഖവും ഏകാന്തതയും ഉള്ളിൽ ഊറിനിറയും. കാലത്തിന്റെ ചുമർ ചാരി നിൽക്കുന്ന ഒരു ഏകാന്തപഥികയെ ഞാനവിടെ കണ്ടുപിടിക്കും. ഗസലിന്റെ സാന്ദ്രഭൂമിയിലേക്കു പ്രിയപ്പെട്ട സ്വരം ഇറങ്ങിവരുന്നു. ഗായകന്റെ സുന്ദരവും ദീപ്തവുമായ സ്വരഗരിമ. എനിക്കു ജീവിതത്തോട് ഈയൊരു പരിഭവമേയുള്ളൂ.

നിന്നെ പരിചയമാവാൻ ഞാനെന്തേയിത്ര വൈകിപ്പോയി?

കോംബാക്ട് ഡിസ്കുകൾ വിൽക്കുന്ന കടയ്ക്കു മുമ്പിൽ ഞാൻ തറഞ്ഞുനിന്നു. ബാലമ്മാമയ്ക്കു ഗസലിന്റെ കമ്പമുണ്ട്. എന്നെപ്പോലെ ഗുലാം അലി ജ്വരം അമ്മാമ്മയ്ക്കില്ല. മെഹ്ദി ഹസ്സന്റെ പുതിയ ഡിസ്കുകൾ വാങ്ങിക്കാം. പിന്നെ ഗസൽ ഗായകൻ ജസ്വന്ത് സിങ്. അവനെ പരിചയപ്പെടുത്താം.

"ഹം തേരേ ശെഹദ് മേ
ആയേ ഹൈ മുസാഫിർ കീ താരാഹ്"

എന്നു പാടുമ്പോൾ ഹൃദയത്തെ പിളർക്കുന്ന ശോകം അകത്താകെ വിങ്ങിപ്പരക്കും. വീണ്ടുമൊരു കൂടിക്കാഴ്ചയ്ക്കായി അകംനീറ്റുന്ന പ്രിയപ്പെട്ട യാത്രക്കാരാ, നിനക്കു സ്തുതി. പിന്നെ സ്ഥൂലശരീരിയെങ്കിലും സംഗീതത്തിന്റെ സൂക്ഷ്മമറിയുന്ന അദ്നാൻ സാമി.

"ഹെലോ നിങ്ങളുടെ പേര് ഗോപികയെന്നാണോ?" ഹിന്ദുസ്ഥാനിയിൽ സ്ഫുടം ചെയ്തെടുത്ത ശബ്ദം! മുമ്പിൽ നിൽക്കുന്ന കൃശഗാ

ത്രന്റെ ചടുലനോട്ടങ്ങൾക്കു മുമ്പിൽ അൽപ്പം ചൂളിക്കൊണ്ട് ഞാൻ പറഞ്ഞു: “അതേയല്ലോ.” പിന്നീട് മലയാളത്തിലൊരു ചോദ്യം:

“എന്നാൽ പറയ്, ഞാനാര്?”

“എന്റെ അബ്ദു” അവന്റെ ശുഭ്രസുന്ദരമായ ദന്തനിരകൾ. ഒരു സന്ദേഹവുമില്ലാതെ ഞാൻ ഒറ്റപ്പിടുത്തത്തിന് അവന്റെ കൈപ്പത്തി വാരിയെടുത്തു. അത്ഭുതം! അതേ ഇളംചൂടുള്ള കൈപ്പടം. മാറിപ്പോയ കാലവും പ്രായവും പരിസരവും ഓർത്തപ്പോൾ ഞാൻ പതുക്കെ ആ കൈവിട്ടു.

“നിന്റെ പുതിയ വേഷം! തനി ഹിന്ദുസ്ഥാനി. ഒരു സുൽത്താനെപ്പോലെയുണ്ട്!”

ഞാൻ പൊട്ടിച്ചിരിച്ചു. അബ്ദു ചിരിച്ചില്ല. അവന്റെ മുഖം ഏതോ വേദനയിൽ പിടഞ്ഞു. കണ്ണുകൾ പതുക്കെ നനയാനും തുടങ്ങി. “നിന്നെ കണ്ടിട്ടു മനസിലായില്ല. നിലാവുകാണുമ്പോൾ, മാവു പൂക്കുമ്പോൾ, ആകാശത്തു മേഘങ്ങൾ നിറം മാറുമ്പോൾ എല്ലാം ഞാനെന്റെ പിടിവിട്ടുപോയ ബാല്യത്തെ ഓർക്കും. മേഘത്തിന്റെ തോളത്തിരുന്നു യാത്ര ചെയ്യാനുള്ള എന്റെ കൊതി എപ്പോഴാണ് കൂടുന്നതെന്നോ? വിമാനയാത്ര നടത്തുമ്പോൾ!”

അബ്ദുവിന്റെ ശുഭ്രസുഭഗമായ മുഖത്താകെ അസന്തുലിതമായി ശ്മശ്രുക്കൾ വളർന്നിരുന്നു. അവന്റെ മേൽപ്പോട്ടാക്കി നിർത്തിയ മേൽമീശയുടെ അറ്റമൊന്നു ട്രിം ചെയ്തിരുന്നുവെങ്കിൽ അവന് അതിനേക്കാൾ സൗന്ദര്യമുണ്ടായേനെ.

“മൊയ്തൂട്ടിയുടെ ഉന്തുവണ്ടിയിൽനിന്ന് ഒറ്റ പൈസയുടെ ബുൾബുൾ മിഠായിക്കു പകരം നീ എന്നിൽനിന്ന് എന്തെല്ലാം കരസ്ഥമാക്കി, അബ്ദു? നീ വാങ്ങിച്ചു തന്ന നാക്കു ചുവക്കുന്ന മിഠായി തിന്നതിന് അമ്മ അടിച്ച പാട് ഇന്നും തുടയിലുണ്ട്. അമ്മേടെ വിചാരം അന്നത്തെ പാരീസ് മിഠായിയിൽ കുറഞ്ഞതെന്തും വിഷമാണ് എന്നായിരുന്നു.” കുട്ടിക്കാലത്തിന്റെ കണ്ണാടിക്കൊട്ടാരങ്ങൾ എന്റെയുള്ളിൽ ഉയിർത്തെഴുന്നേറ്റു. സ്നേഹിച്ചും താലോലിച്ചും മതിവരാത്ത ആ ബാല്യകാല സ്മരണകളെ തൊട്ടുവിളിക്കാനായി എത്തിയിരിക്കുന്നു എന്റെ പഴയ തോഴനായ അബ്ദു.

“അബ്ദൂ, നിനക്കെത്ര കുട്ടികൾ?” അബ്ദു കൈകൾ കൂട്ടിത്തിരുമ്മിക്കൊണ്ടു പറഞ്ഞു. “നാല്.”

“എത്ര ഭാര്യമാർ?”

അബ്ദുവിന്റെ ദയനീയമായ നോട്ടം കണ്ട് ഞാൻ പൊട്ടിച്ചിരിച്ചു.

“ഒരു തമാശ പറഞ്ഞതല്ലേ? നിനക്ക് മൂന്ന് ഭാര്യമാരെന്ന് ആരോ പറഞ്ഞു. ഞാൻ വിശ്വസിച്ചില്ല. നിനക്ക് ഒരാൾക്ക് ഭർത്താവാകാനേ കഴിയൂ. പക്ഷേ, എനിക്കിതുവരെ ഒരു ഭർത്താവുപോലും ആയില്ല.”

അബ്ദുവിന്റെ ദീർഘനിശ്വാസം. കുട്ടിക്കാലത്ത് അവന്റെ തപ്തനിശ്വാസങ്ങൾ എന്റെ ഉറക്കം കെടുത്തിയിരുന്നു. ഉമ്മയുടെ മരണം അവന്റെ കുരുന്നു മനസിനെ ഉലച്ചു. അവൻ കരയുമ്പോഴൊക്കെ ഞാനാ കണ്ണു

നീർ തുടയ്ക്കുമായിരുന്നു. എന്നാലിന്ന് എനിക്കതിനു കഴിവില്ലല്ലോ അബ്ദു.

“നിന്നെ മീൻ നാറുന്നുവെന്നു പറഞ്ഞ് ഞാൻ അകറ്റിനിർത്താറുള്ളത് ഓർമയുണ്ടോ അബ്ദു? അന്നൊക്കെ നീ മീൻകൂട്ടാൻ വർജിച്ചു.”

“ഞാനിന്നും സസ്യഭുക്കാണല്ലോ ഗോപികേ.”

“ഫന്റാസ്റ്റിക് അജീബ് ബാത്ഹെ” ഞാൻ പറഞ്ഞു. ഇപ്പോഴും മീൻ മണമുണ്ടോ മാളൂട്ടീ എന്ന് നീ എന്റെ മൂക്കിനടുത്തേക്കു മുഖം കൊണ്ടു വന്നു വയ്ക്കുന്നത് എനിക്കു പെരുത്തിഷ്ടമായിരുന്നു. അതാണ് മീൻ മണമില്ല എന്ന് ഞാൻ സമ്മതിക്കാതിരുന്നത്. ഇത് ഞാൻ പറഞ്ഞില്ല. പകരം ഞാൻ പറഞ്ഞത് ഇതാണ്:

“നീയായിരുന്നു അന്ന് ഞാനറിയുന്ന കുളിക്കുന്ന മാപ്ലക്കുട്ടി. സുഗന്ധമുള്ള മാപ്ലക്കുട്ടി.”

അവൻ ആശ്വാസത്തോടെ പുഞ്ചിരിച്ചുകൊണ്ടു ചോദിച്ചു.

“ആട്ടെ നീയേതു പാട്ടു മേടിക്കാൻ കയറി?”

“നിനക്ക് എന്താണിവിടെ നിന്നും വാങ്ങിക്കാനുള്ളത്.”

ചുമരിലെ വലിയ നിലക്കണ്ണാടിയിൽ അബ്ദുവിന്റെ കിളിരം കൂടിയ രൂപം! പിന്നെ കാലത്തിന്റെ ചുവർ ചാരി, അതേ ഏകാന്തമായ മറ്റൊരു രൂപം. ഞാൻ കണ്ണാടിയിലേക്കു തമാശയായി ചൂണ്ടിക്കാണിച്ചു.

“അതാ, അത്, അതു വാങ്ങിച്ചുതര്വോ?”

അബ്ദു ചിരിക്കാൻ ശ്രദ്ധിച്ചു. അവന്റെ കണ്ണുകളിൽ ഏതോ വിഷാദച്ഛവിയുടെ കരിമേഘലങ്ങൾ പെയ്യാനോങ്ങിനിന്നു.

മനസിലെ സ്നേഹത്തിന്നുറവകളെ ആരോ ഉണർത്തുന്നു.

മനസു പിടിവിട്ട് ഒരു പശുക്കിടാവിനെപ്പോലെ തുള്ളിച്ചാടിക്കൊണ്ട് ഗ്രാമത്തിലെ കുന്നിൻമുകളിലേക്കു കയറുന്നു. അസ്പഷ്ടമധുരമായ മൂടൽമഞ്ഞു മാറ്റി നോക്കിയാൽ അതിസുന്ദരമായ ബാല്യം! അവിടെ വെള്ളത്തൊപ്പിയണിഞ്ഞ ബാലൻ - മൊയ്തു മൗലവിയുടെ മകൻ അബ്ദുറസാഖ്. വെളുത്ത പെറ്റിക്കോട്ടണിഞ്ഞ ബാലിക. രാമൻ മേനവന്റെ മകൾ ഗോപികാ മേനോൻ. അബ്ദു സ്വയം സുൽത്താനായി ഭാവിച്ചു. മാളൂട്ടി രാജകുമാരിയെന്ന് അഹങ്കരിച്ചു.

“അബ്ദൂ, നിന്റെ തൊപ്പിയൊന്നു താ.”

“വേണ്ട, തൊപ്പീല് നീ ചെല്യാക്കും.”

“ഇല്യാ താ അബ്ദു”

“തന്നാലേ നിന്റെ കൈയിലുള്ള ആ പച്ചക്കല്ലുള്ള മോതിരം തര്വോ? വിരലിലിടാൻ?”

അതിനെന്തു പ്രയാസം? പൊൻമോതിരം കൈമാറി, തൊപ്പികിട്ടി. സ്കൂളിലേക്കുള്ള വഴിയിൽ, കുറേക്കൂടി നടന്നപ്പോൾ അബ്ദു കണ്ടുപിടിച്ചു. പെൺകിടാവിന്റെ കൈയിൽ ഒരു പുതിയ സാധനം. ഒരു നീളപ്പെൻസിൽ. അറ്റത്തു പ്ലാസ്റ്റിക് കൈപ്പടത്തിന്റെ ആകൃതിയിൽ ഒരു മൂടിയും.

"മാളൂട്ടി ആ പെൻസിലൊന്നു നോക്കട്ടെ."

"നോക്കിക്കോ, പക്ഷേ എന്താ തര്വാ?"

"അതേ നല്ല വെള്ളത്തണ്ടുണ്ടല്ലോ സ്ലേറ്റ് മായ്ക്കാൻ"

പെൻസിൽ കൈമാറി, വെള്ളത്തണ്ടു കിട്ടി.

തിരികെയുള്ള യാത്രയിൽ പൊൻമോതിരം തിരിച്ചുകൊടുക്കപ്പെട്ടു. എന്നാൽ രാജകുമാരിയുടെ കൈയിലുള്ള പലതും സുൽത്താന്റെ കീശയിലായിക്കഴിഞ്ഞിരുന്നു.

അബ്ദുവിന്റെ കൈപ്പടയ്ക്കു വെറ്റിലയുടെ ആകൃതിയായിരുന്നു. അതു നിറയെ രേഖകളും.

സ്കൂളിലേക്കു പോകുമ്പോൾ ഞങ്ങൾ മൂന്നു പേരുണ്ടാവും. ഞാൻ, പിന്നെ കോയട്ടി ഹാജിയുടെ മകൾ ഷാഹിനയും. ഷാഹിന ഒരു സുന്ദരിയായിരുന്നു. എണ്ണയൊലിപ്പിക്കുന്ന തലമുടിയും ചുവന്ന ചുണ്ടുകളും. ഞാനെന്നും ഇരുനിറക്കാരി തന്നെ. എന്നാലും അബ്ദു ഷാഹിനയെ ശ്രദ്ധിക്കുകയേ ഇല്ല. അവന്റെ കണ്ണുകൾ സദാ എന്റെ മുന്തിയ വേഷങ്ങളിലും തിളങ്ങുന്ന മാലകളിലും തങ്ങിനിന്നു. രാവിലെ സ്കൂളിലേക്കു പോകാനൊരുങ്ങി വരുമ്പോൾ പലപ്പോഴും അബ്ദു ആശ്ചര്യപ്പെട്ടു.

"മാളൂട്ടി അടുത്തുവ്രുമ്പോ എന്തു നല്ല മണാ. നീയെന്നും ശീമ സെന്റ് പൂശീട്ടാ വര്വാ?"

ഞാനൊരു ശീമയും പൂശാറുണ്ടായിരുന്നില്ല.

അബ്ദു അടുത്തേക്കു വരുമ്പോൾ രാവിലെ അകത്താക്കിയ മീൻകറിയുടെ ഗന്ധം പരക്കാൻ തുടങ്ങും. ഒരു ദിവസം ഞാൻ രണ്ടും കൽപ്പിച്ചു പറഞ്ഞു. "അബ്ദു ഇനി എന്നോടു കൂടണ്ട. നിന്നെ മീൻ മണക്കുന്നു. അവന്റെ ചുവന്നു തുടുത്ത മുഖം വിളറി. ഷാഹിനയുടെ പരിഹാസച്ചിരി അവനെ ക്രുദ്ധനാക്കി.

പിറ്റേന്ന് അബ്ദു അടുത്തു വന്നപ്പോൾ മത്സ്യഗന്ധം ഉണ്ടായിരുന്നില്ല.

"ഇപ്പഴോ മാളൂട്ടി, ഇന്ന് മീൻ മണക്കുന്നില്ലല്ലോ. ഇന്ന് ഞാൻ കൈയും വായും സോപ്പിട്ടു കഴുകിയല്ലോ."

ഞാനതു ശ്രദ്ധിക്കാതെ രാജകുമാരിയെപ്പോലെ തലയുയർത്തിപ്പിടിച്ചു നടന്നു.

അവന്റെ വീട്ടിൽ മത്സ്യക്കറിയല്ലാതെ മറ്റൊരു കറിയുണ്ടാവില്ല എന്ന അറിവ് കാർത്തുവേടത്തിയിൽനിന്ന് പിൽക്കാലത്ത് അറിഞ്ഞപ്പോൾ ഞാൻ വല്ലാതെ വേദനിച്ചിരുന്നു. മിക്കപ്പോഴും കാലത്ത് ഒഴിഞ്ഞ വയറോടെയാണ്, എന്റെ മുമ്പിൽ നല്ല കുട്ടിയാവാൻ വേണ്ടി അവൻ വീട്ടിൽ നിന്നിറങ്ങിയത്.

പുഴയിൽ നീന്തിത്തുടിക്കാനും മലക്കംമറിയാനും അബ്ദുവിനു താൽപ്പര്യമില്ലായിരുന്നു. ഞാനാണെങ്കിൽ പുഴയിലിറങ്ങുന്നതിൽ ഭയമുള്ളവളും. അവൻ വെടിപ്പുകളിൽ വിശ്വസിച്ചു. ഉപ്പയുടെ ഉപദേശങ്ങൾ അവൻ ഞങ്ങളേയും പറഞ്ഞു കേൾപ്പിക്കും.

“ഉണ്ടാൽപ്പോരാ ഊക്കുണ്ടാവണം, ഉടുത്താൽ പോരാ നഗ്നത മറയ്ക്കണം, കുളിച്ചാൽ പോരാ, മാലിന്യം പോകണം” അങ്ങനെയോരോന്ന്.

മുത്തശ്ശന് അബ്ദുവിനെ പെരുത്തിഷ്ടമായിരുന്നു.

ഉമ്മറത്തെ ചാരുപടിയിൽ കിടന്നുകൊണ്ട് മുത്തച്ഛൻ ഒരുപാട് കഥകൾ പറയും. രണ്ടാൾക്കും ഒരേനേരത്താണ് സംസ്കൃതവ്യാകരണം പറഞ്ഞു തരിക.

“വിദ്യാവിരോധിനീ നിദ്രാലസ്യേ” എന്നതിന്റെ അർഥം അബ്ദു ജീവിതത്തിൽ അന്വർഥമാക്കി. വിദ്യയുടെ ശത്രുക്കൾ ഉറക്കവും തളർച്ചയുമാണെന്ന അറിവ്. ഉറങ്ങാനല്ലാതെ വെറുതെ കട്ടിലിൽ കിടന്നൂടാ എന്ന തത്വം അവൻ ജീവിതത്തിൽ പകർത്തി.

“സർവേ ഭദ്രാണി പശ്യന്തു.” സകലർക്കും നന്മയെക്കാണാൻ സാധിക്കട്ടെ എന്നു പറയുന്നതിനു പിന്നിലെന്താണെന്ന് അബ്ദുവിനു തോന്നുന്നുണ്ടോ? എന്ന് മുത്തശ്ശൻ ഒരിക്കൽ ചോദിച്ചു.

“നന്മ കാണാൻ മനുഷ്യനു പലപ്പോഴും കഴിവില്ല. അതുകൊണ്ടാണ് ഇത്തരം അവസരങ്ങളിൽ...”

മുത്തച്ഛൻ ആഹ്ലാദത്തോടെ എഴുന്നേറ്റിരുന്ന് അബ്ദുവിന്റെ ചുമലിൽ തട്ടും. അവനോട് അസാരം അസൂയ തോന്നിപ്പോയ ഒരു അവസരം എനിക്കു മറക്കാനാവില്ല.

ചോദ്യങ്ങൾക്കുള്ള ഉത്തരം പറയിപ്പിച്ചിട്ടാണ് മുത്തശ്ശൻ ഞങ്ങളുടെ ബുദ്ധിയെ ഖനനം ചെയ്യുക.

‘വിജയതേ ഗോപാല ചൂഡാമണി’

അർഥം ഗോപിക പറയ്വാ

ഒട്ടും സംശയിക്കാതെയാണ് ഞാൻ പറഞ്ഞത്.

“ഗോപാലന്മാരുടെ ചൂഡാമണി വിജയിക്കട്ടെ” എന്നാണ്. മുത്തശ്ശൻ ഒന്നു ചിരിച്ചു.

“തെളിച്ചു പറയൂ. ചിന്തിച്ചു പറയണം. വ്യാകരണത്തിലുംത്തിരി തെറ്റുണ്ട്.”

കൂടുതലൊന്നും പറയാൻ എനിക്കായില്ല. മുത്തശ്ശൻ അബ്ദുവിനു നേരെ തിരിഞ്ഞു. അവൻ പുഞ്ചിരി തുടുത്തു നിൽക്കുന്ന ചുണ്ടുകളാലെ എന്നോട് ആംഗ്യത്തിൽ ചോദിച്ചു.

“പറയട്ടെ” ഇതിൽപ്പരം എന്തർഥം നീ പറയാൻ എന്ന അഹന്തയിൽ ഞാനും ചിരിച്ചുകൊണ്ട് തലയാട്ടി.

“ഗോപാലന്മാരുട ചൂഡാമണി അതായത് ശ്രീകൃഷ്ണൻ വിജയിക്കുന്നു.”

മുത്തശ്ശൻ ഇമയനക്കാതെ അവനെ നോക്കിയിരുന്നു. മുഖത്തെ വിസ്മയം പതുക്കെ പൊട്ടിച്ചിരിയായി.

“മിടുക്കൻ. നന്നായി വരും.”

നശ്രദ്ധാ–അശ്രദ്ധാ, ന അൽപ്പം–അനൽപ്പം

ന ഏകം–അനേകം അങ്ങനെ സമാസങ്ങളുടെ പിരിവുകളിലൂടെ ഞങ്ങൾ ഊളിയിടും.

ശനിയാഴ്ചകളിൽ അവൻ ഓത്തുപള്ളിയിൽനിന്നു തിരിച്ചെത്തുന്നതുവരെ ഞാൻ കരിയാത്തൻകുന്നിൽ കാത്തുനിൽക്കും. താഴെ അവന്റെ വെളുത്ത തൊപ്പിയുടെ അഗ്രം പ്രത്യക്ഷപ്പെടുമ്പോഴേക്കും ഞാനോടി അവനരികിലെത്തും. ഷാഹിനയെ ഒഴിവാക്കിക്കൊണ്ടുള്ള ഞങ്ങളുടെ കൂടിക്കാഴ്ചയായിരുന്നു അവ. അബ്ദു കുറ്റിച്ചെടിക്കിടയിലെ കല്ലും മുള്ളും വകവയ്ക്കാതെ കറുത്തു മിനുങ്ങുന്ന മുള്ളങ്കായകൾ പറിക്കാൻ തുടങ്ങും. ചവർപ്പും പുളിപ്പും ഇടകലർന്ന മുള്ളങ്കായകൾ. അവനതു കൈപ്പത്തിക്കുള്ളിൽ സൂക്ഷിച്ചുവച്ചുകൊണ്ടും പുല്ലും മണ്ണും കുപ്പായത്തിൽ നിന്നു തട്ടിക്കളഞ്ഞ് എന്റെ അടുത്തേക്കു പുഞ്ചിരിയോടെ നടന്നെത്തും. ഞാനെന്തെങ്കിലും വിലപിടിപ്പുള്ളതു കൈയിൽ കരുതിക്കൊള്ളണം.

പത്തായത്തിൽ സൂക്ഷിച്ച ഭരണിയിൽ കൈയിട്ടെടുക്കുന്ന ഉണ്ണിയപ്പമോ, മുത്തശ്ശന്റെ കാൽപ്പെട്ടിയിലെ കള്ളറയിൽനിന്ന് എടുത്തുതരുന്ന ഒരു തിളങ്ങുന്ന നാണയത്തുട്ടോ, ഉണ്ണ്യേട്ടന്റെ മേശവലിപ്പിൽനിന്ന് ഒരു പളുങ്കു ഗോട്ടിയോ അങ്ങനെയെന്തെങ്കിലും.

എന്തെങ്കിലും കൈമാറാതെ അബ്ദു യാതൊന്നും എനിക്കു തന്നിരുന്നില്ല. ഞാനാണെങ്കിൽ പകരം യാതൊന്നും വാങ്ങിക്കാതെ എനിക്കുള്ളതെല്ലാം അവനു സമ്മാനിച്ചു. ബാല്യകൗതുകങ്ങളിൽ കൈവിടാനാവാത്ത പലതും.

നമുക്കൊക്കെ ദൈവം കഴിവുകൾ നൽകിയിരിക്കുന്നത്, സമ്പത്തു തന്നിരിക്കുന്നത് നമ്മയെ സ്നേഹിക്കനാണ് എന്നു മുത്തശ്ശൻ ഇടയ്ക്കിടെ താക്കീതു തന്നത് ഞാൻ കുന്നിൻപുറത്തിരുന്ന് അവനു പറഞ്ഞുകൊടുക്കും.

മുള്ളങ്കായകൾ വായിലിട്ടു ചവച്ചുകൊണ്ട് വെയിൽ മൂക്കുന്നതുവരെ ഞങ്ങൾ കുന്നിൻമുകളിൽ ഉലാത്തും. ചാലിയാറിന്റെ ലാസ്യഭംഗികളിലേക്ക് ഞങ്ങളുടെ കുഞ്ഞുമനസുകൾ പറന്നിറങ്ങും. ഉച്ചയ്ക്കുണ്ണാൻ വിളിക്കാൻ കാർത്തുവേടത്തി പാടുപെട്ടു മലകയറിവരും വരെ ഇതു തുടരും.

"ആങ്ങളേം പെങ്ങളും പോലെ ഒരേ ഛായ." ഒരിക്കൽ ഞങ്ങളെ നോക്കി, പുല്ലരിയാൻ കുന്നിൽ കയറിയ പാറുത്തള്ള പറഞ്ഞു. ഞങ്ങൾ ഒഴുക്കില്ലാത്ത നേരം പുഴയുടെ നെഞ്ചിലേക്കു മുഖം താഴ്ത്തി കണ്ണാടി നോക്കി. വെളുത്ത തൊപ്പിയണിഞ്ഞ എന്റെ ശിരസ്സു കണ്ടപ്പോൾ അതവനാണെന്ന് എനിക്കു തോന്നി. പുഞ്ചിരിക്കുന്ന അവന്റെ മുഖം എന്റേതാണെന്ന് അവനും തോന്നി. ഞങ്ങളുടെ ചുണ്ടുകൾക്കും ഒരേ ആകൃതിയാണെന്ന് അബ്ദു കണ്ടുപിടിച്ചു.

അവൻ വായിച്ചതും പഠിച്ചതും അറിഞ്ഞതുമെല്ലാം എന്നോടു പറയും. ഞാൻ കണ്ടതും കേട്ടതുമായ സകല അറിവുകളും അവനിലേക്കും പകരും.

"മാളൂട്ടി പറയ്, "യാ അല്ലാ"

ഞാൻ ഏറ്റു ചൊല്ലും, "യാ അല്ലാ"

"ഹസ്ബി അല്ലാ ഹസ്ബിഅല്ലാ"

ഇനി പറയ് "അല്ലാഹുമ്മ സല്ലി അലാ സയ്യിദിനാ മുഹമ്മദ്." ഞാൻ നാക്കു വളയാതെ കുഴങ്ങിനിൽക്കും. "എനിക്കു വയ്യാ അബ്ദൂ നിന്റെ അറബി. എനിക്ക് തോന്നണില്ലാ."

അബ്ദുവിന്റെ മുഖം ചുവക്കും. "എന്താ പറയ് മാളൂട്ടി."

"അശ്ഹദു അൻലാ ഇലാഹ"

"ഇപ്പം മനസില്ല. അബ്ദു ഇനി നീ പറയ്."

"ഏകം സദ് വിപ്രാ

ബഹുധാ വദന്തി" അബ്ദുവിന് യാതൊരു പ്രയാസവുമില്ല. എഴുത്തച്ഛന്റെ *ഹരിനാമകീർത്തന*ത്തിൽ ഉള്ളിൽ പതിഞ്ഞ ചില വരികൾ ഞാനവനെ പഠിപ്പിച്ചു.

"ഗർഭസ്ഥനായ് ഭുവി ജനിച്ചും മരിച്ചും മുദകപ്പോളപോലെ ജനനാന്ത്യേന നിത്യഗതം." ജനിച്ചും മരിച്ചും നീർപ്പോള പോലെ തുടങ്ങുന്ന ജീവിതത്തെക്കുറിച്ച് എത്ര അനായാസമായാണ് ഞങ്ങൾ സ്വപ്നം കണ്ടത്.

പഠിക്കാനും ഗ്രഹിക്കാനുമുള്ള അവന്റെ അഭിവാഞ്ഛ അതുല്യമായിരുന്നു. സ്നേഹിക്കാനുള്ള അവന്റെ സഹജസ്വഭാവം, ദയാസിന്ധുവായ ദൈവത്തിലുള്ള അചഞ്ചലവിശ്വാസം.

കാണുമ്പോഴൊക്കെ ആശങ്കയോടെ പലപ്പോഴും അവനെന്റെ നേരെ ശിരസ്സു കുനിച്ചുകൊണ്ടു ചോദിക്കും. "ഇപ്പഴോ, മാളൂട്ടീ–ഇപ്പഴെനിക്ക് മീൻനാറ്റമുണ്ടോ?"

അവന്റെ ശ്വസനത്തിനു മത്സ്യഗന്ധമുണ്ടായിരുന്നില്ല. പകരം ഹൃദയഹാരിയായ ജീവഗന്ധമായിരുന്നു എന്ന് ഇപ്പോഴറിയുന്നു. അപ്പോഴും അറിഞ്ഞിരുന്നു. പക്ഷേ, ഞാനതു വകവച്ചു കൊടുത്തില്ല.

മുത്തശ്ശൻ അല്ലാഹുവിന്റെ പ്രവാചകനായ നബി തിരുമേനിയുടെ മഹത്വം മാത്രമല്ല പറഞ്ഞു തന്നിട്ടുള്ളത്. യേശുക്രിസ്തുവിന്റെ പല കഥകളും *ബൈബിൾ* ഉദ്ധരിച്ചു പറയും. അങ്ങനെയാണ് യേശു പറഞ്ഞ അപ്പത്തിന്റെ കഥ ഞാനവനെ കേൾപ്പിച്ചത്. വില്ക്കയും ഭർത്താവ് ജോവാക്കീമും ഉറങ്ങാൻ കിടന്നപ്പോൾ പാതിരാത്രിയിൽ ആത്മമിത്രം നാദാബ് വന്നു വാതിൽ മുട്ടിയത്. വിശന്നു വന്ന സുഹൃത്തിന് അപ്പമുണ്ടാക്കിക്കൊടുക്കാൻ മാവില്ലാതെ കുഴങ്ങിയപ്പോൾ ജോവാക്കീം അയൽക്കാരന്റെ വാതിൽക്കൽ അപ്പത്തിനായി മുട്ടിയത്. "സമയം പാതിരയായി. എന്റെ ഭാര്യയും മക്കളും ഉറങ്ങി. നീയിപ്പോൾ പ്രയാസപ്പെടുത്താതെ പോകൂ" എന്ന് മുഷിഞ്ഞു പറഞ്ഞിട്ടും വാതിൽ മുട്ടിക്കൊണ്ടിരുന്നത്. പലതവണ മുട്ടിയപ്പോൾ അയൽക്കാരൻ വാതിൽ തുറന്ന് അപ്പമെടുത്ത് ജോവാക്കീമിന് നൽകിയത്.

നിനക്കറിയാമോ അബ്ദു, യേശുക്രിസ്തു ശിഷ്യന്മാരോട് ഇക്കഥ പറഞ്ഞു നിർത്തിയിട്ടു തുടർന്നതെന്ത് എന്ന്? യാചിപ്പിൻ. എന്നാൽ

നിങ്ങൾക്കു കിട്ടും. അന്വേഷിപ്പിൻ എന്നാൽ നിങ്ങൾ കണ്ടെത്തും. മുട്ടുവിൻ എന്നാൽ തുറക്കപ്പെടും. കാലം കഴിയുംതോറും അവൻ മാറിക്കൊണ്ടിരുന്നു. അവന്റെയുള്ളിൽ രൂഢമൂലമായൊരു വിശ്വാസത്തിനപ്പുറത്തൊരു വിശ്വാസം അതവന് അചിന്ത്യമായിരുന്നു. മതഗ്രന്ഥങ്ങളിൽ ഞാനർപ്പിച്ച വിശ്വാസം ഒരു നന്മയുടെ വഴിയും തിന്മയുടെ മറ്റൊരു വഴിയും. ഇതു വിവിധ മതഗ്രന്ഥങ്ങൾ വർഷങ്ങളായി എന്നെ പഠിപ്പിച്ചു. അബ്ദു പക്ഷേ, ഏകാഗ്രനായി ഒരു ഒറ്റയടിപ്പാതയിലൂടെ മാത്രം സഞ്ചരിച്ചു. അവൻ ഒരേയൊരു മതഗ്രന്ഥത്തിൽ ഉഗ്രമായി മനസർപ്പിച്ചു. അവന്റേതല്ലാത്ത വഴിയൊന്നും നേരായ വഴിയല്ലെന്നു കുട്ടിക്കാലം മുതൽക്കേ മനസിലുറപ്പിച്ചു.

ഞങ്ങളുടെ മനസൊന്നായിരുന്നെങ്കിലും വഴികൾ അങ്ങനെ രണ്ടായി പിരിഞ്ഞു.

വെള്ളത്തൊപ്പിയണിഞ്ഞ ഒരു കൊച്ചുശിരസ്സ് രാജകുമാരിക്കു നേരെ കുനിച്ചു പിടിക്കുന്ന ഓർമ. ഇപ്പോഴിതാ വെള്ള രോമത്തൊപ്പിയിട്ട ഒരു ശിരസ്സ്. രാജശിരസ്സിലെ രാജകിരീടം പോലെ. പിന്നെ രാജ്യം പോയ ഒരു രാജകുമാരിയും.

ഞാൻ ഓർമകളിൽനിന്നു കുടഞ്ഞു കുതറി അബ്ദുവിന്റെ മുഖത്തേക്കു നോക്കി. ഞങ്ങൾ തുരങ്കത്തിനു പുറത്തേക്കുള്ള അനേകവഴികളിലൊന്നിന്റെ പടവുകളിൽ ഇരിക്കുകയായിരുന്നു. ഇടതൂർന്ന മുല്ലപ്പടർപ്പിലേക്കു മുഖമുയർത്തിയതുപോലെ ഞാനാകെ ആഹ്ലാദത്താൽ തളർന്നിരുന്നു.

"എനിക്കോർമയുണ്ട്. അബ്ദു–നിന്റെ ചോദ്യം. 'ഇതു വേണോ? എങ്കിൽ നീ വിലപിടിച്ചതെന്തെങ്കിലും തരേണ്ടിവരും!' അബ്ദു നിന്റെ കൈയിൽ ഇപ്പോഴൊരുപാട് അമൂല്യവസ്തുക്കളുണ്ടാവും, അല്ലേ? ഇഷ്ടമുള്ളവരുടെ കൈയിൽനിന്നു കൈമാറിക്കിട്ടിയത്?"

ഞാൻ പതുക്കെ ചിരിച്ചുകൊണ്ട് ചോദിച്ചു.

അബ്ദു വളരെ ചിന്താധീനനായിരുന്നു. കണ്ണുകളിൽ എന്തോ നഷ്ടസ്മൃതികളുടെ കയ്പുനീരൂറി നിൽക്കുന്നു. പണ്ടുമുതൽക്കേ അവനങ്ങനെയാണ്. എളുപ്പം അലിയുന്ന മനസ്സ്. വേഗത്തിൽ നനയുന്ന കണ്ണുകൾ.

വിശുദ്ധ *ഖുർ ആൻ* വായിച്ച് എന്റെ കണ്ണുകൾ നിറഞ്ഞുപോയ ഒരനുഭവം ഞാൻ ഓർത്തു പറഞ്ഞു.

വെളിച്ചം കൊണ്ടുവന്നവൻ തന്നെയാണ്, വെളിച്ചത്തെ തടസപ്പെടുത്തിയാൽ അവിടെ ഇരുൾ ഉണ്ടായിരിക്കണമെന്ന് നിശ്ചയിച്ചിട്ടുള്ളത്. വൈരുധ്യങ്ങളെ ഉളവാക്കാനും, അവയുടെ ഇടയിൽ വികർഷണം ഉണ്ടാക്കാനും വൈരുധ്യങ്ങളെ സമന്വയിപ്പിക്കാനും അവയിൽ ആകർഷണം ഉണ്ടാക്കാനും ഇരുട്ടിനേയും വെളിച്ചത്തേയും ഒരുപോലെ നിയാമനം ചെയ്യുന്ന സർവേശ്വരനറിയാം. പിന്നെന്താണ് അബ്ദൂ നിനക്ക് വിഷാദം? എന്നാൽ ഇതൊന്നുമല്ല ഞാനവനോടു പറഞ്ഞത്. നാം അറിവില്ലായ്മ

കൊണ്ട് ചിലതിനായി കൊതിച്ചുപോയെന്നുവരാം. അതിനായ് പ്രാർഥിച്ചുവെന്നിരിക്കാം. എന്നാൽ അതു നിറവേറ്റേണ്ടതായിട്ടില്ലെങ്കിൽ നിറവേറ്റുകയില്ല. ഇതൊക്കെ നാം വിശുദ്ധ ഗ്രന്ഥത്തിൽ നിന്നറിഞ്ഞതല്ലേ? നാം ആഗ്രഹിച്ചതും അന്വേഷിച്ചതും ദൈവം വേറൊരാൾക്കു കൊടുത്തെന്ന് വന്നേക്കാം. നമുക്ക് പ്രിയമായതല്ല, ദൈവം തരുന്നത്. ഹിതമായതാണ്. ഇതൊക്കെ ജീവിതത്തിൽ പകർത്തുവാൻ ശ്രദ്ധിക്കുന്നവളാണ് അബ്ദൂ ഞാൻ.

ആത്മാവിൽ ആനന്ദാനുഭൂതികളുടെ പെരുവെള്ളം പെരുകുമ്പോഴും ഞാൻ ആത്മധൈര്യം കൈവിടാതെ നിൽക്കാറുണ്ട്. സ്വർഗീയാനുഭവങ്ങൾ സ്നേഹമാണ് എനിക്കു കൊണ്ടുതന്നത്. അതിൽ വീണു താണുപോകാതിരിക്കാനും ഞാൻ ശ്രമിച്ചിട്ടുണ്ട്.

അബ്ദുവിന്റെ അന്തരാത്മാവ് തീപിടിച്ച വിപഞ്ചികപോലെ തേങ്ങിക്കൊണ്ടിരിക്കുകയാണെന്ന് എനിക്കു മനസിലായി. അവനെപ്പോഴും കിട്ടിയതിലും കിട്ടാത്തതിലും തൃപ്തിയില്ലാതെ കഴിയുന്നവനാണ്. സ്വന്തം വിശ്വാസങ്ങൾ മറ്റുള്ളവരുടേതുമാകണം എന്ന വാശി. സ്വന്തം കാൽക്കീഴിലേക്കു സർവസൗഭാഗ്യങ്ങളും കൊണ്ടുവരണം എന്ന ആശ. മോഹിച്ചതെല്ലാം കൈക്കുള്ളിൽ ഒതുക്കാൻ പ്രയത്നം. എന്നാൽ മുറുക്കിപ്പിടിച്ച മുഷ്ടിക്കുള്ളിൽ അബ്ദു, വായുവില്ല, സുഗന്ധമില്ല, ജീവശ്വാസവുമില്ല. ശൂന്യത മാത്രം. തുറന്നുപിടിച്ച കൈകളിൽ ആകാശവിശാലത സന്നിഹിതമാണ്. ഈ തത്വം നിനക്കെന്നാണു മനസിലാവുക!

നിനക്ക് എന്നും പെൺകുട്ടികളെ ആകർഷിക്കാൻ കമ്പമായിരുന്നു. പത്താം ക്ലാസിൽ നിന്നെ മോഹിക്കാൻ എത്ര കൂട്ടുകാരികളായിരുന്നു? അവരിലോരോരുത്തരേയും നീ കൂടുതൽ കൂടുതൽ മോഹിപ്പിച്ചുനിർത്തി. ആരേയും നീ അകറ്റാൻ ശ്രമിച്ചില്ല. മോഹങ്ങൾ കൂടുന്തോറും നിന്റെ അന്തരാത്മാവ് അശാന്തമായിക്കൊണ്ടിരുന്നു. അകമെപ്പോഴും അതിശാന്തമായിരുന്നാൽ ബുദ്ധി തെളിയും, നിറയും. എല്ലാറ്റിലുമേതിലും എപ്പോഴും ജാഗരൂകനായിരുന്നാൽ, നിന്നെയറിയാൻ നിനക്കെങ്ങനെ കഴിയും? പൂർണവിശ്രാന്തി അനുഭവിക്കാനെങ്ങനെയാവും?

ഭക്തി വെറും വികാരവിവശമാകരുത്, തല തിരിഞ്ഞുപോകരുത്. അത്തരം ഭക്തി അതിക്രമത്തിലും അനർഥത്തിലും ചെന്നുചേരും. സകല മതങ്ങളോടും നിഷ്കളങ്കമായ ആദരവു കാണിക്കാനാവണം. അവിടെയാണ് നിനക്കു തെറ്റിയത്. ജീവിതം നിനക്കു തന്നതു മാത്രമല്ല, തരാത്തതും തട്ടിയെടുക്കാനുള്ള നിന്റെ ശ്രമങ്ങൾ അഹിതശ്രമങ്ങളായിപ്പോയി.

കുട്ടിക്കാലത്തെ ഞങ്ങളുടെ കളികളിൽ ഏറ്റവും പ്രിയപ്പെട്ടതു കല്യാണക്കളിയായിരുന്നു. അബ്ദു പുയ്യാപ്ലയാവാൻ എന്നും സന്നദ്ധനായിരുന്നു.

എനിക്കോർമയുണ്ട്, മണവാട്ടിയാവാൻ എപ്പോഴും ഷാഹിനയും സന്നദ്ധയായിരുന്നു. അബ്ദുവിനു സമ്മതവുമായിരുന്നു. ഷാഹിന അവന്റെ മണവാട്ടിയാവുന്നത് എനിക്കു സഹിക്കാനേ കഴിഞ്ഞില്ല.

“ഇനിയത്തെ തവണ ഞാനാ അബ്ദു മണവാട്ടി.” ഞാൻ ഓരോ തവണയും ശാഠ്യം പിടിക്കും. എന്നാൽ കളി തുടങ്ങുമ്പോൾ കസവു തട്ടം തലയിലിട്ട് ഷാഹിന തയാറാവും.

ഒരുദിവസം ഞാൻ കരഞ്ഞു.

“എനിക്ക് അബ്ദുവിന്റെ മണവാട്ടിയാവണം. ഒറ്റ പ്രാവശ്യത്തേക്കെങ്കിലും കല്യാണപ്പെണ്ണാവണം. എന്റേല് കൊറെ പൊന്നുണ്ടല്ലോ?”

അബ്ദുവിന്റെ മുഖം കടുത്തു.

“നീയെന്താ ഒരിക്കലും തലേലു തട്ടമിടാൻ കൂട്ടാക്കാത്തത്? അതല്ലേ?”

ഞാൻ ഊക്കോടെ തിരിച്ചുപറഞ്ഞു.

“എനിക്കെന്തിനാ തട്ടം? തട്ടത്തിനെയാണോ എന്നെയല്ലേ അബ്ദു കെട്ടേണ്ടത്?”

അബ്ദു ഉറച്ച ശബ്ദത്തിൽ പറഞ്ഞു.

“മാളൂട്ടിക്കു തട്ടമില്ല. തട്ടമുള്ള പെണ്ണിനെയേ ഞാൻ കെട്ടൂ.”

“തട്ടമില്ലാത്ത പെണ്ണിനെ കെട്ടിക്കൂടാന്ന് ആരാ പറഞ്ഞത്.”

“ഉപ്പ. പിന്നെ എല്ലാവരും.”

എനിക്കതു സഹിക്കാവുന്നതിലും അപ്പുറമായിരുന്നു. ഒരിക്കൽപ്പോലും അബ്ദുവിന്റെ വധുവാകാനുള്ള ഭാഗ്യം എനിക്കു സിദ്ധിച്ചില്ല. ഷാഹിന ആദ്യമായും അവസാനമായും ആ സ്ഥാനം തട്ടിയെടുക്കുകയും ചെയ്തു.

അവളെന്നും ഒരു കൗശലക്കാരിപ്പെണ്ണായിരുന്നു. വയസിൽ ഇളയവളായ അവളെ ഞങ്ങൾ എപ്പോഴും മാറ്റിനിർത്തിയിരുന്നു. എന്നാൽ വളരുന്തോറും കോയട്ടി ഹാജിയുടെ മകൾ പൂർവാധികം ശക്തിയോടെ ഞങ്ങൾക്കിടയിലേക്കു വന്നുകൊണ്ടിരുന്നു. ഞങ്ങളുടെ കൗമാരസൗഹൃദങ്ങളെ എന്നെന്നേക്കുമായി കൂട്ടു പിരിച്ചതും അവൾതന്നെയായിരുന്നു. കാരണങ്ങളും സംഭവങ്ങളുമൊന്നും ഇപ്പോഴോർമ വരുന്നില്ല. ഓർത്തിട്ടു കാര്യവുമില്ല.

നിർദയമായ വർത്തമാനകാല സംസ്കൃതിയിൽ ഇന്നും ഷാഹിന, സാമർഥ്യമുള്ളവർ മാത്രം ജയിച്ചു കയറുന്നു. അതില്ലാത്ത എന്നെപ്പോലുള്ളവർ ഓരോ കളിയിൽനിന്നും പുറത്താകുന്നു.

“നിനക്കു യാതൊന്നും പറയാനില്ലേ മാളൂ. കുട്ടിക്കാലത്ത് എന്തെല്ലാം ഉപദേശങ്ങൾ നീയെനിക്ക് തന്നിരുന്നു.” അബ്ദുവിന്റെ കണ്ഠം ഞെരിഞ്ഞു വാക്കുകൾ പുറത്തുവന്നു.

ഞാൻ മന്ദഹസിച്ചു.

സ്വന്തം ചിന്തകളാലും അഭിപ്രായങ്ങളാലും നിഗമനങ്ങളാലും നിന്റെ ഉള്ള് നിറഞ്ഞിരിക്കുകയാണ്. അവിടം ഇനി യാതൊന്നും പകർന്നുതരാൻ ഇടമില്ലല്ലോ അബ്ദൂ.

അബ്ദു ചിരിച്ചില്ല.

"കുട്ടിക്കാലത്തു നമ്മുടെയൊക്കെ ഹൃദയം നിർമലമായിരുന്നു. അവിടെ ജാതിചിന്തകൾ നമ്മെ വേർതിരിച്ചില്ല. അന്നത്തെ സ്നേഹം ഒരു കെടാവിളക്കുപോലെ എന്റെ ചിന്തയിലും ബുദ്ധിയിലും നിറഞ്ഞു നിൽക്കുന്നുണ്ട്. സന്തോഷമായി അബ്ദൂ, കണ്ടതിൽ ഏറെ സന്തോഷ മുണ്ട്. ഞാനെന്റെ വിവാഹത്തിന്റെ ഒരുക്കത്തിലാണ്. ഒരുക്കിത്തരാൻ മറ്റാരുമില്ല. അപ്പോൾ തനിച്ചു ചെയ്യണമല്ലോ. മനസ്സ് ഒരിക്കലും പൂർണ തയെ അറിയുന്നില്ല. അതെപ്പോഴും അൽപ്പാംശങ്ങളിൽ രമിക്കുന്നു. അൽപ്പാംശങ്ങളിൽ സുന്ദരമായി തോന്നുന്നത് സമഗ്രവീക്ഷണത്തിൽ വിലക്ഷണമായി തോന്നാം. ശരിയല്ലേ അബ്ദൂ?"

അവന്റെ മുഖം അൽപ്പം അപ്രസന്നമാകുന്നതു കണ്ടപ്പോൾ എനിക്ക് ആശ്വാസം തോന്നി.

സകലതും നേടാൻ തുനിഞ്ഞിറങ്ങുന്നവർക്കു സകലതിനേയും ഭയ മായിരിക്കും. ആരിൽ നിന്നൊക്കെ തട്ടിയെടുത്തതും കടംകൊണ്ടതുമായ സ്വത്വമുള്ളവർ അങ്ങനെയാണ്. എന്നെപ്പോലുള്ളവർക്കു യാതൊന്നി നേയും ഭയമില്ല. അതുകൊണ്ടുതന്നെ എന്നിൽനിന്നും ആർക്കും യാതൊന്നും തിരിച്ചെടുക്കാനും ആവില്ല.

"നേരം വൈകി. അബ്ദൂ ഇനിയും കാണാം."

ഞാൻ യാത്ര പറഞ്ഞു.

അബ്ദു എന്റെ നേരെ കുനിഞ്ഞ്, ഉണ്ടോ, ഇപ്പോഴും എന്നെ മീൻ മണക്കുന്നുണ്ടോ എന്നു ചോദിക്കുമെന്നു ഭയന്ന് ഞാൻ ധൃതിയിൽ പട വുകൾ കയറിത്തുടങ്ങി.

ഞാൻ അത്ഭുതപ്പെട്ടു. അപ്പോഴും അവന് ആ ഹൃദയഹാരിയായ ഗന്ധം തന്നെ ആയിരുന്നു.

ആത്മാവിന്റെ നിലപാടുകൾ

ആ ത്രിനക്ഷത്ര ഹോട്ടലിൽ അവരെത്തുമ്പോൾ സന്ധ്യയുടെ മുഖം കരിമേഘങ്ങൾ നിറഞ്ഞു കനത്തിരുന്നു. നക്ഷത്രവിളക്കുകൾ കൊളുത്തിയ അങ്കണത്തിൽ കാർ നിർത്തി വരുൺ, കാർപാർക്കിങ്ങിലേക്കു വണ്ടിയെടുത്തു. ഇരുട്ടിനെ കുതറിത്തെറുപ്പിക്കുന്ന ആ വിളക്കുകൾക്കു കീഴെ ജാനകി, തലയുയർത്തിപ്പിടിച്ചുനിന്നു. അമ്മയെ കാത്തുനിൽക്കാതെ, അവൾ ഉപചാരത്തോടെ തലകുനിക്കുന്ന പരിചാരകരുടെ പരിചിതമുഖങ്ങളിലേക്കു നോക്കി ഒന്നു മന്ദഹസിച്ചു. തന്റെ ബിസിനസ്സ് മീറ്റിങ്ങുകളുടെ സ്ഥിരം വെന്യൂ ഈ ഹോട്ടലാണല്ലോ.

അമ്മ വരുണിനെ കാത്തുനിന്ന്, പതുക്കെ വരുന്നതേയുള്ളൂ.

"അമ്മേ ഈ പെണ്ണിന് ഇന്നെങ്കിലും ഒരു നല്ല സാരിയുടുത്താലെന്തായിരുന്നു? എത്ര വലിയ ആളുടെ അതിഥിയാണിന്ന് നമ്മൾ?"

മുമ്പേ പടവുകൾ കയറുന്ന ജാനകിയെ നോക്കി വരുൺ ചവർക്കുന്ന ഭാവത്തോടെ ചോദിച്ചു. അമ്മ, പുകനിറത്തിലുള്ള പട്ടുസാരി ഒതുക്കിപ്പിടിച്ച് അടക്കിയ ശബ്ദത്തിൽ ഓർമിപ്പിച്ചു.

"മോനേ, വേണ്ട അവൾ കേൾക്കണ്ട. ഉടുത്തത് കോട്ടൺസാരിയെന്നത് അവളുടെ ഇഷ്ടം. ഇത്രടം വരെ അവളെ കൊണ്ടുവരാൻ ഞാൻ പെട്ടപാട്..." ഒരു മല കയറിത്തീർന്ന് അണപ്പുതീർക്കുന്ന ആയാസത്തോടെ അവസാനത്തെ പടി കയറി അമ്മ കിതച്ചു. അമ്മയ്ക്കു കൊച്ചു പടവുകൾപോലും വലിയ മലകളാണ്. തൊണ്ണൂറു കിലോവിന്റെ ഭാരം ചുമക്കുന്ന പാവം കാലുകൾക്ക് എന്നും വേദനയും. ജാനകിയുടെ, ഇളം വെയിൽ തട്ടിത്തിളങ്ങുന്ന തടാകം പോലുള്ള കണ്ണുകൾ അങ്ങുമിങ്ങും അങ്കലാപ്പോടെ ഇടറിനീങ്ങുകയാണ്.

"ഇന്ന് ആരുടെ പിറന്നാളാണെന്നാണ് അമ്മ പറഞ്ഞത്? ഞാനതു ശ്രദ്ധിച്ചിരുന്നില്ല."

"സൂര്യനാരായണന്റെ!"

എത്ര ഉറപ്പിലും കടുപ്പത്തിലുമാണ് അമ്മയതു പറഞ്ഞത് എന്ന തും, പറയുമ്പോൾ ഒരു കള്ളപ്പുഞ്ചിരി ആ മനോജ്ഞമായ മുഖത്ത് എങ്ങനെ നിറഞ്ഞു കവിയുന്നുവെന്നതും ജാനകിയെ അൽപ്പമൊന്ന് അമ്പരപ്പിച്ചു.

തന്റെ ജീവിതമിങ്ങനെ ഹതാശമായ മരുഭൂവായിത്തീർന്നതിൽ പിന്നെയാണ് അമ്മയുടെ കറുകറുത്ത നീളൻ തലമുടിയിൽ വെള്ളിരേ ഖകൾ പ്രത്യക്ഷപ്പെട്ടു തുടങ്ങിയത്. അവർക്കുവേണ്ടി റിസർവു ചെയ്ത മേശയ്ക്കു ചുറ്റും നാലിലധികം കസേരകളുണ്ടായിരുന്നു. സൂര്യനാരാ യണന്റെ സുഹൃത്തുക്കളും ഉണ്ടാവാം. സിനിമാനടന്മാർക്കു സുഹൃത്തു ക്കൾക്കാണോ പഞ്ഞം?

പിസ്താനിറത്തിലുള്ള കോട്ടൺസാരിയിൽ മകളുടെ സൗന്ദര്യം എത്ര ഉജ്വലമാണെന്ന് അമ്മയും ശ്രദ്ധിച്ചു. അവൾക്കേതുവേഷവും യോജിപ്പാണ്. കോട്ടണായാലും പട്ടായാലും ചുരിദാർ സ്യൂട്ടാണെങ്കിലും മിഡിയാണെങ്കിലും അച്ഛന്റെ തലയെടുപ്പും സൗന്ദര്യവും അപ്പാടെ കിട്ടി യത് ഈ മകൾക്കാണല്ലോ.

"ജാന, നമുക്കു വേണമെങ്കിൽ സ്വിമ്മിങ്ങ് പൂളിനടുത്ത് അറേഞ്ച് ചെയ്യാം, നിനക്കു സമ്മതമെങ്കിൽ." വരുൺ ഉന്നതഗാത്രനായ ആളോ ടൊപ്പം ജാനകിക്കടുത്തെത്തി.

"മിസ്റ്റർ സൂര്യ ഇതാ എന്റെ അനുജത്തി ജാന. അമ്മയെ നിങ്ങൾക്കു പരിചയമുണ്ടല്ലോ, കഴിഞ്ഞ തവണ ഷൂട്ടിങ്ങിനിവിടെ വന്നപ്പോൾ കേണ ലിന്റെ വീട്ടിൽവച്ച്."

സൂര്യനാരായണൻ എന്ന നായകനടൻ പുഞ്ചിരിയോടെ കൈകൾ കൂപ്പി. ചിരിക്കുമ്പോൾ അയാളുടെ കവിളിൽ കൂമ്പുകൾ എത്ര മേൽ തിളങ്ങുന്നു എന്ന കൗതുകം നോക്കിനിൽക്കേ ജാനകി കൈകൂപ്പി തൊഴാനും പുഞ്ചിരിക്കാൻപോലും മറന്നുപോയി.

"ഇരിക്കൂ എല്ലാവരും ഇരിക്കൂ. എനിക്കു മുമ്പിൽ ഉപചാരമൊന്നും ആവശ്യമില്ല."

ശബ്ദമില്ലാത്ത ആ ചിരി സിനിമയിൽ കാണുംപോലെത്തന്നെ. ഇത്രയും സുഭഗനായ ഒരു പുരുഷന്റെയൊപ്പം അതിഥിയായി ആദ്യമായി ഭക്ഷണം കഴിക്കുകയാണ്. അയാളുടെ വ്യക്തിത്വം തികച്ചും വ്യത്യസ്ത മാണ്. എന്തൊരു വിനയം! എന്തു കുലീനത! ജാനകിക്കു തണുക്കുന്നു ണ്ടായിരുന്നു. അവൾ സാരിത്തലപ്പെടുത്തു ചുമലിലേക്കിട്ടു. കുറച്ചു മാസ ങ്ങളായി ബാഹ്യലോകത്തിന്റെ ആരവങ്ങളിൽനിന്ന് അകന്നിട്ടായിരുന്നു അവൾ കഴിഞ്ഞിരുന്നത്. ഇരുട്ടാക്കിയ മുറിയിൽ വെറുതെ കിടക്കും. ചില പ്പോൾ ഉണ്ണും. കുളിക്കണമെന്നു തോന്നിയാൽ കുളിക്കും. ഓഫീസിൽ പോവില്ല. പാർട്ടിക്കു പോവില്ല, ആരോടും കൂട്ടുമില്ല. പുറംലോകം അവളെ വിഭ്രമിപ്പിച്ചു. ആത്മരവങ്ങൾ അവൾക്ക് അസഹനീയമായിത്തുടങ്ങിയി രുന്നു. തേങ്ങലുകൾ, നെടുവീർപ്പുകൾ, വഞ്ചിതമായ ആത്മാവിന്റെ

നെഞ്ചുനീറ്റങ്ങൾ, മനസിന്റെ പ്രതിക്കൂട്ടിൽ കയറ്റിനിർത്തി ആരെയൊക്കെയോ വിസ്തരിക്കൽ. വിശ്ലഥമായ ഇരുട്ട്.

"ജാനകിക്ക് എന്നെയാരും പരിചയപ്പെടുത്തിയില്ലല്ലോ. വരുൺ, പ്ലീസ്. ഒരു ഓപ്പണിങ് കിട്ടണമെങ്കിൽ."

സൂര്യനാരായണൻ സ്വയം പരിചയപ്പെടുത്തണമെന്ന നിർദേശം വച്ചപ്പോൾ മുതൽ ജാനകിക്ക് ഉള്ളിലൽപ്പം മങ്ങലുണ്ടായി. ഇത്രയ്ക്കു ധൃതിയെന്തിന്? ഇത് കേരളമെന്നല്ല, ഇന്ത്യയൊട്ടുക്കു പൂവിട്ടുപൂജിക്കുന്ന അഭിനയത്തിന്റെ അത്ഭുത പ്രതിഭാസമെന്ന് ആർക്കാണറിഞ്ഞുകൂടാത്തത്? പക്ഷേ, ജാനകിയെന്ന ഈ ജാനയുടെ ശോഷിച്ച കൈപിടിച്ചു പുതിയൊരു പാതയിലേക്കു നയിക്കാനാഗ്രഹിക്കുന്നുവെന്ന ക്ഷീണിപ്പിക്കുന്ന സത്യം അമ്മ മുമ്പെങ്ങോ പറഞ്ഞുവല്ലോ.

"സൂര്യയെ ആർക്കാണറിയാത്തത്! ജാന, ഇതാ നമ്മുടെ ഹീറോ. ഞങ്ങൾ തമ്മിൽ പരിചയമായിട്ടു കുറച്ചേ ആയുള്ളൂ. ജാനയെ കഥകളിലൂടെ സൂര്യക്കു നന്നായറിയാം. ഒന്നു പരിചയമാവാൻ തിരക്കുകൾക്കിടയിൽ എത്ര നേരമില്ലാഞ്ഞിട്ടും ഹൈദരാബാദിൽനിന്ന് ഇന്നു വൈകിട്ട് എത്തിയതേയുള്ളൂ.

ജാനകി ഉപചാരപൂർവം മന്ദഹസിക്കാൻ ശ്രദ്ധിച്ചു. എന്നാലാ മന്ദഹാസത്തിൽ സൗഹൃദത്തിന്റെ മാധുര്യമല്ല, അസ്വാസ്ഥ്യത്തിന്റെ കടലിരമ്പമാണല്ലോ എന്ന ആധി സൂര്യനാരായണന്റെ സുന്ദരാനനത്തിൽ തെളിഞ്ഞു.

"നേരമില്ലായെന്ന് മനുഷ്യർ പറയുന്നതു വെറുതെയാണ്. വേണമെങ്കിൽ എന്തിനും നമുക്കു നേരമുണ്ടാക്കാം. നമുക്ക് നാമായി ജീവിക്കാനും വേണ്ടേ ജാന ഇത്തിരി നേരം?" കളി പറയുകയല്ല, ഞാൻ സിനിമ കാണാനും പാട്ടുകേൾക്കാനും പുസ്തകം വായിക്കാനും ഒക്കെ സമയം കാണുന്നവനാണ്!"

അമ്മയുടെ മുഖത്തേക്കു വിചാരിക്കാതെ പുഞ്ചിരി നിറയുന്നു, കവിയുന്നു.

''അതുകൊണ്ട് സൂര്യയെ വിവാഹം കഴിക്കാൻ പോകുന്ന പെൺകുട്ടി കഷ്ടപ്പെടില്ല്യാന്നു വിചാരിക്കാം!"

ഈ കുസൃതിയിൽ ജാനകിക്കു മാത്രം ചിരിക്കാൻ കഴിഞ്ഞില്ല. ബെയറർ ഓർഡറെടുക്കാൻ വന്നു. സൂര്യനാരായണൻ മെനുകാർഡ് പിടിച്ചുവാങ്ങി, വിഭവങ്ങളുടെ പേരു പറയാനും ബെയറർ എഴുതിയെടുക്കാനും തുടങ്ങി.

"ഞാൻ നോൺവെജ് കഴിക്കാറില്ല. എനിക്കെന്തെങ്കിലും വെജ് മതി. അത് മിസ്റ്റർ സൂര്യയുടെ ചോയ്സായിക്കൊള്ളട്ടെ."

ചിരപരിചിതമായ ആ പൊട്ടിച്ചിരി വെള്ളിത്തിരയിൽനിന്നല്ല, തൊട്ടടുത്തു നിന്നാണല്ലോ എന്ന അത്ഭുതം ജാനകിക്ക് അടക്കാനായില്ല.

"ഉവ്വോ. എന്നെപ്പോലെ ജാനയും വെജ് ആണല്ലേ. സൗകര്യമായി. നമുക്ക് ആ സ്വിമ്മിങ്പൂളിനടുത്തു കൂടാം."

പുരികം വില്ലുപോലെ വളച്ച് അത്ഭുതം നടിച്ച് നായകൻ ചിരിച്ചപ്പോൾ അയാളുടെ മേൽവരിയിലെ പല്ലിന്റെ ശുഭ്രസുഭഗത വെളിപ്പെട്ടു. ആരെയും ആകർഷിക്കുന്ന ഈ വശ്യത തൊട്ടടുത്തു കാണുമ്പോഴുള്ള ആനന്ദം ഹാളിലുള്ളവരെ മത്തുപിടിപ്പിക്കുന്നതായി ജാനകിക്കു തോന്നി.

ഉദയന്റെ പല്ലുകൾക്ക് ഇളംമഞ്ഞനിറത്തിന്റെ ചാരുതയായിരുന്നു. എന്നാലോ പുഞ്ചിരി ഇതിനേക്കാളെത്രയോ വശ്യമായിരുന്നു.

'വെജ് ഐറ്റംസ് അതാ സ്വിമ്മിങ്പൂളിനരികെ മതി." ബെയറർ ആരാധനയോടെ ഒന്നു കുനിഞ്ഞ്, വണങ്ങി നിഷ്ക്രമിച്ചു. ഒരു മനുഷ്യനെ മറ്റൊരു മനുഷ്യൻ ദൈവമായിക്കാണുമ്പോഴുള്ള ഈ ആരാധന. ഇതു ദുസ്സഹമാണ്. ജാനകി അറിയാതെ നെറ്റിചുളിച്ചു.

"ഇന്ന് ജാനയ്ക്കു ഭാഗ്യമുണ്ട്. ഇഷ്ടഗായകൻ തന്നെയാണു പാടുന്നത്. ജാനയുടെ കഥകളിലെല്ലാം ഗസലിന്റെ ഇത്തിരി പൂമ്പൊടി കാണാറുണ്ട്. അതു വളരെ എഫക്ടീവായി എനിക്ക്."

സൂര്യനാരായണൻ എഴുന്നേറ്റു നിന്നു. അമ്മയോടു മൗനത്തിലൂടെ അനുവാദം സ്വീകരിച്ച് ജാനകിയും എഴുന്നേറ്റ് സ്വിമ്മിങ് പൂളിനടുത്തേക്കു നടന്നു.

"ഓ സാഥീരേ, തേരേ ബിനാ ഭി ക്യാ ജീനാ...?" എന്ന ഗാനം അവിനാശ് പാടിത്തുടങ്ങിയിരുന്നു.

ഹൃദയത്തിൽ ഇഴുകിച്ചേർന്ന ഇരുട്ടിനെ ഒന്നു കുടഞ്ഞെറിയാനെങ്കിലും ഈ സന്ധ്യ ഉതകട്ടെ. നീന്തൽക്കുളത്തിനരികെയിട്ട കസേരകളിൽ ഇരുന്നവരുടെ മുഖം വ്യക്തമല്ല. പാതി ഇരുട്ടിൽ സൂര്യനാരായണനെ ആരും തിരിച്ചറിയാതിരിക്കട്ടെ.

"ഒരു മെന്റൽ ബ്രേക്ഡൗൺ എനിക്കു വരാതിരിക്കാൻ അമ്മയും വരുണും ശരിക്കു പാടുപെടുന്നുണ്ട്. ജാനകി കസേര നീക്കിയിട്ടിരുന്നു കൊണ്ടു പറഞ്ഞു.

ഉദയൻ തന്നെ വിട്ടുപോയിട്ട് മാസങ്ങളെത്ര കഴിഞ്ഞു! അതോ വർഷങ്ങളോ? ജാനകി അമ്പരന്നു. നിനക്ക് ഞാനെന്റെ തൂവലുകൾ ഒന്നൊന്നായി പറിച്ചുതരാം. ആത്മാവു മുഴുവനും ചോർത്തിത്തരാം എന്നുപറഞ്ഞ ഉദയൻ! മനുഷ്യൻ മാത്രമല്ല, ബന്ധങ്ങളും മരിച്ചുപോകുന്നു.

ഭക്ഷണം മേശപ്പുറത്തെത്തിയപ്പോഴേക്കും രണ്ടുമൂന്നു പാട്ടുകൾ കഴിഞ്ഞിരുന്നു. അത്രയും നേരം മൗനമായി, പാടുന്ന അവിനാശിനുനേരെ മുഖം തിരിച്ചിരിക്കയായിരുന്നു ജാനകി.

"കൽ ചോദ്‌വീകാ രാത് ഥാ–
ശബ് ഭർ രഹാ ചർച്ചാ തേരാ–
കുഛ് നേ കഹാ യേ ചാന്ദ് ഹൈ,
കുഛ് നേ കഹാ ചെഹരാ തേരാ..."

കണ്ണുകൾ അടച്ചുപിടിച്ചു പാടുന്ന ഗായകനെ നോക്കുന്നുവെങ്കിലും മനസ്സ് ഉദയനെത്തേടി പായുകയും മേയുകയും ആയിരുന്നു. ഇന്നലെ

പതിനാലാം രാവായിരുന്നു. രാത്രി മുഴുവൻ നിന്നെക്കുറിച്ചുള്ള ചർച്ചയായിരുന്നു. ചിലർ പറഞ്ഞു അത് ചാന്ദ്രബിംബം. മറ്റു ചിലർ തിരുത്തി, അല്ലല്ല അതു നിന്റെ ചാന്ദ്രവദനം. എന്തിനാണു കണ്ണുകൾ നിറഞ്ഞുതൂവിയതെന്ന് ജാനകിക്കുപോലും മനസിലായില്ല. സ്വന്തം കണ്ണുനീർ മറ്റുള്ളവർ കാണുന്നത് സ്വന്തം നഗ്നത കാണുംപോലെ ജാള്യതയുളവാക്കുന്നതാണ്.

സൂര്യനാരായണൻ ഈ കണ്ണുനീർ കണ്ടില്ലെന്നു നടിച്ച് അൽപ്പം ഗൗരവത്തോടെ സ്വന്തം കൈപ്പത്തിയിലെ രേഖകളിലൂടെ വിരലോടിച്ചുകൊണ്ടിരുന്നു. ജാനകിക്കറിയാമായിരുന്നു ഇതു വെറും കണ്ണീരല്ല, ചുടുരക്തമാണ്.

"ജാനകിയുടെ ബാക്ഗ്രൗണ്ടു മുഴുവനും അറിഞ്ഞതിനുശേഷം ചോദിക്കുകയാണ്. നമുക്കെല്ലാം തുറന്നു സംസാരിച്ചൂടേ?"

"ജാനകി മുഖത്തേക്കു പാറിവീണ മുടിയിഴകളെ ചെവിക്കിരുവശത്തേക്കും ഒതുക്കിനിർത്തി, അയാളുടെ മുഖത്തിനുനേരെ മുഖം തിരിച്ചുപിടിച്ചു. അടിത്തട്ടു കാണുന്ന ജലാശയം പോലെ ആ കണ്ണുകളിലേക്കു നോക്കി. സൂര്യനാരായണൻ ഉള്ളിൽ അമ്പരന്നു. ചേറ്റുവെള്ളം മാത്രം കണ്ടു ശീലിച്ചവൻ പുണ്യതീർഥത്തെ കാണുംപോലെ, സിനിമയിലെ വിരൽ ഞൊടിച്ചാൽ കൂടെ വരുന്ന ചില പെണ്ണുങ്ങളിൽനിന്ന് എത്രയോ ഭിന്ന!

"നോക്കൂ, സൂര്യ, എനിക്ക് മുപ്പത്തെട്ടു വയസായി. നിങ്ങൾക്ക് അതിലും കൂടും. എന്റെ ജീവിതം എന്നെ ഇങ്ങനെയൊക്കെ ആക്കിത്തീർത്തു. എനിക്കിപ്പോൾ വിശുദ്ധിയില്ല. അന്തസ്സില്ല, ആഭിജാത്യമില്ല. എന്റെ ഭൂതവും വർത്തമാനവും ആകെ പരിക്കേറ്റു പാടെ തകർന്നിരിക്കയാണ്. എന്താണ് ഞാൻ വേണ്ടത്? എന്റെ ഭൂതത്തിന്റെ ചിത്രം ഞാൻ ചോരത്തുള്ളികൾകൊണ്ട് വരച്ചു തരണോ? വർണശബളമായ എന്റെ വേദനകൾ കേൾക്കണോ? അഗ്നിയുടെ നിറച്ചാർത്ത്? വേരുകളാകെ പറിഞ്ഞു ചൊരിമണലിൽ തലപൊത്തിക്കിടക്കുന്ന ഒരു പാവം പെണ്ണിന്റെ..."

അൽപ്പം കിതച്ചുകൊണ്ട് ഇത്രയും പറഞ്ഞുതീർത്തപ്പോൾ ജാനയ്ക്കു തോന്നി ഇനി ഇവിടെനിന്ന് ഓടിപ്പോവണം. സൂര്യനാരായണൻ അൽപ്പമൊന്ന് പതറി.

"ജാനയ്ക്കു കേൾക്കണോ? ഞാൻ ആരുമില്ലാത്തവനാണ്. ഒന്നുമില്ലാത്തവൻ. ജീവിതത്തിൽ ഒരിക്കലും ആരെയും ആശ്രയിക്കാത്തവൻ. സെക്സിനുവേണ്ടി പോലും ഞാനാരെയും ആശ്രയിക്കുന്നില്ല. കാരണം, ആശ്രിതത്വം ഭീരുത്വമാണ്. മൈ ലൈഫ് ഈസെ ഡെയറിങ് ബാറ്റിൽ. ഞാനെന്റെ ഭാര്യയിൽനിന്നല്ല, അവളെന്നിൽനിന്നാണ് മോചനം നേടിയത്. അവൾ നല്ലവളാണ്. എന്റെ പണംകൊണ്ടു കൊടുക്കാവുന്നതൊക്കെ ഞാനവൾക്കു കൊടുത്തു. എന്റെ സമയത്തെ മുഴുവനായും അവൾക്കു വേണമായിരുന്നു. രണ്ടും മൂന്നും ആഴ്ചത്തെ ഷൂട്ടിങ്ങ്

കഴിഞ്ഞു തളർന്ന് ഞാൻ വീട്ടിൽ വരുമ്പോൾ അവൾ നല്ല സാരിയുടുത്ത് പുറത്തേക്കിറങ്ങും. വളരെ കഴിഞ്ഞാണ് ഞാനറിഞ്ഞത്, അവൾക്ക് എന്റെ അനുജനായിരുന്നു കൂട്ടെന്ന്. അതും അവൾ നേരിട്ടു പറഞ്ഞു. ഒരാൾ നമ്മെ വിട്ടുപോകുമ്പോഴേ അവർ നമുക്കാരായിരുന്നുവെന്നു പറയാനാവൂ. രണ്ടുമൂന്നു വർഷങ്ങളായി ഞാനൊറ്റയ്ക്കാണ്. ഒറ്റയ്ക്കെന്നു പറഞ്ഞൂടാ. സെറ്റിൽ എല്ലാവരും കുടുംബംപോലെയാണു കഴിയുന്നത്. പക്ഷേ, ഒറ്റയ്ക്കാവുമ്പോഴേക്കും അവളെ ഓർമവരുന്നു. എന്റെ അനുജൻ കാഴ്ചയ്ക്ക് എന്നെപ്പോലെത്തന്നെ. അവനും അവളും ഇപ്പോൾ ദുബായിലുണ്ട്."

ജാനകി സ്വീറ്റ് കോൺ സൂപ്പിലേക്ക് അൽപ്പം ചില്ലി സോസൊഴിച്ചു. ചൂടും എരിവും ഒന്നിച്ചകത്താക്കാൻ അവൾക്കെന്നും ധൃതിയാണ്.

"എന്റെ ഈഗോയെ തൃപ്തിപ്പെടുത്തുന്ന ഒരു പെണ്ണിനെ, ജാനയെപ്പോലൊരു പെണ്ണിനെ ലഭിച്ചാൽ, ഞാൻ രക്ഷപ്പെട്ടു."

"അപ്പോൾ സൂര്യയെ രക്ഷപ്പെടുത്താൻ വേണ്ടി ഞാൻ-?" മുഴുമിപ്പിക്കാത്ത ആ വാക്യത്തിലുറഞ്ഞുകൂടിയ മഞ്ഞിൻതണുപ്പേറ്റ് സൂര്യനാരായണന്റെ മുഖം ചുവന്നു. അയാളുടെ ഷേവുചെയ്ത പച്ചച്ച കീഴ്ത്താടി ചെറുതായി വിറച്ചു. കണ്ണുകളിലേതോ കനലുകൾ ചീറിക്കത്തുന്നതായി ജാനകിക്കു തോന്നി. കോപം അയാളെ കീഴ്പ്പെടുത്തുകയാണോ?

"ഹേയ് അതല്ല, ഞാനുദ്ദേശിച്ചത്." അയാളും വാചകം മുഴുമിപ്പിച്ചില്ല. പറയാനുള്ളതു മുഴുവനും പറയാൻ രണ്ടുപേർക്കും കഴിയില്ല. അവൾക്ക് തീർച്ചയായി.

"എനിക്കു മനസിലായി. അൽപ്പം തെളിച്ചു പറഞ്ഞാൽ, ഞാൻ ഭർത്താവില്ലാത്തവളാണ്. അങ്ങേക്കിപ്പോൾ ഭാര്യയുമില്ല. അപ്പോൾ നമുക്ക് ഒന്നിക്കാമെന്ന്! വിജയിയായ ഒരു നടനും ഉള്ളിൽ പരാജിതയായ ഒരെഴുത്തുകാരിയും! നല്ല ചേർച്ച!"

ഈ പരിഹാസത്തെ ഒരു പുഞ്ചിരിയോടെ ധീരമായി അയാൾ നേരിട്ടു. എന്നിട്ട് സൂപ്പിൻകോപ്പ നീക്കിവച്ച്, ബട്ടൂരയ്ക്കു മുകളിൽ ഗോബീ മഞ്ചൂരിയൻ വൃത്തിയായി പാകിവച്ച് ഭക്ഷണം കഴിക്കാൻ തുടങ്ങി. ഫോർക്ക് കമഴ്ത്തിപ്പിടിച്ച്, ഇടതുകൈയിലെ കത്തികൊണ്ട് മുറിച്ചെടുത്ത് കുറേശ്ശെ കഴിക്കുന്നത് ഒരു കാഴ്ചയാണ്. അവൾ വിചാരിച്ചു.

"നിനക്കറിയാം, നീയൊരു വിജയിച്ച എഴുത്തുകാരിയാണ്. ചെറുപ്പക്കാർക്കും പിന്നെ ഏതു പ്രായക്കാർക്കും നിന്റെ കഥകളെയും നിന്നെയും ഇഷ്ടമാണ്. പിന്നെ ഞാൻ! എനിക്ക് ഇഷ്ടമുള്ള വേഷമാണോ കിട്ടിക്കൊണ്ടിരിക്കുന്നത്? പ്രൊഡ്യൂസർക്കു ലാഭം കൊയ്യാൻ ഞങ്ങൾ ഇൻസ്ട്രുമെന്റലാവുന്നു. എന്റെ കരിയറിൽ തിരഞ്ഞെടുപ്പുകളില്ല. ചിലപ്പോൾ കോമാളിയാവേണ്ടിയും വരും."

അയാളുടെ വൃത്തിയായി ചീകിവച്ച തലമുടി, വെടിപ്പാർന്ന നഖങ്ങൾ, സൗമ്യമായ സംസാരം ഇതൊക്കെ ശ്രദ്ധിക്കുന്നുവെങ്കിലും യാതൊന്നും മനസിൽ പതിയുന്നില്ലല്ലോ എന്ന് ജാനകി അകമേ സങ്കട

പ്പെട്ടു. ഓരോ നുറുങ്ങു ബട്ടൂര അകത്തുചെല്ലുമ്പോഴും അവൾ ഓരോ കവിൾ വെള്ളം കുടിക്കുന്നു.

"ഒരാൾ വിജയിക്കുമ്പോൾ ജീവിതത്തിന്റെ മേലുള്ള അയാളുടെ പിടുത്തം അയഞ്ഞുപോകുന്നു. ഇത് ജാന എഴുതിയതല്ലേ?"

ജാനകി അൽപ്പം ഉറക്കെ ചിരിച്ചുപോയി.

"ഓരോ നേരത്തെ മൂഡനുസരിച്ച് ഓരോന്ന് എഴുതുന്നു. സൂര്യക്ക് ഇതൊക്കെ മനഃപാഠമാണോ? എനിക്കു വാസ്തവമായും അതിശയമുണ്ട്."

സൂര്യനാരായണൻ ആശ്വാസത്തോടെ നെടുവീർപ്പയച്ചു. "ഹാവൂ ചിരിക്കാനുള്ള സിദ്ധി മറന്നിട്ടില്ല. എനിക്കു സമാധാനമായി. പിന്നെ എനിക്കു മാത്രമല്ല, നിന്റെ വാക്കുകൾ പലരും ഹൃദയത്തിനകത്തു പട്ടിൽ പൊതിഞ്ഞു സൂക്ഷിക്കുന്നവരാണ്."

ജാനകി, നാപ്കിനെടുത്ത് ചുണ്ടുകൾ തുടച്ചു. അൽപ്പാൽപ്പം തണുത്ത വെള്ളം സിപ് ചെയ്തുകൊണ്ടു പറഞ്ഞു, "മുമ്പായിരുന്നുവെങ്കിൽ, ഇതൊക്കെ എന്നെ സന്തോഷിപ്പിച്ചേനെ. ഇപ്പോൾ യാതൊന്നും എന്നിൽ ആഹ്ലാദത്തിന്റെ പൊടിപ്പുകൾ ഉണർത്തുന്നില്ല."

സൂര്യനാരായണൻ അൽപ്പം മുൻപോട്ടാഞ്ഞ് ഇരുന്നു. ബോട്ടിൽ പച്ച ടെസ്സർ സിൽക്കിന്റെ ഷർട്ട് ഒരൽപ്പം പോലും ചുളിയാതെ ശ്രദ്ധിച്ച്, അവനവനിൽ ഇത്രമാത്രം ദത്തശ്രദ്ധനായി...

"നിനക്കറിയാമോ? ജാന, ഞാൻ ഒരുപാടു സമ്പാദിച്ചു. കുറെയൊക്കെ എന്റെ ഭാര്യയും അവളുടെ ആൾക്കാരും കൊണ്ടുപോയി. വലിയ നടനെന്ന പേര്, പ്രശസ്തി, ഉന്നതമായ പട്ടങ്ങൾ എല്ലാം മുൾക്കിരീടങ്ങളാണ്. എല്ലാം നശ്വരമെന്ന് എനിക്കറിയാം. ഔട്ടാവാതെ എന്നും ഫീൽഡിൽ പിടിച്ചുനിൽക്കാൻ പരിശ്രമിക്കൽ, പ്രായത്തെ പിടിച്ചു നിർത്തൽ. ഒരുതരം ഞാണിന്മേൽ കളിയാണത്. സുഹൃത്തെന്നു കരുതുന്നവൻ പിറകിൽനിന്നു കുത്തും. പണത്തേക്കാൾ വലിയൊരു ശത്രു മനുഷ്യനില്ല എന്നെനിക്കു മനസിലായി. ഒരു യാചകന് എന്നേക്കാൾ സ്വസ്ഥതയുണ്ടെന്ന് എനിക്കു തീർച്ചയുണ്ട്. നിന്നെപ്പോലെ സ്ഫടിക നിർമലമായ മനസുള്ള ഒരുവളെയാണ് എനിക്കാവശ്യം. എന്നെ അധീനപ്പെടുത്താനും ഭരിക്കാനും..."

ഈ അർധോക്തി മുഴുമിപ്പിക്കാൻ ഒരിക്കലും അയാൾക്കു സാധിക്കില്ല. അതിന് താൻ ഇടകൊടുക്കില്ല. ജാനകി തീരുമാനമെടുത്തു.

"അപ്പോൾ സൂര്യ പറഞ്ഞുകൊണ്ടുവരുന്നത്? നിങ്ങളും പരാജിതനാണെന്നാണോ? നിങ്ങൾ സമ്പാദിച്ചതു നിറമുള്ള കുമിളകളായിരിക്കാം. എന്നാൽ ഞാൻ സ്വരുക്കൂട്ടിവച്ചത് ആന്തരികരത്നങ്ങളാണ്. എന്നിട്ടും ഞാൻ പരാജയപ്പെട്ടു."

നിശ്ചലമായ നീലജലാശയത്തിൽ പിടയ്ക്കുന്ന വിളക്കുകാൽ വെളിച്ചത്തിലേക്ക് ജാനകി നോക്കിക്കൊണ്ടിരുന്നു.

"ചോദിക്കട്ടെ, നിന്റെ കണ്ണുകളിൽ ആരാണ് കാന്തം കൊണ്ടുവന്നു വച്ചത്?"

ഈ ചോദ്യം സൂര്യനാരായണന്റേതായിരുന്നില്ല. അത് ഉദയന്റേതായിരുന്നു. ഇതുപോലൊരു ഹോട്ടലിൽ, നീന്തൽ പൊയ്കയ്ക്കു ചുറ്റുമുള്ള കസേരകളിൽ അമ്മയും അച്ഛനുമൊത്തു ഡിന്നർ കഴിക്കാനെത്തിയതായിരുന്നു. ബുഫേപാർട്ടിയിൽ അടിയിൽ കനലിട്ട തിളങ്ങുന്ന പാത്രങ്ങളിൽനിന്നു വിഭവങ്ങൾ കോരിവിളമ്പുന്ന തന്നോട് ഒരു അപരിചിതന്റെ ചോദ്യം. കുടിച്ചു ചുവന്ന മുഖത്തോടെ, ആ സമ്പന്നപുത്രൻ അവളുടെ നേർക്കു കുനിഞ്ഞുകൊണ്ടു ചോദിക്കുന്നു: ആരാണ് നിന്റെ കണ്ണുകളിൽ കാന്തം വച്ചുതന്നത്! ആ കുസൃതിച്ചോദ്യത്തെ ഒരു ചെറുചിരികൊണ്ടു തട്ടിനിരപ്പാക്കാൻ അന്ന് ജാനകിക്കു കഴിഞ്ഞു. ഫാഷൻ ഡിസൈനർമാർ ഇതിലും വലിയ കമന്റുകൾ കേൾക്കാൻ മാത്രം ഭാഗ്യമുള്ളവരാണ്.

"ഇപ്പോൾ ജാനയുടെ മനസ്സ് ആരുടെ അടുത്താണെന്ന് ഞാൻ പറയട്ടെ?" ഉള്ളിലൽപ്പം നടുങ്ങിയതു പുറമേ കാണിക്കാതെ ജാനകി പ്ലേറ്റിലേക്കുതന്നെ കുനിഞ്ഞു.

"പ്രാർഥനാനിർഭരമായ ഒരു സ്നേഹമായിരുന്നു എനിക്ക് ഉദയനോട്. എന്നാൽ അയാളത് അർഹിച്ചിരുന്നില്ല. എന്റെ രക്തത്തിന്റെ രക്തവും..."

മുഴുവനാക്കും മുൻപേ സൂര്യനാരായണൻ ഇടപെട്ടു. "ഭൂതത്തിൽ അധികം മനസർപ്പിക്കരുത്. അത് നിന്റെ ജീവിതത്തിൽനിന്നു ചിന്തിപ്പോയ രക്തമാണ്. ധമനികളിൽ ഓടുമ്പോൾ മാത്രമേ രക്തത്തിന് ജീവനുള്ളൂ. പുറത്തേക്കു ചിന്തിക്കഴിഞ്ഞാൽ പിന്നെയത് മൃതമാണ്." എനിക്കു സിനിമാലോകത്ത് ചില്ലറ ബന്ധങ്ങൾ, സുഹൃത്തുക്കൾ ഉണ്ട്. എന്നാൽ അങ്ങയെപ്പോലെ ഫിലോസഫി പറയുന്ന, മനോഹരമായി സംസാരിക്കുന്ന ഒരു നടനെ എനിക്കു പരിചയമില്ല.

അയാളുടെ തുടുതുടുത്ത ചുണ്ടുകളിൽ ആത്മഗൗരവത്തിന്റേതായ ഒരു പുഞ്ചിരി തെളിഞ്ഞു.

"പക്ഷേ, പലതും പല ചിന്തകളും എന്റെ പ്രജ്ഞയിലേക്കു കടക്കുന്നില്ല. ഉദയൻ എന്നെ വിട്ടുപോയതോടെ, അല്ലെങ്കിൽ ഞാനയാളെ അകറ്റിയതോടെ സകലതും എന്നിൽനിന്നും മാറിപ്പോയി. എല്ലാം ശരിയാവും. ഞാനും നോർമലാകും. എനി ഹൗ, ദിസ് ലൈഫ് ഈസ് എ ബ്രീഫ് ഫ്ളാഷ് – എന്തും മറക്കണം, മറന്നുപോകും. അതറിയാഞ്ഞല്ല. സൂര്യ, നിങ്ങൾ ഇപ്പോൾ എത്രമേൽ ഉദ്ബോധിപ്പിച്ചാലും ഒരു നിഗമനത്തിൽ എത്തിച്ചേരാനാവുമെന്ന്..."

സൂര്യനാരായണന്റെ മുഖം ഒന്നു ജ്വലിച്ചു. അയാളുടെ നെറ്റിയിലെ ഒറ്റ ഞരമ്പ് പിടച്ചു.

"നീയൊരു എഴുത്തുകാരിയല്ലേ, ഇത്രമേൽ നിരാശ നിനക്കു പാടുണ്ടോ? 'കടുത്ത നിരാശയ്ക്കിടയിലും പ്രത്യാശയുടെ കൈത്തിരി കൊളുത്തി വയ്ക്കണം' എന്ന് എഴുതിയത് മറ്റാരുമല്ലല്ലോ. എന്നിട്ടു ചൂടുവേനലിൽ ഇളംകാറ്റിനു നേരെ നീ കതകു കൊട്ടിയടയ്ക്കുന്നു! പുത്തൻ

സൂര്യോദയത്തിനു മുമ്പിൽ മുഖം പൊത്തുന്നു! എന്നെ ചുറ്റിപ്പറ്റിയാണ് ഇപ്പോൾ നിൽപ്പെങ്കിലും, അന്യഥാബോധത്തോടെയാണ് നീ ഇടപെടുന്നത്. എന്നാലെനിക്ക് നിന്നെയറിയാം. യാതൊന്നും ഒളിച്ചുവയ്ക്കാത്ത, കരുതിവയ്ക്കാത്ത, കലവറയില്ലാത്ത നിന്റെ മനസ്സ് നീ വരികളിലൂടെ പ്രകാശിപ്പിച്ചുകഴിഞ്ഞു."

ജാനകി പതുക്കെ കസേരയെ പിറകോട്ടു തള്ളി എഴുന്നേറ്റു. വിരലുകൾ നാപ്കിനെടുത്തു തുടച്ചു വൃത്തിയാക്കി.

"ഇന്നലെ ഞാൻ ഉദയനെ കണ്ടിരുന്നു" അയാൾ ആവശ്യപ്പെടാതെ തന്നെ ജാനകി ഒരു തിരയുടെ ഊക്കിലുള്ള മടക്കംപോലെ സീറ്റിലേക്ക് അമർന്നിരുന്നു. ബാക്കികൂടി കേൾക്കാൻ അവളുടെ മനസ്സ് ജാഗരൂകമായി.

"കൂടെ അയാളുടെ പുതിയ കാമുകി ഉണ്ടായിരുന്നു. ഉദയന്റെ മുഖം എന്നെ കണ്ടതോടെ അപ്രസന്നമായി. പക്ഷേ, ആ പെണ്ണുണ്ടല്ലോ ഒരു വല്ലാത്ത പ്രകൃതമാണ്. എന്നെ കണ്ടപ്പോൾ ചാടിക്കടിച്ചില്ലന്നേയുള്ളൂ. ആളുകളുടെ മുമ്പിൽവച്ച്, എനിക്കറിഞ്ഞൂടാ ഉദയൻ, എന്തിനാണു ദുഷ്പേരുണ്ടാക്കുന്ന പെണ്ണുങ്ങളോട് അടുക്കുന്നതെന്ന്. നിന്നെപ്പോലൊരുവളെ സ്വന്തമാക്കാൻ കഴിഞ്ഞാൽ പിന്നെ ഒരു പുരുഷായുസ്സിൽ മറ്റാരെയെങ്കിലും... ഛെ... എനിക്കിത് ഓർക്കാനേ വയ്യ."

ഓരോ പുതിയ സ്ത്രീയെ കണ്ടുവരുമ്പോഴും കുറ്റബോധംകൊണ്ടു കുനിഞ്ഞ ശിരസ്സ് ഉദയൻ തന്റെ നെഞ്ചിലേക്കു ചായ്ച്, 'മാപ്പ്-മാപ്പ്' എന്നു പറഞ്ഞിരുന്നത് ജാനകി ഓർത്തു. വളരെ വൈകിമാത്രമേ അതെല്ലാം അവൾക്കു മനസിലായുള്ളൂ. കേവലം മാപ്പുപറയൽകൊണ്ടു കഴുകിക്കളയാവുന്ന തെറ്റല്ലല്ലോ അത്?

"അന്യന്റെ ആത്മാവിനെയും, അവന്റെ വികാരങ്ങളെയും ഞാനെന്നും മാനിച്ചിട്ടേയുള്ളൂ, സൂര്യ അയാൾക്ക് അയാളുടേതായ നിലപാടുകളും കാരണങ്ങളും കാണും. എനിക്ക് എന്റേതും. മനസിന്റെ നിലപാടുകൾ നടപ്പിലാക്കുക. അതേ വഴിയുള്ളൂ. അയാൾ എനിക്കിന്ന് ആരുമല്ല. എന്നാൽ എന്റേതായതെന്തെല്ലാമോ അയാൾ കൂടെ കൊണ്ടുപോയിരിക്കണം. അതാവാം ഇത്രമേൽ ശൂന്യത ഞാനനുഭവിക്കുന്നത്."

സൂര്യനാരായണൻ കൊച്ചുകുട്ടികളുടേതുപോലുള്ള ആ നനുനനുത്ത കൈപ്പടം കൈയിലെടുത്തു.

"ഞാനുറപ്പുതരാം നിനക്കൊരിക്കലും ദുഃഖിക്കേണ്ടിവരില്ല. ജാന, ഞാൻ എല്ലാം ഉപേക്ഷിക്കാം എന്റെ അഭിനയവും മറ്റും. എനിക്കെല്ലാം മതിയായി. നിന്നെ എക്കാലത്തും ഞാൻ വിസ്മയത്തോടെ ആരാധിച്ചിട്ടേയുള്ളൂ. നിന്നെയിങ്ങനെ തനിച്ചാക്കി എനിക്കെങ്ങോട്ടും പോകാൻ വയ്യ. ജാനകി സങ്കോചത്തോടെ, പതുക്കെ തന്റെ കൈത്തലം അയാളുടെ ഊഷ്മളമാർന്ന, വലിയ കൈപ്പത്തിയിൽനിന്നു വലിച്ചൂരിയെടുത്തു.

"നീ കരുതുന്നത് അയാൾ മാത്രമാണു സത്യം എന്നാണ്. ഞാൻ നിനക്കിപ്പോൾ മനോഹരമായ ഒരു നുണയാണ്, അല്ലേ?" ജാനകി അൽപ്പം വിഷാദത്തോടെ ചിരിച്ചു:

"മലയാളത്തിന്റെ വീരനായകൻ അൽപ്പം വികാരം കൊള്ളുന്നുണ്ട ല്ലോ."

"ഹാവൂ ഇത്രയെങ്കിലും ജാന പറഞ്ഞുവല്ലോ. എനിക്കു സന്തോ ഷമായി. ഞാൻ നടിക്കുകയാണെന്ന് നീ പറഞ്ഞില്ലല്ലോ. എന്റെ ഭാര്യ യുടെ രീതി അതായിരുന്നു. ഞാൻ ചിരിച്ചാൽ, കരഞ്ഞാൽ, കോപിച്ചാൽ എല്ലാം അവൾ എന്റെ അഭിനയശേഷിയെന്നു പറഞ്ഞു പരിഹസിക്കും."

സംസാരിക്കുവാൻ ഇനിയൊന്നുമില്ല എന്നായപ്പോൾ മൗനം സഹാ യത്തിനെത്തി. വാക്കുകൾ ചിലപ്പോൾ പരാജയമാവുന്നു.

"എന്റെ ജയവും തോൽവിയുമെല്ലാം ഇനി നിന്റെ കൈയിലാണ്. തോറ്റാലും ഞാൻ നിനക്കുമുമ്പിൽ നിവർന്നു നിൽക്കും. നീ സമ്മതി ച്ചാൽ എന്റെ പോരാട്ടങ്ങൾ ഞാൻ നിനക്കു തരാം, എന്റെ കണ്ണീരും വിയർപ്പും രക്തവുമായ പ്രസിദ്ധി നിന്റേതാകാം. എന്റെ ഭാരങ്ങളും പിന്നീടു നിന്റെ സ്വന്തമാകും."

ജാനകി തീക്ഷ്ണ നയനങ്ങളോടെ പതർച്ചയില്ലാതെ ഇരിക്കുകയാ ണ്.

"ജീവിതം, എനിക്കെന്താണു സമ്മാനിച്ചത്? ഒരിക്കലും ശമിക്കാത്ത ദാഹമോ? മാറാത്ത വിശപ്പോ? അവസാനിക്കാത്ത ഇരുട്ടോ? എന്റെ കണ്ണു നീരിനെ കഴുകി വെടിപ്പാക്കാൻ സൂര്യക്കു കഴിയുമോ? എനിക്കു പുതിയ സൂര്യചന്ദ്രന്മാരെ സമ്മാനിക്കാൻ? ഞാനെന്റെ ആത്മാവിലൂടെ കിട്ടാത്ത തെന്തോ തേടി അലഞ്ഞുകൊണ്ടിരിക്കും."

ജാനകി കണ്ണുകൾ ഇറുകെ പൂട്ടി. ചുറ്റും ഹോട്ടൽ കെട്ടിടം കറങ്ങു കയാണ്. അജ്ഞാത മാളങ്ങളിൽ സർപ്പങ്ങൾ നുളയുന്നു. കഴുകന്മാ രുടെ കൂർത്ത നഖങ്ങളിൽനിന്നു ചോരയിറ്റുന്നു. വർണശബളമായ ദുഃഖ ങ്ങൾ ചിത്രശലഭങ്ങളായി വായുവിൽ നൃത്തം ചവിട്ടുന്നു. ഭൂമിയുടെ ശ്വാസകോശം, ജീവവായു കിട്ടാതെ പിടയുന്നു.

ജാനകി ധ്യാനിക്കുന്നോ?

ആരോ തനിക്കുനേരെ കുനിയുന്നു.

"നീ, അഗ്നിയാണ്. അഗ്നിയെ പ്രാപിക്കാൻ അഗ്നിക്കേ കഴിയൂ." ആരോ പറയുന്നു. എവിടെയൊക്കെയോ വേരുകൾ പറിഞ്ഞുപോകുന്നു. ചങ്ങലകൾ ഏതൊക്കെയോ പൊട്ടിത്തകരുന്നു. ലോകമാകെ നിശ്ശേഷ നിശ്ശബ്ദതയിലേക്കാണ്ടു പോകുന്നു. കുറേനേരം കഴിഞ്ഞു യാതൊരു നിഗമനത്തിലും എത്തിച്ചേരാതെ, കസേരകൾ അങ്ങോട്ടുമിങ്ങോട്ടും വക ഞ്ഞുനീക്കി അവരിരുവരും എഴുന്നേറ്റു.

വർത്തമാനത്തിന്റെ ഉറപ്പുകൾ

പത്തു ദിവസത്തിനകം എന്തോ അത്ഭുതം നടക്കാൻ പോകുന്നു! ഈ ഉൾവിളിയുടെ ഉത്തേജനത്താൽ ദേവിക ഞെട്ടിയുണർന്നു. കണ്ണു മിഴിച്ചപ്പോൾ പതിവുപോലെ, വിളർത്ത ചുവരുകൾ, വെളുത്ത ഇരുമ്പു കട്ടിൽ, പതുക്കെ തിരിയുന്ന പങ്ക, കർട്ടനിടയിലൂടെ ഒളിഞ്ഞുനോക്കുന്ന ഇത്തിരി ആകാശച്ചിരി.

ഇത്തവണ ആ ചിരി ദേവികയുടെ ചുണ്ടോളമെത്തി. ഇനിയത്തെ പത്തു ദിവസങ്ങളിൽ എന്തു സംഭവിക്കാനാണ്!

പനിക്കിടക്കയിൽനിന്ന് ശസ്ത്രക്രിയാമഞ്ചത്തിലേക്കു സ്ഥലംമാറ്റം കിട്ടാൻ പോകുന്നു എന്ന വർത്തമാനം ഇന്നലെ യുവകോമളനായ ഡോക്ടർ സ്വതഃസിദ്ധമായ ഗൗരവത്തിൽ ഉണർത്തിച്ചപ്പോൾ ദേവികയ്ക്കു ഭാവഭേദമുണ്ടായില്ല. ബൈസ്റ്റാന്റർ പോലുമില്ലാതെ തനിച്ചുകിടക്കുന്ന ഈ രോഗിണി, ഉള്ളുലഞ്ഞ്, തകർച്ചയും പതർച്ചയും കാണിക്കുമോ എന്ന പരിഭ്രമം യുവകോമളന്റെ മുഖത്ത് തലകാണിച്ചപ്പോഴേക്കും ദേവിക ചിരി മായാത്ത മുഖത്തോടെ പ്രസ്താവിച്ചു:

"ഇവിടെ ഞാൻ നിങ്ങളുടെ തടവുകാരി. സൂചി കുത്താം, കുഴൽ കടത്താം, കീറിമുറിക്കാം, തുന്നിക്കെട്ടാം."

ഇത്രയും വലിയ തമാശ പറഞ്ഞിട്ടും ഈ ഡോക്ടറുടെ കവിളത്തു പതിവുള്ള നുണക്കുഴിച്ചന്തം കാണാഞ്ഞപ്പോൾ ഉള്ളിലൊരു സംശയം തലപൊക്കി. എന്തോ കോംപ്ലിക്കേഷനുണ്ടല്ലോ.

ആ നിസ്സംഗന്റെ മുഖത്തുനിന്നു കണ്ണുകൾ പറിച്ചെടുത്ത് ദേവിക ഫാനിന്റെ ചിറകുകളിലേക്കു നോട്ടം കൊരുത്തു. യുവഡോക്ടർ പിൻവാങ്ങി.

കട്ടിലിൽനിന്ന് ഇപ്പോൾ അൽപ്പം ആവേശത്തോടെ വെറും തറയിലേക്കു കാലെടുത്തു കുത്തിയപ്പോൾ ദേവികയ്ക്ക് അത്രയൊന്നും ക്ലേശം തോന്നിയില്ല. എന്നാൽ ബ്രഷിൽ പേസ്റ്റു തേച്ചു തിരിഞ്ഞപ്പോൾ ശരീര

മാകെ ഉലയുന്നു. മുഖമെങ്ങനെയോ കഴുകിത്തുടച്ചു നിവർന്നപ്പോൾ സിസ്റ്റർ റെഡിയാണ്.

പുലരും മുൻപുതന്നെ ഇനി രക്തസമ്മർദം, ശരീരതാപം, കൺപോളയ്ക്കിടയിലെ രക്തച്ചുവപ്പിന്റെ ഘനിമ ഇവയുടെ അളവും തോതും അറിഞ്ഞതിനുശേഷം ഉറക്കക്ഷീണത്താൽ ഇടറുന്ന കാൽവയ്പുകളിൽ അവൾ നടന്നുനീങ്ങും. രോഗിയെ പുലർച്ചത്തണുപ്പിന്റെ നിദ്രാവിഹീനമായ അനാഥത്വത്തിലേക്കു തള്ളിയിട്ടിട്ടാണാ പോക്ക്. പൃഷ്ഠത്തിൽ ആഴത്തിലൊരു സൂചിക്കുത്തും കൂടിയായപ്പോൾ ഇനിയൊരു ഉറക്കം അസാധ്യമെന്ന് ദേവികയ്ക്കു തീർച്ചയായി.

പ്രജ്ഞയിലെവിടെയോ തലേന്നത്തെ സ്വപ്നത്തിന്റെ പൊടിപ്പുകൾ. എന്നോ കടന്നുപോയ അമ്മ, മരിക്കാത്ത അച്ഛൻ, ഒന്നും സ്വപ്നത്തിൽ കടന്നുവന്നില്ല. സ്നേഹിച്ചവരും വേദനിപ്പിച്ചവരും വഞ്ചിച്ചവരും ഒന്നും അവിടെയുണ്ടായില്ല. അജ്ഞേയതയിൽനിന്നു വർത്തമാനത്തിനു മാത്രം നൽകാൻ കഴിയുന്ന ഒരു വേദന.സ്വപ്നത്തിന്റെ വ്യാജനാണയങ്ങളിറക്കുന്ന ശീലം ദേവികയുടെ മനസു ശീലിച്ചിട്ടുമില്ല.

ദേവിക കട്ടിലിൽ ചമ്രം പടിഞ്ഞിരുന്നു മുടി ചീകിക്കെട്ടി. പതുക്കെ എഴുന്നേറ്റു വസ്ത്രം മാറി, ചെറിയ കണ്ണാടിയിലേക്കു കുനിഞ്ഞ് ഇരുപതു ദിവസങ്ങൾക്കകം തന്റെ മുഖത്തുനിന്നു വാർന്നുപോയ രക്തത്തിന്റെയും മാംസത്തിന്റെയും കണക്കെടുക്കാൻ തുടങ്ങി. പുറംതൊലിയിൽ അങ്ങിങ്ങു ചുവന്ന പാടുകൾ. മുഖത്തെ ഇത്തിരി വിളർച്ച. എന്നിട്ടും അണയാതെ കത്തുന്ന ഉജ്വലദീപങ്ങളായി രണ്ടു കണ്ണുകൾ തന്നെ ഉറ്റുനോക്കുന്നു. അവയിലേക്കു നോക്കിക്കൊണ്ട് ദേവിക പ്രസാദമധുരമായി പുഞ്ചിരിച്ചു.

“ഗുഡ്മോണിങ്.”

അപ്പോഴേക്കും ചാർജുചെയ്യാനിട്ടിരുന്ന മൊബൈൽ സംഗീതമുതിർക്കാനും ചെറുതായി പിടയാനും തുടങ്ങി. ഇത്ര രാവിലെ ആരുടെ സന്ദേശം എന്ന കൗതുകത്താൽ ദേവിക പതുക്കെ ഞെരങ്ങി നീങ്ങി മൊബൈൽ കൈയിലെടുത്തു. ഓഫീസിലെ അവിനാശാവും. ആ പാവം പയ്യന് മാഡത്തിന്റെ പരാധീനതകളിൽ സങ്കടമുണ്ട്: വിഷ് യു വെൽ മേം, വീ മിസ് യൂ മേം, ഐ വിൽ പ്രേ ഫോർ യൂ മേം. എന്നും മറ്റും ദിവസം പലകുറി ആ കുട്ടി സങ്കടപ്പെടും. ആശംസകളർപ്പിച്ചും പ്രാർഥിച്ചും മാഡത്തെക്കുറിച്ച് ഓർത്തുകൊണ്ടിരുന്നു. ഇന്ന് ഞായറാഴ്ചയായിട്ട് ആ പയ്യനൊന്നു നന്നായി ഉറങ്ങിക്കൂടേ?

“ദേർ ഈസ് നോ സ്പെഷ്യൽ റീസൺ ഫോർ ദിസ് മെസേജ്. ഐ ജസ്റ്റ് വാണ്ട് റ്റു സ്റ്റീൽ എ മൊമന്റ് ഔട്ട് ഓഫ് യുവർ ബിസി ലൈഫ് ആൻഡ് ഹോപ് ഐ ക്യാൻ മേക്ക് യൂ സ്മൈൽ ആൻഡ് സേ സംവൺ റിമംബേഴ്സ്.”

സ്റ്റോർ ചെയ്തുവച്ച പേരുകളൊന്നും തെളിയാത്തതുകൊണ്ടും സന്ദേശത്തിലെ അടിയൊഴുക്കായ പരിഗണനയെക്കുറിച്ച് ഓർത്തുകൊണ്ടും ദേവിക അറിയാതെ മന്ദഹസിച്ചു.

വഴിതെറ്റിവന്ന വഴിപോക്കനെങ്കിലും സുഹൃത്തേ, നിന്റെ സന്ദേശം ഒരു അനാഥയുടെ ചുണ്ടിൽ പുഞ്ചിരി തെളിച്ചിരിക്കുന്നു. തലയണയ്ക്കു കീഴിലിരുന്നു സ്പന്ദിക്കുന്ന *റിപ്പോർട്ട് റ്റു ഗ്രീക്കോയിൽ*നിന്ന് കസാൻദ്സാക്കീസും പുഞ്ചിരിക്കുന്നു.

ദേവിക പാനാസോണിക്കിന്റെ പോർട്ടബിൾ സി ഡി പ്ളെയർ കൈയിലെടുത്തു ഇയർഫോണുകൾ കാതിൽ തിരുകി. "ആവോ, അച്ഛി തരഹ് കർലോ പ്യാർ–" ഗസലിന്റെ ഘനിമയിൽ ലയിച്ചും രസിച്ചുമിരിക്കെ, പടയും പട്ടാളവുമായി ഡോക്ടർമാരും മെഡിക്കോസും സിസ്റ്റർമാരും ദേവികയ്ക്കടുത്തെത്തി.

ചാർട്ടിൽ നോക്കി എന്തോ കുറിച്ചുകൊണ്ട് ഡോക്ടർമുഖ്യൻ വിഷയമവതരിപ്പിച്ചു.

"ഇന്ന് ഒന്നാംതീയതി. ദേവികയ്ക്ക് സർജറി പത്തിനാണു വച്ചിരിക്കുന്നത്. നന്നായി ഭക്ഷണം കഴിക്കണം. ഉറങ്ങണം."

ഡോക്ടർ എന്തൊക്കെയോ പറഞ്ഞുകൊണ്ടിരുന്നപ്പോൾ ദേവികയ്ക്ക് അമ്പരപ്പും അത്ഭുതവും അടക്കാൻ കഴിയാതെയായി. ഓ ദൈവമേ, ഇതാണോ പത്താംനാളിൽ എന്നെ കാത്തിരിക്കുന്ന അത്ഭുതം?

ഹിമശ്വേതസാഗരമായി മുറിയിൽ അലയടിക്കുന്ന വെളുത്ത യൂണിഫോമുകൾക്കിടയിൽ ദേവിക ഭാവഭേദമില്ലാതെയിരുന്നു. ശരീരം ചായ്ച്ചും ചെരിച്ചും നാക്കുനീട്ടിയും കണ്ണുമിഴിച്ചും കിടന്നുകൊടുത്തു. ഒടുവിൽ മുറിയിൽ ഒറ്റപ്പതപോലും ബാക്കിയാവാതെ വെളുത്ത തിരകൾ പിൻവാങ്ങി.

ദേവിക മൊബൈലിലെ മെസേജ് ഇൻബോക്സ് വീണ്ടും തുറന്നു. ഒരു അജ്ഞാത സുഹൃത്ത് അന്വേഷിക്കുന്നു. "നിന്റെ തിരക്കാർന്ന ജീവിതത്തിൽനിന്ന് ഒരുനിമിഷം കവർന്നെടുക്കട്ടെ. നിന്നിൽ ഒരു ചെറുചിരി സൃഷ്ടിച്ചുകൊണ്ടു പറയട്ടെ. ആരോ ഒരാൾ നിന്നെ ഓർമിക്കുന്നു."

പെട്ടെന്നു തോന്നിയൊരു കുസൃതിയോടെ ദേവിക തള്ളവിരലിൽ വളർന്നു നിന്ന ഇത്തിരി നഖമുപയോഗിച്ച് ബട്ടണുകളിൽ വിരലമർത്തിക്കൊടുത്തു.

"ഈ സന്ദേശം വഴിതെറ്റി വന്നതാവും. എന്നാലും നന്ദി സുഹൃത്തേ. തിരക്കുപിടിച്ച ജീവിതത്തിൽനിന്നു രോഗശയ്യയിലേക്കു ചെറിയൊരു സ്ഥലംമാറ്റം. എന്നാൽ മനസെപ്പോഴും തിരക്കിൽത്തന്നെ. താങ്കളുടെ സന്ദേശം സത്യമായും എന്റെ വരണ്ട ചുണ്ടിലൊരു പുഞ്ചിരി തെളിയിച്ചിട്ടുണ്ട്. തീർച്ച"– ദേവിക.

ദേവിക ഒരു മാറ്റത്തിനായി ജനാലയ്ക്കൽ ചെന്നിരുന്നു. വലിയ ആശുപത്രിമുറ്റം നിറയെ കാറുകൾ. ഒരു ദേവദാരുവൃക്ഷം അങ്കണത്തിനൊരു ആഭരണമായി. ആകാശത്തിൽ പറഞ്ഞറിയിക്കാൻ കഴിയാത്ത നിറങ്ങളൊക്കെ പടരുകയാണ്. അജ്ഞേയതയുടെ നിറം ഇതാണോ? ഭാവിയുടെ? അനിശ്ചിതത്വത്തിന്റെ?

പിതാക്കന്മാരും പ്രപിതാക്കന്മാരും തന്റെ രക്തത്തിൽ സമുദ്രതരംഗങ്ങളായി നൃത്തം ചവിട്ടുകയാണോ? കാണായ ലോകത്തിന്റെ ചപല

ശബ്ദങ്ങൾ, കാണാത്ത മനസിന്റെ ഗഹനതയിലേക്കു തുളഞ്ഞിറങ്ങുകയാണ്. ആത്മാവ് ഏകാന്തമായിത്തീരുന്നതു മനസിലായപ്പോൾ ആരോ വലിച്ചെറിഞ്ഞ പത്രമെടുത്ത് നിവർത്തി. വിവരങ്ങളും പരസ്യങ്ങളും നിലവാരങ്ങളുമൊന്നും മനസിൽ ഉറയ്ക്കുന്നില്ല. മൊബൈലൊന്നു കൈയിലെടുത്തതേയുള്ളൂ. അതാ വരുന്നു അടുത്ത സന്ദേശം!

"അതൊരു സുഹൃത്തിനായുള്ള സന്ദേശമായിരുന്നു ദേവിക. എങ്കിലും താങ്കളിൽ ഞാൻ നല്ലൊരു സുഹൃത്തിനെ കണ്ടെത്തട്ടെ. രോഗത്തിനടിയറ പറയാത്ത മനുഷ്യനില്ലല്ലോ. മനസിൽ സ്വസ്ഥമായിരിക്കൂ. ഞാൻ എന്റെ ക്യാമ്പിൽ അൽപ്പം തിരക്കിലാണ്. രണ്ടുമൂന്നു മീറ്റിങ്ങുകൾ. ഉടൻ തയാറാവണം. ഓഫീസിലെത്തണം. രാത്രിയിൽ പരിചയപ്പെടാം. മിസ്റ്റർ എ."

ധൃതിയിൽ ദേവിക തിരിച്ചൊരു സന്ദേശമയച്ചു. "താങ്കളുടെ പരിഗണനയ്ക്കു നന്ദി മി. എ"

കുത്തിവച്ച മരുന്നിന്റെ പരിണതഫലമോ എന്തോ, കൊണ്ടുവച്ച പ്രാതൽ കഴിക്കാതെ ദേവിക ഉറങ്ങിപ്പോയി. ഉറങ്ങിയുണർന്നപ്പോൾ പുറത്തു വെയിൽ ആർഭാടമായി പരന്നുകഴിഞ്ഞു. കാൽക്കൽ ഓഫീസിലെ സുഹൃത്ത് ഗീതാഞ്ജലി ഇരിപ്പുണ്ട്. ദേവിക ഒന്ന് ഉത്സാഹമായി ഉയർന്നെഴുന്നേൽക്കാൻ ശ്രമിച്ചു. കഴിയുന്നില്ല.

"കിടന്നോളൂ മാഡം. യാതൊന്നും കഴിച്ചില്ലല്ലോ. എടുത്തുതരട്ടെ?" പെൺകുട്ടി മനോജ്ഞമായ പുഞ്ചിരിയോടെ ദേവികയുടെ ദേഹത്തു കൈവച്ചു.

"ഹൊ, പൊള്ളുന്ന പനിയുണ്ടല്ലോ. പിന്നെ മാഡം, ഇന്നലെ ജി എം അന്വേഷിച്ചിരുന്നു. മാഡത്തിന്റെ സർജറിയുടെ കാര്യം വീട്ടിൽ അറിയിക്കേണ്ടേ?"

ദേവിക വീണ്ടും കണ്ണുകളടച്ചു.

"വീട്ടിൽ എനിക്ക് ആരാണുള്ളത് ഗീത? അച്ഛനു യാത്രയൊന്നുമാവില്ല. കിടപ്പാണത്രേ എപ്പോഴും. പിന്നെയുള്ള ബന്ധുക്കൾ നിങ്ങളൊക്കെയല്ലേ? അതുമതിയെന്നു പറഞ്ഞോളൂ ജി എമ്മിനോട്."

ശബ്ദത്തിന് ഇത്ര തളർച്ചയെങ്ങനെ വന്നുവെന്ന അങ്കലാപ്പ് ഉള്ളിൽ തോന്നിയപ്പോൾ ദേവിക നിർത്തി.

"മാഡത്തിന് ഇന്നു ക്ഷീണമുണ്ട്. ഞാനിന്നു മുഴുവനും ഇവിടെ ഇരിക്കാം. വൈകിട്ട് അവിനാശെത്തും."

കണ്ണു തുറക്കാതെ ദേവിക പറഞ്ഞൊപ്പിച്ചു.

"ഏയ് ഞാനൊന്ന് ഒറ്റയ്ക്കു കിടന്നോട്ടെ ഗീത. ആരും ആവശ്യമില്ല. ഒന്ന് ബെല്ലമർത്തിയാൽ സിസ്റ്റർമാർ പറന്നെത്തും. പിന്നെ എനിക്കു ഭക്ഷണമെടുത്തു കഴിക്കാം. ടോയ്‌ലറ്റിൽ തനിയെ പോകാം. മരുന്നെടുത്തു തരാൻ സിസ്റ്റർമാർ മത്സരമാണ്. പിന്നെ കുറച്ചു പുസ്തകങ്ങൾ. കുറെ സി ഡികൾ. ഇതൊക്കെ എനിക്കു ധാരാളമാണ്."

ഗീതാഞ്ജലി കുഴങ്ങി.

“ഞാനൊന്നുകൂടി ഉറങ്ങട്ടെ. ഗീത പൊയ്ക്കോളൂ. വൈകുന്നേരം വരണേ. അവിനാശും രാംഭായിയും വരാതിരിക്കില്ല.”

ഗാഢനിദ്രയിൽനിന്ന് നിഗൂഢമായ ഏതോ മാന്ത്രികശക്തി ഉണർത്തും പോലെയാണ് ദേവിക കണ്ണുതുറന്നത്. എഴുന്നേറ്റിരുന്ന് ഒരു ഗ്ലാസിലേക്ക് വെള്ളം പകർന്ന് തൊണ്ടയിലേക്ക് ഒഴിച്ചതേയുള്ളൂ. അപ്പോഴേക്കും മൊബൈൽ ശ്രുതിലയതാളത്തോടെ മിടിക്കാൻ തുടങ്ങി.

“ദേവികാ മേനോനെന്ന ഒരു നർത്തകിയെ കേരളത്തിൽവച്ച് മുമ്പ് ഞാൻ പരിചയപ്പെട്ടിട്ടുണ്ട്. അതേ ദേവികയാണോ താങ്കൾ?”

പൊടുന്നനെ ചെകിട്ടത്താരോ ആഞ്ഞടിച്ചതുപോലെ. ദേവിക ചെവിയിൽനിന്ന് മൊബൈൽ അകറ്റിപ്പിടിച്ചു.

“പണ്ട് ഞാൻ നൃത്തം ചെയ്തിരുന്നു. അതിവിടെ ആർക്കും അറിഞ്ഞുകൂടാ. വിളിച്ചതാരെന്നറിഞ്ഞാൽ...”

ഒരു മുൻവിധിയുമില്ലാത്ത പൊട്ടിച്ചിരി.

“ഒരജ്ഞാതൻ. ദേവികയെക്കാൾ മൂപ്പുണ്ട്. നഗരത്തിലെ ഒരു സുപ്രധാന കർമചാരി. ഒരിക്കൽ നേരിൽവന്നു പരിചയപ്പെടാം. താങ്കൾ രോഗശയ്യയിലാണെന്നല്ലേ പറഞ്ഞത്? കൂടുതൽ ബുദ്ധിമുട്ടിക്കുന്നില്ല.”

വീണ്ടും ചിരി. ഇപ്പോൾ ചെകിട്ടത്തെ വേദന മായുന്നു.

“എവിടെയാണു ശയ്യ. ആശുപത്രിയോ വീടോ?”

ദേവിക പതുക്കെ ചിരിച്ചു.

“ആശുപത്രി തന്നെ. ചില്ലറ മുറിച്ചുമാറ്റലും തുന്നിക്കെട്ടലുമൊക്കെ വേണ്ടിവരുമെന്നാണു പറയുന്നത്.”

ചിരി തുടർന്നു പൊട്ടിയ ഓട്ടിൻമണിപോലെയായപ്പോൾ മറുവശത്ത് അത്ഭുതം.

“ഹാവൂ. വിചാരിച്ചതുപോലെയല്ലല്ലോ ആൾ. നല്ല ഉറപ്പും ശാഠ്യവുമൊക്കെയുള്ള പ്രകൃതം. എന്നെപ്പോലെതന്നെ.”

ദേവികയ്ക്കു വിട്ടുകൊടുക്കാൻ മനസുവന്നില്ല.

“ശാഠ്യക്കാരി തന്നെ ഞാൻ. എന്നാൽ പട്ടിണി കിടന്നു ശാഠ്യം കാണിച്ചിട്ടില്ല. എനിക്കു വിശപ്പു സഹിക്കാനേ കഴിയില്ല.”

അങ്ങേത്തലയ്ക്കൽ കുലുങ്ങിച്ചിരി.

“അറിയാമോ, കുട്ടിക്കാലത്ത് ഞാൻ അച്ഛനോടു പിണങ്ങി മൂന്നുദിവസം പട്ടിണി കിടന്നിട്ടുണ്ട്. അവസാനം ഞാൻ തന്നെ തോറ്റുകൊടുക്കേണ്ടിവന്നു. അച്ഛന്റെ ശാഠ്യമെങ്ങനെയെന്ന് ഊഹിക്കാമല്ലോ. അതിനുശേഷം ഇന്നേവരെ...”

ബാക്കിഭാഗം മുഴുവനും ഇരുവരുടെയും പൊട്ടിച്ചിരിയിൽ മുങ്ങിത്താഴ്ന്നു.

“ഒരുപാട് ബൈസ്റ്റാൻഡേഴ്സുണ്ടോ ദേവികയ്ക്ക്?”

ഒരു ശ്വാസം ദീർഘമായി അകത്തേക്കു വലിച്ചെടുത്തുകൊണ്ട് ദേവിക പറഞ്ഞൊപ്പിച്ചു.

“ആരുമേയില്ല. എല്ലാം എനിക്കു തനിച്ചുചെയ്യാം. വീട്ടിൽ അധികമാരുമില്ല. വയ്യാത്ത അച്ഛൻ. ഞാനൊരു മദർലെസ് ചൈൽഡ്. ഓഫീ

സിൽനിന്നു കാലത്തും വൈകിട്ടും ആൾ വരും. രാത്രിയും തനിച്ച്. അതൊക്കെപ്പോരെ?"

"ഓ കെ ബേബി. എന്റെ തിരക്കുകൾ തീർന്നിട്ടില്ല. ഇനിയും മീറ്റിങ്ങുകൾ ബാക്കിയാണ്. രാത്രി വിളിക്കാം. ഡിയർ മദർലെസ് ചൈൽഡ്."

ശബ്ദത്തിലെ പക്വതയും സാന്ത്വനവും ഉറപ്പുമെല്ലാം എത്ര ആശ്വാസകരം. ദേവിക മൊബൈൽ തിരികെവച്ചു. അനേകവർഷങ്ങൾക്കു ശേഷം ഒരു തള്ളപ്പക്ഷി അതിന്റെ കൂട്ടിലേക്കു തിരിയെ പറന്നുവന്നിരിക്കുംപോലെ ദേവിക സ്വന്തം ഹൃദയത്തിലേക്കു ശാന്തമായി തിരിച്ചുവന്നു.

"ഞാൻ തിരിച്ചെത്തി, ബേബി. ഇന്ന് സർക്കാരിന്റെ പല മീറ്റിങ്ങുകൾ നടത്തൽ, നടത്തിക്കൽ, ഹിയറിങ്ങുകൾ, പരാതികൾ... എല്ലാ ദിവസവും ഇതൊക്കെത്തന്നെ–"

പുറത്തു വേനൽച്ചൂടിലേക്ക് ആദ്യവർഷം രാജകീയമായി പെയ്തിറങ്ങുന്നതു ശ്രദ്ധിച്ച ദേവിക മന്ദഹസിച്ചു.

"ആ കട്ടിലിൽ തന്നെ കിടക്കാതെ ഇടയ്ക്ക് അങ്ങോട്ടുമിങ്ങോട്ടും നടന്നു നോക്കൂ ബേബി. ഡോക്ടർമാർ വിശ്രമിക്കാൻ പറഞ്ഞു. എന്നാൽ എത്രയെന്നു കരുതിയാണ് മനുഷ്യൻ രാവും പകലും ഉറങ്ങുക?"

ദേവിക അൽപ്പമുറക്കെ ആത്മഗതം ചെയ്തു: "ഇവിടത്തെ നിയമങ്ങളധികവും എനിക്ക് തെറ്റിക്കാനുള്ളതാണ്."

"അവിടെ മഴ പെയ്യുന്നുണ്ടോ? ഇവിടത്തെ കൊടുംചൂടത്ത് മഴ ഞങ്ങൾക്കൊരു വിദൂരസ്വപ്നം. ദേവികയോട് എനിക്ക് അസൂയയുണ്ട്."

ദേവികയ്ക്കു ചിരിക്കാനേ കഴിഞ്ഞുള്ളൂ.

"യുവർ പ്രെസൻസ് ത്രിൽസ് മീ റ്റു ദ കോർ. യുവർ സൈലൻസ് ഫീൽസ് മി വിത്ത് ഫിയർ, മൈ മദർലെസ് ചൈൽഡ്."

ഇത്തവണ ചിരിയിലേക്ക് അൽപ്പം ഈർപ്പം കടന്നെത്തി,

"താൻ കരയുകയാണോ? ബേബി ബീ ഹാപ്പി. ഈ ജീവിതം ഇത്രയൊക്കെയല്ലേയുള്ളൂ. ചിരിക്കാൻ കിട്ടുന്ന ഒരവസരവും ഞാൻ പാഴാക്കാറില്ല."

ആഹ്ലാദം തുടിക്കുന്ന ശബ്ദം:

"ശരി ബേബി. എന്റെ പി എ ഫയൽക്കെട്ടുകൾ മേശപ്പുറത്തു നിരത്തുകയാണ്. മൂന്നുനാല് ജഡ്ജ്മെന്റുകൾ തയാറാക്കാനുണ്ട്."

ദേവിക സ്വരം താഴ്ത്തി:

"മതി, ഇന്നിത്ര മതി. ഒരു കൊച്ചു കോപ്പയിലേക്കു സമുദ്രം മുഴുവൻ പകരാൻ ശ്രമിക്കരുത്. അതു തകർന്നുപോവില്ലേ?"

അൽപ്പനേരം മറുതല നിശ്ചലം. പിന്നെ ദീർഘമായൊരു നിശ്വാസം.

"ഓ മൈ ഗോഡ്, ഹൗ ക്യാൻ ഐ റിട്ടേൺ മൈ മദർലെസ് ചൈൽഡ് ലവ് ആൻഡ് അഫക്ഷൻ? ഞാനൊരു നിധികുംഭത്തിനു മുകളിലേക്കു കമഴ്ന്നുവീണതുപോലെ ഓ കെ ബേബി. ഇനി പിന്നീട്."

ദേവിക ആദ്യം ഒന്ന് അമ്പരന്നു.

“ഈ നിമിഷത്തിൽ വിശ്വാസമില്ലാത്തവരാണ് ഭാവിയിലെ ഉറപ്പുകൾ നൽകുന്നത്. നമ്മുടെയൊക്കെ സത്ത വർത്തമാനത്തിലാണ്. ഉത്തമമാണു സ്നേഹമെങ്കിൽ അതിനു വാഗ്ദാനങ്ങൾ നൽകാനാവില്ല.”

ദേവിക അമർത്തിയ ചിരിയോടെ പറഞ്ഞു. സ്നേഹത്തെ സ്പർശിക്കുന്ന സ്നേഹം. അതിന്റെ ജീവനിർഭരമായ സാന്നിധ്യം.

ഓഫീസിലെ സുഹൃത്തുക്കളും ആശുപത്രിയിലെ ഡോക്ടർമാരും ദേവികയിലെ വമ്പിച്ച ആഹ്ലാദം സ്വന്തം ഹൃദയങ്ങളിലേക്ക് ഏറ്റെടുത്തു.

“സ്നേഹത്തിന് അപൂർവമായ ഹീലിങ്പവറുണ്ട് അല്ലേ ചങ്ങാതീ?

തേൻകൂട്ടിലേക്ക് തേനീച്ചകൾ നുഴഞ്ഞുകയറുംപോലെ ആഹ്ലാദിക്കുന്ന അവരുടെ ഹൃദയത്തിലേക്ക് എത്ര വേഗമാണ് ആളുകൾ ആകർഷിക്കപ്പെടുന്നത്?

ഒരുനാൾ ദേവിക അത്ഭുതംകൊണ്ടു. സ്നേഹം അതിന്റെ സകല പ്രൗഢിയോടുംകൂടി വാരിപ്പുണരാനെത്തുന്നു. സ്നേഹത്തിന് അസാധ്യമായ സാധ്യതകളല്ലേ? അതിനോടു പ്രതികരിക്കാനാവാത്തവർ മനുഷ്യരാണോ?

“നോക്കൂ സുഹൃത്തേ, ഞാനൊരു ഏകാകിനിയായിരുന്നു. കുട്ടിക്കാലം മുതൽക്കേ. എന്നാലെന്നെ അറിയാനും എനിക്കെന്നെ പരിചയപ്പെടുത്താനും ഒരു ചങ്ങാതി വന്നെത്തുമെന്നു സ്വപ്നം കണ്ടിരുന്നു. ഇപ്പോൾ മനസിൽ നീലക്കുറിഞ്ഞിയുടെ ഉന്മാദസൗരഭ്യം നിറയുന്നു. ലോകം അതീവസുന്ദരമായി ഭവിക്കുന്നു. എത്ര ആകസ്മികമായാണ് മനുഷ്യർ പരസ്പരം തിരിച്ചറിയുന്നത്? ഇടിമിന്നലിന്റെ ആകസ്മികതപോലെ ഒരു സ്ത്രീയെന്ന നിലയിൽ എന്റെ പക്വത ഞാൻ തിരിച്ചറിഞ്ഞത് ഒരിക്കലും കണ്ടിട്ടില്ലാത്ത ഒരാളുടെ സത്തയിൽ നിഷ്കളങ്കയായി ലയിച്ചുചേർന്നപ്പോഴാണ്. ഇന്നു സമയത്തിനുമുമ്പിൽ ഞാൻ യാചിച്ചു നിൽക്കുന്നു. അങ്ങയെ അടുത്തൊന്നു കാണാൻ. എന്നിട്ടുമതി, തിയറ്ററിലേക്കുള്ള യാത്ര.”

കനത്തൊരു ശബ്ദം സൗമ്യമായി മന്ത്രിക്കുന്നു: “ആക്ചലി ഐ ആം നോട്ട് എനിവേർ. അയാം ജസ്റ്റ് ഇൻ ഇല്യൂഷൻ. എ ഡ്രീം ഐ വിൽ നോട്ട് ബീ ദേർ റ്റുമോറോ മൈ മദർലെസ് ചൈൽഡ്.”

ഹൃദയമധ്യത്തിൽ ആരോ വിരൽ തൊടുംപോലെ! ദേവിക അടിമുടി വിറച്ചു. എന്നാൽ അവളിൽ ഒരു ഇളം പെൺകിടാവ് നനുത്ത ശബ്ദത്തിൽ പാടാൻ തുടങ്ങി. സ്നേഹിക്കുന്ന പുരുഷൻ ദേഹത്തു കൈവച്ചതുപോലെ.

ഇതുവരെ ഞാൻ അഭിനയിക്കുകയായിരുന്നു. വെറുമൊരു കോമാളിയാക്കുന്നു ലോകമെന്നെ. ആരൊക്കെയോ സ്നേഹിക്കുന്നുവെന്നു ഭാവിച്ചു. എന്തെല്ലാമോ കവർന്നെടുത്തു. കാൽക്കീഴിൽ കളിപ്പന്തുപോലെ തട്ടിക്കളിച്ചു. ഇപ്പോഴാണ് ഞാൻ ജീവിച്ചുതുടങ്ങിയത്. എനിക്കറിയാം, ഇന്നല്ലെങ്കിൽ നാളെ. അതുമല്ലെങ്കിൽ അതിന്റെ പിറ്റേന്ന് നീ വരുമെന്ന്. നീ വന്നാൽ ഞാനെന്റെ നഗ്നമായ ആത്മാവ് നിന്റെ ആത്മാവിലേക്കു ചേർത്തുവയ്ക്കും.

കുട്ടിക്കാലത്ത് രാത്രിയിൽ ഉറക്കം വരാത്ത ദിവസങ്ങളിൽ ഞാൻ ഉറങ്ങുന്ന അമ്മയുടെ കാലുകൾക്കടുത്തു ചെന്നു കിടക്കുമായിരുന്നു. ഇപ്പോൾ ആരോരുമറിയാതെ അമ്മേയുടെ പാദങ്ങൾക്കരികിലേക്കു നിശ്ശബ്ദമായി കടന്നുവന്ന് ആ നിദ്രാതൽപ്പത്തിലേക്ക് ഞാൻ ചെന്നുവീഴുന്നു.

എന്റെ പ്രിയപ്പെട്ടവളേ, ദേവിക, എന്റെ മദർലെസ് ചൈൽഡ്, നിന്നോടുള്ള സ്നേഹം മഞ്ഞുപോലെ നിർമലം. ആട്ടിൻകുഞ്ഞിനെപ്പോലെ സൗമ്യം. അമ്മയുടെ മടിത്തട്ടുപോലെ ഊഷ്മളം. മൈ സ്വീറ്റസ്റ്റ് ചൈൽഡ്, ഐ വിൽ നോട്ട് ലെറ്റ് യൂ ഗോ എനിവേർ. നീ സമ്മതിച്ചാൽ മാത്രം നിന്റെ നെറുകയിലൊരു ചുംബനം ഞാൻ നട്ടുവയ്ക്കാം.

ദേവിക കണ്ണുകൾ മുറുക്കിയടച്ചു. ലോകത്തെമ്പാടുമുള്ള ആൺമയിലുകളാകെ മുന്നിൽവന്ന് നൃത്തം വയ്ക്കുകയാണ്. സകലമാന വൃക്ഷലതാദികളും പൂത്തുലയുന്ന സൗരഭ്യം എന്റെ നാസിക അനുഭവിക്കുന്നു. സർവവർണങ്ങളും എന്റെ കൺമുമ്പിൽ. എന്നെ വേദനിപ്പിച്ചവർക്ക്, കരയിച്ചവർക്ക് എല്ലാം ഞാൻ ഹൃദയംഗമമായി മാപ്പുകൊടുക്കുകയാണ്. സ്വാർഥത്തിന്റെ, കാപട്യത്തിന്റെ, അസൂയയുടെ തൻകാര്യക്കാരുടെ, കളങ്കത്തെ ഈ നിഷ്കളങ്കത മാച്ചുകളയുന്നു. ഭീമാകാരം പൂണ്ട വഞ്ചനയുടെ ഇരുട്ടിൽ ഒരു നിരാകാരൻ വഴി കാണിക്കുന്നു. എന്റെ ഗോപുരത്തെ കെൽപ്പുറ്റതാക്കാൻ അകലെയിരുന്ന് അതൊരു വിളക്കുമരമായി പ്രകാശിക്കുന്നു.

ആശുപത്രിക്കട്ടിലിൽ നിലാവു പെയ്തിറങ്ങുന്നതും സൂര്യചന്ദ്രന്മാർ ഒന്നിച്ചുദിക്കുന്നതും കണ്ട്, ലോകത്തിന്റെ ഏറ്റവും വലിയ അനുഗ്രഹമായ ആ മനുഷ്യൻ വരുന്നതും നോക്കി ദേവിക കണ്ണിമയ്ക്കാതെ കാത്തുനിൽക്കുകയാണ്. അയാളുടെ മുഖമറിയില്ല. ജാതിയറിയില്ല. ഏതു നാട്ടുകാരനാണെന്നത് അറിഞ്ഞുകൂടാ. സുന്ദരനോ വിരൂപനോ, ആർക്കറിയാം! എന്നാൽ ആന്തരികമായ വൃത്തികേടുകൾ പുറംതൊലിയുടെ നിറത്തിലും പ്രൗഢിയിലും സുന്ദരമെന്നു ഭ്രമിച്ചു. തോറ്റ ദേവികയ്ക്കു സൗന്ദര്യം സ്നേഹമാണിന്ന്. ദേവികയെ ഒരു സുന്ദരമായ കളിപ്പാട്ടംപോലെ കളിച്ചുപേക്ഷിച്ചവർ ഈ സുഹൃത്തിന്റെ ഹൃദയംഗമമായ ആർജവത്തിനു മുൻപിൽ തലകുമ്പിടട്ടെ. ദേവികയ്ക്കു മൃതമായ ഇന്നലെ പ്രസക്തമല്ല. അയഥാർഥമായ നാളെ അവളെ ഭ്രമിപ്പിക്കുന്നില്ല. ഇന്നിന്റെ സത്തയിൽ അവൾ പാപമുക്തയാവുന്നു. അവൾക്ക് ഉറക്കം കിട്ടുന്നില്ലെന്നു പരാതി പറഞ്ഞാൽ സുഹൃത്ത് ആശ്വസിപ്പിക്കുന്നു.

“എനിക്കു ചിറകുകളുണ്ടായിരുന്നുവെങ്കിൽ ഞാൻ പറന്നുതാഴ്ന്ന് ആശുപത്രിക്കിടക്കയ്ക്കടുത്തുവന്ന് നിന്നെ ഉറക്കുമായിരുന്നു. അയാം നോട്ട് എ സിംഗർ, നോട്ട് എ സ്റ്റോറി ടെല്ലർ. സ്റ്റിൽ ഐ വിൽ മേക്ക് എവ്രി എഫർട്ട് റ്റു സീ ദാറ്റ് മൈ മദർലെസ് ചൈൽഡ് സ്ലീപ്പ് സൗണ്ട്ലി.”

പാരുഷ്യമാർന്ന ആ ശബ്ദത്തിന്റെ മാധുര്യം ദേവികയ്ക്കു സ്വാസ്ഥ്യമാവുന്നു. അവളിൽ സനാഥത്വം നിറയുന്നു.

എന്റെ ആനന്ദദുഃഖങ്ങൾ, യാതനകൾ, ക്ലേശങ്ങൾ, അനാഥത്വം ഇവയെല്ലാം എന്നിൽ മാത്രമേ നിലനിൽക്കൂ. ഞാനില്ലെങ്കിൽ ഇതൊന്നുമില്ല. ഞാൻ മണ്ണിൽ മണ്ണായി ചേരുമ്പോൾ പിന്നെ യാതൊന്നിനും നിലനിൽപ്പില്ല. വാക്കുകളിൽ ഗദ്ഗദസ്പർശമറിഞ്ഞ് ഒരാൾ ആശ്വസിപ്പിക്കുന്നു.

"ഓ മൈ ബേബി, ഡോണ്ട് ക്രൈ. ഐ വിൽ കം ആൻഡ് ടേക്ക് മൈ ബിലവഡ് റ്റു എ സീക്രട്ട് ഐലന്റ് ആൻഡ് മേക്ക് മൈ പ്രിൻസസ്. ഐ വിൽ മേക്ക് ആൻ എമറാൾഡ് പാലസ് ആൻഡ് വിൽ ലിവ് റ്റുഗദർ ദേറാഫ്റ്റർ."

അത്ഭുതത്തിന്റേതായ ആ പത്താം നാൾ വന്നണയുകയാണ്.

"നാളത്തെ ഫ്ളൈറ്റിൽ ഞാനെന്റെ അനാഥക്കുട്ടിയെ കാണാൻ വന്നെത്തുകയാണ്. അനസ്തേഷ്യയുടെ മയക്കം തീരുമ്പോൾ എന്റെ ബേബി കണ്ണുതുറക്കുക ഈയുള്ളവന്റെ മുഖത്തേക്കായിരിക്കും."

കനത്ത വേനലിൽ തപിച്ചു കിടന്നിരുന്ന അനാഥശിലകൾ മഴനനഞ്ഞു കുതിർന്ന ഒരു പ്രഭാതത്തിൽ, പ്രളയത്തെ ഓർമിപ്പിക്കുന്ന മഴ ചൊരിഞ്ഞ് നനച്ചു തണുപ്പിച്ച ഒരു ഉന്നതഗാത്രൻ തന്റെ ഔദ്യോഗിക പദവികളെയും തിരക്കുകളെയും വിട്ടെറിഞ്ഞ് ഒരു യാചകനെപ്പോലെ ആ ആശുപത്രിയുടെ ഓപ്പറേഷൻ തിയറ്ററിനു മുൻപിൽ വിറങ്ങലിച്ചു നിന്നു.

എന്നാൽ, അകത്ത് ഗുരുതരാവസ്ഥയിൽ, ആർക്കും രക്ഷിക്കാനാവാത്തൊരു രോഗത്തിന്റെ മുഷ്ടിക്കകത്ത് ഒരു പ്രാണൻ, മുറിഞ്ഞ പക്ഷിച്ചിറകുപോലെ പിടച്ചുകൊണ്ടിരുന്നു. ശസ്ത്രക്രിയ തീർന്ന് ഡോക്ടർമാർ ആയുധങ്ങൾ താഴെവെയ്ക്കുംമുൻപു തന്നെ ഒരു വെളുത്ത വവ്വാലിനെപ്പോലെ, പുറത്തുനിൽക്കുന്ന അപരിചിതന്റെ സൗന്ദര്യം തികഞ്ഞ മുഖത്തിനു കുറുകെ, ക്ഷീണിച്ച ചിറകുകൾ വീശി അതു പറന്നുപറന്നു വിശാലമായ ആകാശത്തേക്ക് ഉയർന്നു.

സ്നേഹത്തിന്റെ പാരിതോഷികം

ഒന്ന്

മൂന്നാമത്തെ തവണയും ടെലഫോൺ മണിയടിച്ചു. അതും ഗോകുലനായിരുന്നു. എന്റെ ഭർത്താവ്.

"നീയിപ്പോഴും അപ്സെറ്റാണോ? ഒന്ന് ആശ്വസിക്കാൻ ശ്രമിക്ക് മോഹിനീ."

അവന്റെ ശബ്ദം ഒരു ജലദോഷക്കാരന്റേതുപോലെ ഉണ്ടായിരുന്നു. എന്തോ കൂടി പറയാൻ അവൻ മുരടനക്കും മുമ്പ് ഞാൻ ഇടപെട്ടു.

"മതി ഗോകുലാ, ഗോകുലനൊന്നു കടയടച്ച് വേഗത്തിൽ വന്നാൽ മതി."

റിസീവർ താഴെ വച്ചതുമുതൽ ഞാൻ അസ്വസ്ഥയായി. അങ്ങനെ പറയേണ്ടിയിരുന്നില്ല. അല്ലെങ്കിൽ അങ്ങനെയായിരുന്നില്ല പറയേണ്ടിയിരുന്നത്. മികച്ച പലഹാരങ്ങൾ നിർമിച്ചു വിൽക്കുന്ന, ദില്ലിയെന്ന മഹാനഗരത്തിലെ വലിയ മിഠായിക്കട പുലർത്തുന്നവനാണല്ലോ ഗോകുലൻ. ഇന്നാണെങ്കിൽ ഏതോ സിനിമാതാരത്തിന്റെ എന്തോ ആഘോഷത്തിന്റെ വലിയ ഓർഡർ ഉള്ള ദിവസവും. എങ്ങനെയാണവനു നേരത്തെയിറങ്ങാൻ പറ്റുക? എന്റെ മനസു പ്രിയ കൂട്ടുകാരിയെച്ചൊല്ലി അസ്വസ്ഥമാണ്. ശരിയാണ് പക്ഷേ, അവന്റെ തിരക്കുകൾ മറന്നു നേരത്തെ ഇറങ്ങാൻ പറയുന്നതു ശരിയാണോ?

ഞാനെന്നും അങ്ങനെയായിരുന്നു. പറയേണ്ടതല്ല പറയേണ്ട നേരത്തു പറയുക. അതിന്റെ ഗുണദോഷങ്ങൾ ഞാൻ ആവോളം അനുഭവിച്ചവളുമാണ്.

ഞാൻ ശബ്ദമുണ്ടാക്കാതെ ഊൺതളത്തിലേക്കു നടന്നു. അവിടെ എന്റെ സഹായി നന്ദനാമല്ലിക്ക് വെറും തറയിൽ ചെരിഞ്ഞു കിടന്നുറ

ങ്ങുന്നുണ്ടായിരുന്നു. അവളുടെ ചടച്ച പിൻഭാഗവും കാലിനടിയിൽ പറ്റിയ ചേറും കുറച്ചുനേരം മിണ്ടാതെ അവളെ നോക്കിനിന്ന ശേഷം ഞാൻ അടുക്കളയിലേക്കു നടന്നു.

പാവം അഞ്ചാറ് ഫ്ളാറ്റുകളിലെ ജോലി നന്ദനയെ തളർത്തിയിരിക്കയാണ്. ഊണിന്റെ നേരത്ത് എപ്പോഴും ഇവിടെയാണ്. ഉണ്ട പാത്രങ്ങളെല്ലാം കഴുകി, അടുക്കള തുടച്ചു വെടുപ്പാക്കിക്കഴിഞ്ഞ ശേഷം അവൾ ചോദിച്ചു:

"ഞാനീ വരാന്തയിലിത്തിരി കിടക്കട്ടെ, മേംസാബ്?"

മോഹിനി പൊട്ടിച്ചിരിച്ചു.

"നന്ദനാ ഇന്ന് നിന്റെ ഭർത്താവ് വീട്ടിലുള്ള ദിവസമാണെന്നല്ലേ പറഞ്ഞത്? നീ വേഗം വീട്ടിലേക്കു ചെല്ല്. അയാൾ ജോലിക്കു പോയി എത്ര നാൾ കഴിഞ്ഞാണു വന്നത്? നിന്നെ കാത്തിരിക്കുന്നുണ്ടാവും." നന്ദനയുടെ മുഖം വാടി.

"എന്ത് ഭർത്താവ് മേംസാബ്. ആരാന്റെ ഭാര്യയെ തേടിപ്പോകുന്ന ആ മനുഷ്യനെ, എനിക്കയാളെ പേടിയാണ്. ദേഷ്യം വന്നാൽ അയാൾക്ക് കണ്ണു കാണില്ല. അയാൾക്കെന്റെ ശരീരം മതി, സ്നേഹം വേണ്ട. എന്റെ പണം മതി, വീട് സംരക്ഷിക്കാനറിഞ്ഞൂടാ. അഞ്ചെട്ടു കൊല്ലമായി എന്റെ കണ്ണീരും വിയർപ്പും അയാൾ ചൂഷണം ചെയ്യുന്നു. എനിക്കയാളെ പേടിയാണ് മേംസാബ്."

നന്ദനയുടെ ജോലിചെയ്തു ക്ഷയിച്ച ശരീരത്തിലേക്ക് ഞാൻ സഹതാപത്തോടെ നോക്കി. അവളുടെ മെലിഞ്ഞ മുഖത്തെ വലിയ കണ്ണുകളിൽ ചെറുതായി അഗ്നിനാമ്പുകൾ പിടയുന്നതായി എനിക്കു തോന്നി.

"എങ്കിൽ ശരി നന്ദന, നീയൊന്ന് കിടന്നുറങ്ങ്. വൈകിട്ട് നീരജ് വന്നിട്ട് പോയാൽ മതി."

അവൾ ഉറങ്ങുകയാണ്. അടുത്തു തന്നെയാണ് നന്ദനയുടെ വീട്. വീടെന്നു പറഞ്ഞുകൂടാ തകരപ്പാട്ടകൾകൊണ്ട് ചുമരുണ്ടാക്കിയ കൊച്ചു കൂര.

അവളുടെ ഭർത്താവ് മുഴുക്കുടിയനും ദുർവൃത്തനുമാണ്. വീട്ടിൽ അമ്മ, അച്ഛൻ, കുട്ടികൾ ഇവരെ നന്ദന വേണം പുലർത്താൻ. പരസ്ത്രീബന്ധമുള്ള ഭർത്താവിനെ കാണുന്നതു തന്നെ നന്ദനയ്ക്കു കലിയാണ്.

"ഏതു നരകവും സഹിക്കാം മേംസാബ് പക്ഷേ, മറ്റൊരു പെണ്ണിനെ തൊട്ട കൈയുണ്ടല്ലോ ആ കൈയിനെ ഭൂലോകത്തൊരു പെണ്ണും സഹിക്കില്ല. മരണംപോലും അതിനേക്കാൾ ഭേദമാണ്."

ശരിയായിരിക്കാം. ഈ ലോകത്ത് ഒരു പെണ്ണിനേറ്റവും അസഹ്യമായത് സ്വന്തം പുരുഷൻ മറ്റൊരുത്തിയെ സ്നേഹിക്കുന്നതാവണം. താനേറ്റവും വെറുക്കുന്ന പുരുഷൻ തന്നെയാണ് നന്ദനയുടെ ശരീരത്തെ ദ്രോഹിക്കുന്നത്. അവളുടെ ശമ്പളംപോലും തട്ടിയെടുത്തുകൊണ്ടുപോകുന്നത്. ദില്ലിയിലെന്നല്ല ലോകത്തെല്ലായിടത്തും ഇതുപോലെ ദുഃഖിച്ചും ക്ലേശിച്ചും കഴിയുന്ന ഒരുപാട് സ്ത്രീകളുണ്ട്. ഞാൻ നെടുവീർപ്പോടെ നന്ദനയെയൊന്നു നോക്കിക്കൊണ്ട് ചായയുണ്ടാക്കാൻ തുടങ്ങി.

എട്ടുവയസാണ് എന്റെ മകൻ നീരജിന്. അവൻ സ്കൂളിൽ നിന്നെത്തുമ്പോഴേക്കും പലഹാരം തയാറാവണം. അവനു ഭക്ഷണത്തിലൊന്നും ശ്രദ്ധയില്ല. സ്കൂൾ വിട്ടുവന്നാൽ കളിക്കണം. അത്രയേയുള്ളൂ. സാധാരണ നന്ദന പോകുംമുമ്പ് നീരജിനുള്ള ചായയും പലഹാരവും ഉണ്ടാക്കി ചൂടാറാത്ത പാത്രത്തിൽ അടച്ചുവയ്ക്കും. അപ്പോൾ അവളുടെ ഈ മേംസാബ് ഉച്ചമയക്കത്തിലാവും. എന്നാലിന്ന് നന്ദനാ, ഇന്ന് നീ, നിന്റെ ഉറക്കവും സ്വപ്നങ്ങളും തകർക്കേണ്ടതില്ല.

ഞാൻ അടുക്കളയിൽ കയറി പലഹാരമുണ്ടാക്കാൻ തുടങ്ങി. എണ്ണയിൽ ചീർത്തുവരുന്ന പലഹാരം കണ്ടപ്പോൾ ഇത് മാലയ്ക്കിഷ്ടപ്പെട്ട പലഹാരമാണല്ലോ എന്നോർത്തുപോയി. എന്റെ പ്രിയപ്പെട്ട സഖി – മാല. പലഹാരപ്പണി കഴിഞ്ഞ് ഞാൻ ചായ, ഫ്ളാസ്കിലൊഴിച്ചുവച്ച് അൽപ്പനേരം മടിച്ചുനിന്നു.

മകനെ വിളിക്കാൻ ഡ്രൈവർ കാറിറക്കിയിട്ടുകൂടിയില്ല. അവന്റെ ക്ലാസുകഴിയാൻ ഇനിയും എത്രയോ നേരമുണ്ട്. അതുവരെ എന്താണ് ചെയ്യേണ്ടതെന്ന് എനിക്കറിയാതെ, ഞാൻ കടൽപോലെ പിടയുന്ന ഹൃദയത്തോടെ അങ്ങുമിങ്ങും മുറിയിലൂടെ നടന്നു.

ഇടനാഴിയിലെ മേശമേൽ അലക്കിയുണക്കിയ തുണികൾ നന്ദന കൂനകൂട്ടി വച്ചിരുന്നത് എടുത്ത് ഞാൻ മടക്കിവയ്ക്കാൻ തുടങ്ങി. അതും മടുത്തപ്പോൾ കട്ടിലിൽ ചെന്നിരുന്നു. ഒന്നു കിടക്കാം.

എന്നാൽ തലയണയിലേക്കു തല ചാരിയില്ല. അതിനുമുമ്പ് ഞാൻ പിടഞ്ഞെഴുന്നേറ്റു.

അടുക്കളയിൽ ചെന്ന് ഒരു കപ്പുനിറയെ ചായ എടുത്ത് ഞാൻ ബാൽക്കണിയിൽ ചെന്നുനിന്നു. മാലയെക്കുറിച്ചോർക്കാതിരിക്കാൻ എന്തെന്തു കാര്യങ്ങളാണു ചെയ്യേണ്ടത്?

ഞാൻ ടെറസിൽ ചെന്നുനിന്നത് എതിർവശത്തെ ഫ്ളാറ്റിൽ കമ്പ്യൂട്ടറിനു മുമ്പിൽ തപസ്സിരിക്കുന്ന ചെറുപ്പക്കാരൻ കണ്ടു. ഞങ്ങളുടെ ചൗരസ്യാ നഗർ ഫ്ളാറ്റിന്റെ വിശാലമായ അങ്കണത്തിനെതിർവശത്താണ് അവന്റെ ഫ്ളാറ്റ്. മുറിവേറ്റ പക്ഷിച്ചിറകുപോലെ കാറ്റിൽ പിടയ്ക്കുന്ന എന്റെ ദുപ്പട്ടയുടെ നിറം ബാൽക്കണിയിൽ പ്രത്യക്ഷപ്പെട്ടാൽ അവനത് എങ്ങനെയോ കണ്ടുപിടിക്കും. എന്നിട്ട് ബാൽക്കണിയിലേക്ക് വന്ന് ഇങ്ങോട്ടു നോക്കിനിൽക്കും. സൗന്ദര്യം തികഞ്ഞ അവന്റെ മുഖം തുടുക്കുന്നതും അവിടെ ഒരു കള്ളപ്പുഞ്ചിരി വന്നു നിറയുന്നതും ഒരു തമാശച്ചിരിയോടെ ഞാൻ ശ്രദ്ധിക്കും.

ഇന്നും ഞാൻ ചായക്കപ്പുമായി ബാൽക്കണിയിൽ നിൽക്കുന്നുവെങ്കിലും യാതൊന്നും കാണുന്നുണ്ടായിരുന്നില്ല. കൈയിൽ വലിയൊരു വെള്ള മഗ്ഗിൽ ചായ മൊത്തിക്കൊണ്ട് അവൻ ഇങ്ങോട്ടു നോക്കി ചിരിക്കുകയാണ്. ഞാൻ ചിരിക്കാനാവാതെ നിർജീവമായ മുഖത്തോടെ തിരിയെ മുറിയിലെത്തി.

നീരജ് എപ്പോഴോ അടുക്കളയിലെത്തി നന്ദനയുമായി കലാപം തുടങ്ങിയിരുന്നു. അവനെ ചെന്നു കാണാനോ, പുസ്തകസഞ്ചി തുറന്ന് അന്നത്തെ പാഠഭാഗങ്ങളേതൊക്കെയെന്നു പരിശോധിക്കാനോ എനിക്കു കഴിഞ്ഞില്ല. സുഖമില്ലാതെ ഒരുമാസത്തോളം അവന് ക്ലാസു നഷ്ടപ്പെട്ടിരുന്നു. നീരജ് വസ്ത്രം മാറി, കമ്പ്യൂട്ടർ റൂമിലേക്ക് ഗെയിം കളിക്കാൻ തിരിയുമ്പോൾ എന്തോ വിളിച്ചു പറഞ്ഞു.

എന്തുകൊണ്ടോ ഉള്ളു ക്ഷുബ്ധമാണ്, അശാന്തമാണ്. അകത്ത് ഞെരിയുന്ന വികാരങ്ങളെ എങ്ങനെ നിയന്ത്രിക്കണം? ഞാൻ വ്യാകുലപ്പെട്ടു.

രണ്ട്

ഞാൻ പതുക്കെ അതിഥികൾക്കായി ഒഴിച്ചിട്ട മുറിയുടെ വാതിൽ തുറന്നു. തുറന്നു കിടക്കുന്ന വാർഡ്രോബിലെ ഹാംഗറിൽ ഒരു വെളുത്ത രോമവസ്ത്രം കാറ്റിൽ പതുക്കെ ആടി. ഉടലും ശിരസ്സുമറ്റ കബന്ധം പോലെ. നോക്കിനിൽക്കേ അതിനുള്ളിൽ വള്ളിച്ചൂരൽപോലത്തെ ഉടലും മുല്ലപ്പൂച്ചിരിയുമായി മാല നീണ്ടുനിവർന്നു നിൽക്കുന്നു! നിദ്രയില്ലാതെ കാണുന്ന സ്വപ്നദൃശ്യം ഇതാണോ? ഞാൻ തളർന്നു കസേരയിലേക്കു വീണു.

മാല എപ്പോഴായിരുന്നു ഇവിടെ എത്തിയത്! ദില്ലിയെന്ന ചരിത്രഭൂമിയിലേക്ക് അവളെത്തിയത് ഏതോ സാഹിത്യസമ്മേളനത്തിൽ പങ്കുകൊള്ളാനായിരുന്നു. ഒരുമാസം എന്റെ കൂടെ താമസിച്ചേ പോകൂ എന്നായിരുന്നു കത്തിലെ ഭീഷണി. കത്ത് വായിച്ച ഗോകുലന് അത്ര പിടിച്ചില്ലെന്നു തോന്നി. എഴുത്തുകാർ ഉന്മാദമുള്ളവരെന്ന് അവൻ വിശ്വസിച്ചു. ഞാനാണെങ്കിൽ മാലയെ അടുത്തുകിട്ടാൻ എത്രയോ മോഹിച്ചു. ഫ്ളാറ്റിലെ എന്റെ ഏകാന്തജീവിതത്തിൽ ഭൂതകാലത്തിന്റെ മഞ്ചാടിക്കുരു പെറുക്കുന്നതിലെ രസം ഏറെ വ്യത്യസ്തമായിത്തീരും. പിറകോട്ടു തിരിഞ്ഞുനോക്കുമ്പോഴെല്ലാം ബാല്യത്തിലും യൗവനത്തിലും ഇലപ്പടർപ്പിന്റെ ഹരിതശോഭയായി മാല ഉണ്ടായിരുന്നു.

ഞാനെത്രയോ തവണ ഗോകുലനോട് മാലയെക്കുറിച്ച് പറഞ്ഞിട്ടുണ്ട്.

ഞങ്ങൾ ഭാര്യാഭർത്താക്കന്മാർ എന്നതിനേക്കാൾ നല്ല സുഹൃത്തുക്കളായിരുന്നു.

മാല വന്നാൽ പിന്നെ ഞാൻ ഔട്ടാവും, അല്ലേ? അത്രയ്ക്ക് ഉള്ളറിയുന്ന സഖികളല്ലേ? കടയിൽനിന്ന് ഞാൻ ക്ഷീണിച്ചെത്തുമ്പോൾ എന്നെയൊന്നു നോക്കാൻകൂടി മോളേ, നിനക്കു നേരം കിട്ടില്ല. അല്ലേ?

ഗോകുലൻ തമാശയായി ആശങ്കപ്പെട്ടു. ഞാൻ പൊട്ടിച്ചിരിച്ചുകൊണ്ടു പറഞ്ഞു:

“അതിനു ഗോകുലൻ രാത്രിയല്ലേ വരുന്നത്? ആ നേരത്ത് അവൾക്കെന്നെയെന്നല്ല ആരെയും വേണ്ട. കഴിഞ്ഞതവണ നാട്ടിൽ

ചെന്നപ്പോൾ ഞാൻ നിർബന്ധിച്ച് അവളെ കൂടെ താമസിപ്പിച്ചു. വീടിന് ഒരു മതിലിന്റെ വേർതിരിവേയുള്ളൂ. എന്നാലൊരുകെട്ട് കടലാസുമായാണ് വന്നത്. രാത്രി ഒമ്പതടിച്ചപ്പോൾ അവളൊരു മുറീൽ കേറിയങ്ങ് വാതിലടച്ചു. ആ നേരത്ത് ഞാനെന്നല്ല, ആരു പിടിച്ചാലും നിൽക്കില്ല. അർധരാത്രി കഴിഞ്ഞാലും മുറിയിൽ വെളിച്ചം കാണും."

"ഹാവൂ" ഗോകുലൻ കളിയായി നെടുവീർപ്പയച്ചു.

"എന്നാലും മോഹിനി എഴുത്തുകാർക്ക് എന്തെങ്കിലുമൊരു അബ്നോർമാലിറ്റി കാണും. സൂക്ഷിക്കണേ മോളേ."

ഞങ്ങൾ പൊട്ടിച്ചിരിച്ചു.

മാല വന്നെത്തുംവരെ അവളെക്കുറിച്ച് ഓരോ കഥകൾ ഓർത്തും പറഞ്ഞും ഞാൻ രാത്രികളെ പകലുകളാക്കി.

അവൾ സ്നേഹിക്കുന്നവന്റെ വേദന അറിഞ്ഞവളായിരുന്നു. നിറഞ്ഞ സൂര്യവെളിച്ചത്തെയും ഭയലേശമില്ലാത്ത ലോകത്തെയും സ്വപ്നം കണ്ടവൾ.

ജീവിതപരീക്ഷണങ്ങളിൽ പരിക്ഷീണയാവുന്ന എന്നെ അവൾ പരിഹസിക്കും. പക്ഷേ, ജീവിതവിഷം ഇഷ്ടത്തോടെ പാനം ചെയ്യുന്ന അവളുടെ പരിഹാസം എന്നെ ചൊടിപ്പിക്കില്ല. കാരണം അവർ എനിക്കു വേദനിച്ചപ്പോഴെല്ലാം കൂടെനിന്നവളാണ്.

അമ്മയും ഞാനും എന്നും കൂട്ടുകാരികളെപ്പോലെയായിരുന്നു. മാലയും കൂടെ കൂടും. മാല എഴുതാൻ പോകുന്ന നോവലിലെ നായിക അമ്മയാണെന്നു പറഞ്ഞു പഴയ കഥകളൊക്കെ പറയിക്കും.

"മോഹിനീടെ അച്ഛൻ അന്വേഷിച്ചുവരുംമുമ്പ് ശേഖരൻനായരായിരുന്നു എന്റെ ഭർത്താവ്. ദേവഗിരി കോളേജിൽ അന്ന് ഇംഗ്ലീഷ് ലക്ചററായിരുന്ന ശേഖരൻനായർക്ക് പെണ്ണുകാണാനാ ഇവടച്ഛൻ കൂടെവന്നത്. പക്ഷേ, അദ്ദേഹത്തിന്റെ ജാതകം ചേർന്നില്ല. അങ്ങനെയാണ് കൂട്ടുകാരൻ."

മാല മുഴുവൻ പറയാൻ സമ്മതിക്കില്ല.

"അതേയ് അമ്മേ ജാതകം നോക്കാൻ കൊണ്ടുപോയത് ഇവളുടച്ഛനാണോ എങ്കിൽ സംശയിക്കണം. അവിടൊരു കള്ളക്കളി നടന്നിരിക്കും. ചുരുക്കം പറഞ്ഞാ മോഹിനീ നിന്റെ അച്ഛൻ ആളൊരു സൂത്രക്കാരൻ തന്നെയാണേ...!

ഞാൻ ഇടയിൽക്കയറി പറയും:

"അതിനെന്താ മാലേ, ആ ശേഖരൻനായര്ടെ കാറ്റ് നാലുവർഷം മുമ്പേ പോയി, അമ്മ വിധവയാകാതെ രക്ഷപ്പെട്ടു.

അമ്മ നെടുവീർപ്പിട്ടുകൊണ്ടു പറയും.

"അന്നത്തെ എന്നെക്കണ്ടാൽ, ദാ ഇവളെപ്പോലൊന്നുമല്ല നല്ല പവൻമാറ്റു നിറമെന്നാ ചെലരൊക്ക പറഞ്ഞത്. തലമുട്യോ–ദാ–ഇത്ര– അമ്മ കാലിന്റെ ഉപ്പൂറ്റി ചൂണ്ടി പറയും. സുന്ദരിയും ഊർജ്ജസ്വലയുമായ അമ്മയെ അർബുദം പെട്ടെന്നൊരു ദിവസം പിറകിലൂടെ വന്ന് അടങ്കംപിടിച്ചു.

അമ്മ രോഗശയ്യയിലായപ്പോൾ ഈ മോഹിനിയാകെ ഇടിവെട്ടേറ്റതുപോലെ വാടിപ്പോയി. മാലയാണ് അന്നു ധൈര്യം തന്നത്. അമ്മ വേദനിച്ചു വേദനിച്ച് ഉറക്കം വരാതെ കിടന്നിരുന്നപ്പോൾ, നീറുന്ന നെഞ്ചോടെ ഞാൻ അമ്മയുടെ വാടിയ മുഖത്തേക്കുറ്റുനോക്കി കിടക്കും. അങ്ങനെ പലതവണ ആശുപത്രിജീവിതം പിന്നിട്ട അമ്മ ഓക്സിജൻ ട്യൂബും റെൽസ് കുഴലും മറ്റും ഉപേക്ഷിച്ചു നിതാന്തമായി ഉറങ്ങിപ്പോയി.

പിന്നീട് ഗോകുലനുമായി വിവാഹം നടന്ന് ഞാൻ ദില്ലിയിലേക്കു യാത്രയായി. കരച്ചിൽ വന്നിട്ടും കരയാതെ വിങ്ങുന്ന മേഘംപോലെ അനിയൻ എയർപോർട്ടിൽ വന്നു. അവനെ അനായാസമായി ആശ്വസിപ്പിച്ചത് മാലയാണ്. അവളവന്റെ തോളിൽ കൈയിട്ട് ഒരു കൂട്ടുകാരനെപ്പോലെ തമാശപറഞ്ഞു പൊട്ടിച്ചിരിച്ചു.

പ്രവീൺ ഇനി ഈ മോഹിനിയെ കാണാൻ പോണില്ല. തടിച്ചു ചീർത്ത് വയറുന്തി, ദാ ങ്ങനെ മാല അഭിനയിച്ചു കാണിച്ചപ്പോൾ അവൻ ചിരിച്ചുപോയി.

"ഇപ്പോ നല്ലോണം നോക്കിക്കോ നിന്റെ സുന്ദരിക്കോത ചേച്ചിയെ. അടുത്തവർഷം കുട്ടീം കുടുംബോം, അതിന്റെ കരച്ചിലും പ്രാരാബ്ധോം."

ഈ ശബ്ദകോലാഹലങ്ങൾക്കിടയിൽ ഞാൻ വിമാനം കയറി ദില്ലിയിലെത്തി.

ഒരു ദിവസം അർധരാത്രി ഫോൺ. അത് അച്ഛനായിരുന്നു. ഉറങ്ങാൻ കിടന്ന അനുജന്റെ ശരീരം മരണത്തിന്റെ തണുപ്പുതട്ടി നിശ്ചലമായി എന്ന നടുക്കുന്ന വാർത്ത. ഞങ്ങൾ വീട്ടിലെത്തുമ്പോഴേക്കും മാല എല്ലാം ഏറ്റെടുത്തിരുന്നു. അച്ഛന്റെ കാര്യങ്ങൾ നോക്കാനും പോസ്റ്റ്മോർട്ടത്തിനെടുത്ത അനുജന്റെ ശരീരം ഞങ്ങളെത്തുംമുമ്പ് കൊണ്ടുവരാനും എയർപോർട്ടിലേക്കു സമയം നോക്കി കാറയയ്ക്കാനും എല്ലാം മാലയായിരുന്നു മുൻകൈയെടുത്തത്. ഒരു മരണം കഴിഞ്ഞ് ശ്വാസമയക്കും മുമ്പ് മറ്റൊരു മരണം. മാല അടുത്തെത്തി.

"എല്ലാം സഹിക്കണം. മോളേ, ഗുരു നിത്യചൈതന്യയതി മരണത്തെക്കുറിച്ചെഴുതിയത് നീ വായിച്ചിട്ടുണ്ടോ? മഹത്തായ ദൈവത്തിന്റെ സമ്മാനമാണ് മരണം. ഇതു കേൾക്കുമ്പോൾ നമുക്കു നമ്മോടു തന്നെ സഹതാപം തോന്നുന്നില്ലേ?"

ഞാൻ ഒരു തേങ്ങലോടെ അവളുടെ ചുമരിലേക്കു തലചായ്ച്ചു. മാല എന്നെ മൃദുവായി ആലിംഗനംചെയ്തു ചെവിയിലേക്ക് ആശ്വസിപ്പിച്ചു.

"കൂടുതൽ സഹിക്കാൻ കഴിവുള്ളവർക്ക് ദൈവം കൂടുതൽ ദുഃഖം കൊടുക്കുന്നു. മോളെ നിനക്ക് എല്ലാം താങ്ങാനുള്ള കരുത്തുണ്ടെന്ന് ദൈവത്തിനറിയാം."

ഇത് ഗോകുലനോടു പറയുമ്പോൾ എന്തോ മോഹിനിയുടെ കണ്ഠമിടറി.

ഗോകുലനു സങ്കടമായി.

“ഇനി മോഹിനീ നീയവളുടെ രസമുള്ള കഥകൾ പറയ്. മുമ്പു പറയാറുള്ള രസികൻ ബാല്യകാലകഥകൾ.”

അതു കേട്ടപ്പോൾ ആ പ്രോത്സാഹനത്തിൽ അവൾ ഉത്സാഹം നടിച്ചു ചിരിച്ചു.

“ഗോകുലന് കേൾക്കണോ രസം? കുട്ടിക്കാലത്ത് മാലേടെ വല്ലാത്ത പ്രകൃതം കണ്ട് എല്ലാവരും അന്തിച്ചുപോയിരുന്നു. അവൾടെ അമ്മ എന്റെ മുത്തശ്ശിയോട് ഒരിക്കൽ പറഞ്ഞത്രെ, ഈ കുട്ടി സാധാരണ കുട്ട്യോളെപ്പോലെ എന്തെങ്കിലുമൊന്നാവശ്യപ്പെടുകയും ശാഠ്യം കാണിക്കുകയും ചെയ്യുന്നതു കാണാൻ കൊത്യാവുന്നു എന്ന്. ഗോകുലാ, കുഞ്ഞായിരിക്കുമ്പോഴേ അവൾക്കു വാശിയില്ല, ആവശ്യങ്ങളില്ല, പരാതികളും ഇല്ല. ആരെങ്കിലുമെന്തെങ്കിലും കൊടുത്താൽ കഴിക്കും, വിശന്നാലും മിണ്ടാതെ സഹിച്ചിരിക്കും. അവൾക്കൊരു കുട്ടിക്കാലം തന്നെ ഇല്ലേ എന്നായിരുന്നു എനിക്കു സംശയം. തൊട്ടടുത്ത വീട്ടിലായിരുന്നിട്ടും അന്നൊക്കെ എന്നോടും അവളധികം അടുത്തിരുന്നില്ല. മനുഷ്യരേക്കാൾ മാലയ്ക്കിഷ്ടം മിണ്ടാപ്രാണികളോടായിരുന്നു. മനുഷ്യരെ സ്നേഹിക്കാതെ, പ്രതീക്ഷിക്കാതെ ഒരു ജന്മം.” ഗോകുലൻ മന്ദഹസിച്ചു.

മൂന്ന്

അന്ന് മാലയെക്കുറിച്ചെന്തോ പറഞ്ഞു തുടങ്ങിയപ്പോൾ ഗോകുലൻ ഇടയിൽ കയറി പറഞ്ഞു. “മതി. നിന്റെ മാലാപുരാണം എനിക്കുറക്കം വരുന്നു. ബാക്കിയൊക്കെ നാളെ പറയാം.”

ഗോകുലൻ കട്ടിലിൽ ചമ്രം പടിഞ്ഞിരുന്ന് കഥപറയുന്ന എന്നെ തള്ളിയിട്ടു കിൽറ്റിനകത്താക്കി.

ശാഠ്യം മാറിയ കുട്ടിയെപ്പോലെ ഉറങ്ങിക്കിടക്കുന്ന ഗോകുലനെ നോക്കി ഞാൻ ഉറങ്ങാതെ കിടന്നു.

കുട്ടിക്കാലത്ത് എന്തു പാവമായിരുന്നു മാല. ഏകാകിനിയായൊരു കുട്ടി. അമ്മയില്ലാത്ത കുട്ടികളൊക്കെ ഇങ്ങനെയാണോ? ആവണമെന്നില്ല. നാല് സിയിലെ മീനുവിനും അഞ്ച് എയിലെ പ്രശാന്തിനും അമ്മയില്ല. എന്നിട്ടും അവരെത്ര ഉത്സാഹത്തോടെ കുട്ടികൾക്കൊപ്പം ചിരിക്കുന്നു. വർത്തമാനം പറയുന്നു!

മാല അധികം സംസാരിക്കില്ല. എന്നോടു മാത്രമായിരുന്നു അവളുടെ കൂട്ട്. ഇന്റർവെല്ലിനു ബെല്ലടിച്ചാൽ അവൾ എന്റെ കൈപിടിച്ച് സ്കൂൾ ഗ്രൗണ്ടിന്റെ അതിർത്തിയിലെ അരമതിലിനടുത്തേക്ക് ഓടും. അരമതിലിൽ വരിവരിയായി പുളിയുറുമ്പുകൾ നിലം തൊട്ടുതൊട്ടില്ലന്ന മട്ടിൽ ധൃതിപിടിച്ച് അരിച്ചുനീങ്ങുന്നതു കാണാനായിരുന്നു അത്. ഒരുദിവസം അവൾ മതിലിനപ്പുറത്തെ പറങ്കിമാവിൽ ചാഞ്ഞ കൊമ്പലൂടെ വിരുന്നുവരുന്ന ഉറുമ്പുകളെ അഗാധദൃഷ്ടികളോടെ നോക്കി നിൽക്കയാണ്. അവളുടെ പ്രജ്ഞ ജാഗരൂകമായി. നേർത്ത ചുണ്ടുകൾ

മുറുകി. ഇതാ... ഇതാ... ഒന്ന് രണ്ട്... ഉറുമ്പിൻജാഥയ്ക്കിടയിൽ ചത്തു കിടക്കുന്നവയെ അവൾ ജാഗ്രതയോടെ പെറുക്കിയെടുത്തു.

"വാ ശേഷക്രിയ ചെയ്യാം."

ഞാൻ ഞെട്ടിപ്പോയി. അമ്മ മരിച്ചതിനു ശേഷമാണ് അവൾ ശേഷക്രിയ എന്ന വാക്കു കൂടുതൽ കൂടുതൽ പ്രയോഗിക്കാൻ തുടങ്ങിയത്. അമ്മ മരിച്ചു എന്നു മനസിലായിട്ടും, ചിത കത്തിത്തീർന്നിട്ടും കരയാത്ത കുട്ടിയായിരുന്നു അവൾ.

ചത്ത ഉറുമ്പുകളെ നോവിക്കാതെ ഇടതു കൈവെള്ളയിൽ വച്ച് അവൾ കിണറ്റിൻകരയിൽകൊണ്ടുപോയിവച്ച് കരുതലോടെ കുളിപ്പിച്ചു. കണ്ണീരോടെയും ശ്രദ്ധയോടെയും മതിലിനു താഴെ ഓരോ ചെറിയ കുഴി തോണ്ടി. എന്നിട്ട് ഉറുമ്പുകളെ അതിൽ കിടത്തി. മണ്ണിട്ട് അതിനുമീതെ ഒരിലവച്ചു. അതിനും മുകളിൽ മതിലിൽ പടർന്ന വള്ളികളിൽനിന്ന് വയലറ്റു കോളാമ്പിപ്പൂക്കൾ പൊട്ടിച്ചുവച്ചു. ബെല്ലടിച്ചപ്പോൾ ക്ലാസിലേക്കോടി.

ഭാനുമതിടീച്ചർ സാമൂഹ്യപാഠത്തിന്റെ ഊഷരഭൂമിയിലേക്ക് ഞങ്ങളെ ആനയിക്കുമ്പോൾ മാല കൈപ്പത്തികൊണ്ട് വായപൊത്തി എന്നോടു ചോദിച്ചു:

"ശേഷക്രിയകളൊക്കെ ശരിയായോ മോഹിനീ? ആ ഉറുമ്പുകള് സ്വർഗത്തിലോ നരകത്തിലോ എത്ത്വോ?"

ഈ ഉൽക്കണ്ഠ ടീച്ചറുടെ പെട്ടെന്നുള്ള ചോദ്യങ്ങൾക്കു മുമ്പിൽ തടഞ്ഞുവീണു. ഉത്തരം തെറ്റിയപ്പോൾ നല്ല തല്ല് ഞങ്ങൾക്കു സമ്മാനമായി കിട്ടി.

വൈകുന്നേരം കുഴിമാടത്തിൽ പൂച്ചെടി വളർന്ന് പൂവുണ്ടായോ എന്ന് അവൾ ഒറ്റയ്ക്കു ചെന്നുനോക്കി. ഞാൻ പിറകെ ചെന്നപ്പോൾ അവൾ കൈമലർത്തി. "പൂച്ചെടി കിളിർത്തില്ല!"

ഞാൻ ഒരു വലിയ തത്വജ്ഞാനിയെപ്പോലെ പറഞ്ഞു.

"ഈ മാലേടെ ഒരു മണ്ടത്തരം. പൂവ് മണ്ണിൽവച്ചാൽ പൂച്ചെടി കിളിർക്കില്ല. ഇല വച്ചാലും തെഴുക്കില്ല."

മാല വിഷാദത്തോടെ ചിരിച്ചു. വലിയ കണ്ണുകൾ മിഴിച്ച് അവൾ സംശയം ചോദിച്ചു:

"അപ്പോ എന്റെ അമ്മേ ദഹിപ്പിച്ച സ്ഥലത്ത് ഒരു പൂമരം വളർന്നതോ?"

അതിന്റെ ഉത്തരം എനിക്കന്ന് അറിഞ്ഞുകൂടായിരുന്നു.

ഹൈസ്കൂളിലെത്തിയപ്പോൾ ഞാൻ നഗരത്തിലേക്കു ചേക്കേറി. അപ്പോഴാണ് മാല എന്നിൽനിന്നു വേർപെട്ടത്. വീണ്ടും ഒരേ കോളേജിലും ഹോസ്റ്റലിലും ഞങ്ങൾ ഒത്തുചേർന്നു. അക്കാലത്ത് അവൾ കവിതകൾ എഴുതിത്തുടങ്ങിയിരുന്നു.

ജീവിതം അവൾക്കു കയ്പുനീർ മാത്രമേ നൽകിയിരുന്നുള്ളൂ. അമ്മയില്ലാത്ത വീട്ടിൽ ജ്യേഷ്ഠന്റെ ക്രൂരവും സ്വാർഥവുമായ പരിലാളനയിൽ അവൾ വളർന്നു. മുത്തശ്ശിയും അച്ഛനും സാക്ഷികളായതേയുള്ളൂ.

'നിയമരാഹിത്യമാണ് നിയമം' എന്ന തത്വം അവൾ സ്വീകരിച്ചത് അങ്ങനെയാവാം.

അറിവും അലിവും ഉള്ള കവയിത്രിയായി. പിന്നീട് ലോകം അവളെ ഏറ്റെടുത്തു. കോളേജ് പഠനം കഴിഞ്ഞപ്പോൾ, ഉള്ളുകൊണ്ട് മാലയ്ക്കും സമ്മതമായ ഒരു ബന്ധമാണ് അച്ഛൻ അവൾക്കായി കൊണ്ടുവന്നത്. വിവാഹനിശ്ചയം കഴിഞ്ഞതിനു ശേഷമാണ് അവൾ അയാളുമായി അടുത്തത്. ക്ഷുദ്രവും നീചവുമായ അവന്റെ സ്വാർഥതയും വ്യർഥതയും അവളെ അമ്പരപ്പിച്ചു.

"ഈ വിവാഹം എനിക്കു സുഖം തരില്ലച്ഛാ. ഇതിനേക്കാൾ ഭേദം ഒറ്റയ്ക്കു കഴിയുകയാണ്." അവൾ തീർത്തു പറഞ്ഞു.

പിന്നീട് അവൾ സ്വകാര്യമായി എനിക്കെഴുതി.

"ഞാനാ വിവാഹാലോചനയും വേണ്ടെന്നുവച്ചു. മോഹിനീ, അയാളൊരു സ്വാർഥനാണ്. എന്റെ കവിതകളേയും സാഹിത്യബന്ധങ്ങളേയും ഇപ്പഴേ മഞ്ഞക്കണ്ണടവച്ചു കാണാൻ തുടങ്ങി. വിവാഹമെന്ന നിത്യനരകത്തിൽ അഗ്നി ഭുജിച്ചു കഴിയുവാനുള്ളതല്ല എന്റെ ജന്മം."

വിവാഹവും പ്രസവവും കഴിഞ്ഞു മഹാനഗരത്തിൽ കഴിയുന്ന എന്റെ വലിയ ഫ്ളാറ്റിന്റെ വിസ്തൃതമായ സ്വീകരണമുറിയിലിരുന്ന് ഞാനിതു വായിച്ചു. മാല പുരുഷവർഗത്തെ വെറുക്കുകയാണോ എന്ന് ഞാൻ ഭയന്നു. കാമ്പും കഴമ്പുമുള്ള ഒരു പുരുഷനു മാത്രമേ തന്റെ ജീവിതത്തിൽ കടന്നുവരാൻ അവകാശമുള്ളൂ എന്ന അവളുടെ വീരവാദം അവൾ സ്ഥാപിക്കാൻ ശ്രമിക്കുകയാണോ? അവളെ ആരു വിവാഹം കഴിച്ചാലും ഈഗോ പ്രശ്നങ്ങൾ ഉണ്ടാവും. അവൾ അസാമാന്യമായ ബുദ്ധിശക്തിയുടെയും കഴിവിന്റെയും ഉറവിടമാണ്. ഉജ്ജ്വലമായ ആ വ്യക്തിത്വത്തിനു മുമ്പിൽ പുരുഷവ്യക്തിത്വം അടിപതറിപ്പോവും. അപ്പോൾ പുരുഷൻ അവളെ വിലകെട്ട വിമർശനം കൊണ്ടും, ആരോപണംകൊണ്ടും കുത്തി മുറിവേൽപ്പിക്കും. അവളുടെ പ്രശസ്തി അയാളെ ഭ്രാന്തുപിടിപ്പിക്കും. ഈശ്വരാ എന്റെ മാല എവിടെയാണു താവളം കണ്ടെത്തുക?

എത്ര കാലം താങ്ങും തണലുമില്ലാതെ അവൾ ഒറ്റയ്ക്കു കഴിയും? എന്റെയുള്ളിൽ ഒരു നെരിപ്പോടെരിയുകയായിരുന്നു.

എവിടെയാണ് ഒരു പെണ്ണിന്റെ യഥാർഥ ഇണ എന്ന് എങ്ങനെയറിയും? ഇതാ. ഇതാ കണ്ടുപിടിച്ചു എന്നഹങ്കരിക്കുമ്പോഴേക്കും മനസിലാവും, ഇതല്ല, ഇതല്ല എന്ന്. പിന്നീടെങ്ങനെ തിരുത്താനാവും വഴിയിലെ ഈ പിഴവ്?

ഞാൻ സ്വയം വിശകലനംചെയ്തു നോക്കി. എനിക്കു കിട്ടിയത് എന്റെ സ്വത്വത്തെ തൃപ്തിപ്പെടുത്തുന്ന ഇണയെ ആണോ? ഗോകുലന് എന്നെ ഞാനാക്കാൻ കഴിഞ്ഞിട്ടുണ്ടോ?

അവന് എന്നെക്കാൾ അറിവുണ്ട്, ബുദ്ധിയുണ്ട്, പ്രാപ്തിയുണ്ട്. അവനെ എനിക്കിഷ്ടമാണ്, സ്നേഹമാണ്. ഞങ്ങൾ വഴക്കിടാറില്ല. കോപ്പി വരയിലെഴുതിയ അക്ഷരങ്ങൾ പോലെയാണ് ഞങ്ങളുടെ ജീവി

തം. അവിടെ പ്രേമത്തിന്റെ തൊങ്ങലുകളില്ല, സപ്തവർണങ്ങളില്ല. അനുഭൂതികളില്ല, അവന് എന്നെ മനസിലായിട്ടുണ്ട്, അവന് പാകപ്പെട്ടവളല്ല ഞാനെന്ന് എനിക്ക് മനസിലായിട്ടുണ്ട് എന്ന സത്യവും അവനറിയാം.

നാല്

ഉറക്കം വരാതെ മാലയെക്കുറിച്ചോർത്തുകൊണ്ട് ഞാനങ്ങനെ കിടന്നു. അവൾ വരുമ്പോഴേക്കും വീടിനു ചില്ലറ മാറ്റങ്ങളൊക്കെ വരുത്തണം. അവൾക്ക് ഇരുന്നെഴുതാൻ നല്ലൊരു കസേര, ഒരു ടേബിൾ ലാമ്പ്, കുറച്ചു പുത്തൻ കിടക്കവിരിപ്പുകൾ ഇതെല്ലാം വാങ്ങിക്കണം.

കാത്തിരിപ്പിന്റെ അവസാനത്തിൽ മാല വന്നെത്തി. ഞാൻ അത്ഭുതപ്പെട്ടു. ടാക്സി പറഞ്ഞയച്ച് ലോണിലൂടെ നടന്നുവരുന്ന അവളെ ബാൽക്കണിയിൽ നിന്നുകൊണ്ട് ഞാൻ ശ്രദ്ധിച്ചു. കണ്ണുകളിൽ മുറ്റിനിൽക്കുന്ന ഗൗരവഭാവം ഒഴിച്ചുനിർത്തിയാൽ ഒരു കുട്ടിയുടെ ലളിതശോഭയാർന്ന മുഖം. എന്നെപ്പോലെ അവളുടെ ശരീരത്തിൽ കൊഴുപ്പിന്റെ അടയാളങ്ങൾ ഇല്ല. പഴയതുപോലെ നേർത്ത ഉടലോടെ, ഉന്നതഗാത്രയായി.

സ്വീകരണമുറിയിലേക്കു കടന്നുവന്ന് എപ്പോഴുമെന്നതുപോലെ ഉത്സാഹത്തോടെ അവൾ പുഞ്ചിരിച്ചു. ബാഗുകളൊക്കെ കാർപ്പെറ്റിലേക്കു വലിച്ചെറിഞ്ഞ് അവൾ എന്റെ പുറം കഴുത്തിലുമ്മവച്ചുകൊണ്ട് എന്നെ മന്ദമായി ആലിംഗനം ചെയ്തു. എന്നിട്ടൊരു കമന്റും "നീയൊരു സുന്ദരിക്കുട്ടി ആയിട്ടുണ്ടല്ലോ."

കുളിച്ചു വന്നയുടൻ അവൾ കഥകൾ പറഞ്ഞുതുടങ്ങി. യാത്രാക്ഷീണം ഒട്ടുമില്ല! ഇതെന്തൊരു പെണ്ണ്!

നീരജ് സ്കൂളിൽനിന്നു വന്നെത്തി. അതിഥിയെ ശ്രദ്ധിക്കാതെ യൂണിഫോം മാറ്റി, ധൃതിയിൽ ചായയൊന്നു മൊത്തി. അവൻ കളിക്കാനായി താഴേക്ക് ഓടുകയായിരുന്നു. ഇടനാഴിയിൽവച്ച് മാല അവനെ പിടികൂടി. സ്വതഃസിദ്ധമായ ലജ്ജയോടെ അവൻ ഓടിവന്ന് എന്റെ ദുപ്പട്ടയ്ക്കു പിന്നിൽ മുഖമൊളിച്ചു.

"എന്തൊരു സുന്ദരൻ കുട്ടി! ഇങ്ങനെയാണോ നിന്റെ ഗോകുലനും?"

മാലയ്ക്ക് ഒരിക്കലും ഗോകുലനെ പരിചയപ്പെടാൻ അവസരം കിട്ടിയില്ല.

"ഉം. അച്ഛന്റെയൊരു തനിപ്പകർപ്പാണ് നീരജ്."

"പിന്നെ അവൻ താഴേക്ക് കളിക്കാനായി ഓടുകയാണ്. നീയവനെ വിട്ടേക്ക്. താഴെ ഒരു വാനരപ്പട കാത്തുനിൽപ്പുണ്ട്. ഇവനാണ് നേതാവ്."

ഞാൻ നീരജിന്റെ പുറത്തു തട്ടിയപ്പോൾ അവൻ ലജ്ജയോടെ ചിരിച്ചു. അപ്പോൾ ഗോകുലന്റേതുപോലെ അവന്റേയും കവിളുകളിൽ നുണക്കുഴികൾ തെളിഞ്ഞു.

"എന്തു കളിയാ മോനേ ആന്റിയും കൂടട്ടെ? വാനരന്മാർക്ക് ഒരു വലിയ വാനരപ്പെണ്ണു കൂട്ട്."

"വേണ്ട. ഞങ്ങൾക്ക് ക്രിക്കറ്റ് കളിയാ. വലിയ കുട്ട്യോളും കളിക്കുന്നുണ്ട്. യൂക്യാൻ ജോയിൻ ദെം."

ഉറക്കെ ചിരിച്ചുകൊണ്ട് നീരജ് എന്റെ പിടിവിട്ടു വാതിൽക്കലെത്തിപ്പോൾ മാല അവന്റെ രണ്ടു കൈയും പിടിച്ചു തടവിലാക്കി, രണ്ടു കവിളിലേയും നുണക്കുഴികളിൽ ചുംബിച്ചു.

"ഓ സച്ച് എ ബ്യൂട്ടിഫുൾ ഡിംപിൾ" നീരജ് ഓടിപ്പോയ വഴി നോക്കി മാല ആത്മഗതം ചെയ്തു.

നുണക്കുഴികളെ അവളെന്നും സ്നേഹിച്ചിരുന്നു. കെമിസ്ട്രി പ്രൊഫസറായ മാത്യു തരകൻ ക്ലാസെടുക്കുമ്പോൾ അയാളുടെ നുണക്കുഴി തെളിയുന്നതും കാത്ത് അവളാ കവിളുകളിലേക്ക് ഉറ്റുനോക്കും. എം എയ്ക്കു പഠിക്കുമ്പോൾ ഞങ്ങളുടെ അയൽവാസിയുടെ നാലുവയസുകാരിയായ പൂജ നുണക്കുഴിക്കാരിയാണെന്നറിഞ്ഞ് എന്റെ വീട്ടിൽ രണ്ടുരാത്രി അവൾ തങ്ങി. കാരണം ഞങ്ങളെത്തും മുമ്പ് പൂജയും കുടുംബവും ഗുരുവായൂർക്കു പോയിരുന്നു. പിന്നെ പൂജ വന്ന്, അവളെ പരിചയപ്പെട്ട്, കവിളത്തുമ്മ കൊടുത്തിട്ടേ മാല പോയുള്ളൂ. അവളുടെ ഇത്തരം കിറുക്കുകൾക്കു കൂട്ടുനിൽക്കാൻ ഞാനല്ലാതെ ഈ ഭൂമുഖത്തു മറ്റാരും ഇല്ലായിരുന്നു.

വെയിൽ ചാഞ്ഞു. സന്ധ്യ മയങ്ങി, ഇരുട്ടു തെളിഞ്ഞു. അപ്പോഴാണ് മാലയുടെ ഭാവം മാറിയത്.

ഓ... ദൈവമേ... എനിക്കൊരുപാട് ജോലിയുണ്ട്. നീരജ് പഠനം കഴിഞ്ഞെത്തുംവരെ കാത്തിരിക്കാൻ നേരമില്ല. എങ്ങനെയോ ഒരു ചപ്പാത്തി കഴിച്ചെന്നു വരുത്തി മാല തനിക്കായി ഒഴിച്ചിട്ട മുറിയിൽ കടന്നു കതകടച്ചു. ഇനിയാണ് ഒരെഴുത്തുകാരിയുടെ യഥാർഥ ജീവിതം തുടങ്ങാൻ പോകുന്നത്! ഞാൻ നെടുവീർപ്പയച്ചു. അന്നു രാത്രിയിൽ ഗോകുലൻ ഒരു വലിയ പലഹാരപ്പെട്ടിയുമായാണ് വന്നത്. അന്നത്തെ പുത്തൻ പലഹാരങ്ങൾക്കായി ഞാൻ കൈനീട്ടിയപ്പോൾ ഗോകുലൻ വർണക്കടലാസുംകൊണ്ട് പൊതിഞ്ഞ ആ പെട്ടി മച്ചിലേക്കുയർത്തിപ്പിടിച്ചു.

ഇത് നീ ഇതുവരെ രുചിച്ചിട്ടില്ലാത്ത പുതിയ ഇനം സ്വീറ്റ്സാണ്. നിന്റെ കൂട്ടുകാരിയെ നേരിട്ടേൽപ്പിക്കാം. ഞാൻ വിഷണ്ണയായി വിരൽ കടിച്ച് അടഞ്ഞ വാതിൽക്കലേക്കു നോക്കി.

"അതേയ് ഗോകുൽ അവൾ ദീർഘയാത്ര കഴിഞ്ഞു വന്നതല്ലേ? ക്ഷീണിച്ചുറങ്ങിപ്പോയി."

തൽക്കാലം ഒരു കള്ളം പറഞ്ഞു ഞാൻ രക്ഷപ്പെട്ടു.

അതികാലത്തെഴുന്നേൽക്കുന്ന ശീലം എനിക്കില്ല. നീരവങ്ങളായ പുലർച്ചകളിലുള്ള സുഖനിദ്രയാണ് ജീവിതത്തിൽ എന്റെ ലക്ഷ്വറി എന്ന് ഞാൻ അവകാശപ്പെട്ടിരുന്നു. രാവിലത്തെ നടത്തത്തിന് ഒപ്പം പോകാൻ അതുകൊണ്ടുതന്നെ ഗോകുൽ എന്നെ ഒരിക്കലും നിർബന്ധിച്ചില്ല. അവന്റെ കിളിരം കൂടിയ രൂപത്തിന്റെ ആകർഷണീയത ഏറുന്നതിൽ

സന്തോഷിച്ച ഞാൻ പുലർച്ചെ അലാറം വച്ചവനെ വിളിച്ചുണർത്തി പുറത്തേക്കു നടക്കാനയച്ചു.

അടുക്കളയിൽ നന്ദന കയറിക്കഴിഞ്ഞേ ഞാനുണരൂ. എട്ടുമണി കഴിഞ്ഞാൽപ്പിന്നെ ഒരു പിടച്ചിലാണ്. അപ്പോഴേക്കും ഗോകുൽ തിരിയെ എത്തും. പിന്നെ നന്ദന തയാറാക്കിവച്ച ബ്രേക്ക്ഫാസ്റ്റ് മേശമേലെത്തിക്കൽ, ഇരുവർക്കുമുള്ള ടിഫിനൊരുക്കൽ.

ഉള്ളിന്റെയുള്ളിൽ ഗോകുലൻ ഒരനാഥനാണെന്ന് എനിക്കു മനസിലായിരുന്നു. ഈ ജീവിതം അവനും ഏറെ മുറിവുകൾ പാരിതോഷികമായി നൽകി. ഷെല്ലിയുടെ കവിതപോലെ കേട്ടതിന്റെ മധുരത്തെക്കാൾ കേൾക്കാത്തതിൽ നിമഗ്നമായ മാധുര്യം അവനെ മോഹിപ്പിച്ചു. എന്നാലൊരു ഭ്രമത്തിലും അവൻ ഭ്രമിച്ചില്ല. എനിക്കു പലപ്പോഴും നിരാശയുണ്ടായി, എന്നെ വശഗയാക്കാൻ, എന്നിൽ ജീവിത കാമമുണർത്താൻ ഗോകുലന്റെ സ്നേഹത്തിനാവുന്നില്ലെന്ന്. പനീറിന്റെയും പിസ്തയുടെയും സമ്മിശ്രഗന്ധമായിരുന്നു അവന്റെ വിയർപ്പിനുപോലും. നഗരത്തിലെ ഏറ്റവും വലിയ മിഠായ്‌വാല ആയിരുന്നിട്ടും അവൻ മധുരവസ്തുക്കളെ വെറുത്തില്ല. ഞാനാണെങ്കിൽ അവ കാണാൻപോലും ആഗ്രഹിച്ചതുമില്ല.

ഗോകുലന് കുഞ്ഞുങ്ങളെ ലാളിക്കാൻ അറിഞ്ഞൂടായിരുന്നു. കാലത്തു നടത്തം കഴിഞ്ഞുള്ള ഇത്തിരി നേരമാണ് അച്ഛനും മകനും തമ്മിൽ കണ്ടുമുട്ടുന്നത്. ഗോകുലൻ മകനെ മടിയിലിരുത്തുകയോ, തലമുടിയിൽ തലോടുകയോ ഇല്ല. സ്കൂളിലെയും പഠിപ്പിന്റെയും മറ്റും ചില്ലറ കാര്യങ്ങൾ അന്വേഷിച്ചു വേഗം കുശലം അവസാനിപ്പിക്കും. ഗോകുലൻ അനാഥമായ തന്റെ ബാല്യത്തെ കാണുകയാണോ സ്വന്തം മകനിലൂടെ? കോടികളുടെ ആസ്തിയുള്ള ഗോകുലന്റെ അച്ഛനും അമ്മയും ഒരു കാറപകടത്തിലാണു മരിച്ചത്. സിംഗപ്പൂരിൽ ഒരു വിനോദയാത്രയ്ക്കിടയിൽ കാറിലുണ്ടായിരുന്ന കുട്ടിയായ ഗോകുൽ മാത്രം പരിക്കൊന്നുമില്ലാതെ രക്ഷപ്പെട്ടു. പിന്നീട് ഏതൊക്കെയോ ഭൃത്യന്മാരുടെയും മുത്തശ്ശന്റെയും മേൽനോട്ടത്തിലായിരുന്നുവത്രെ വളർച്ച.

“കുട്ടികളെ അധികം ലാളിക്കരുത് മോഹിനീ. അതവരിൽനിന്നും സ്വാശ്രയത്തെ എടുത്തുകളയും. വ്യക്തിയിൽനിന്നോ സമൂഹത്തിൽനിന്നോ എപ്പോഴും താങ്ങുകിട്ടിക്കൊള്ളണം എന്ന നിലയിലേക്കു കാര്യങ്ങൾ എത്തും. ഏതെങ്കിലുമൊരു ശക്തികേന്ദ്രത്തോട് ആശ്രിതത്വം പുലർത്തുന്നതു വിഡ്ഢിത്തമാണ്. സമൂഹംതന്നെ രോഗഗ്രസ്തമായിത്തീരുന്നത് അതുകൊണ്ടാണ്. ഭയവും ഉൽക്കണ്ഠയും ഇതാണിന്ന്. മനുഷ്യന്റെ മുഖം – ഒരു വീട്ടിൽ ഓരോരുത്തരും ഒറ്റയായി ജീവിക്കണം. പരസ്പരം താങ്ങില്ലാതെ ജീവിക്കാൻ പഠിക്കണം. അപ്പോൾ മാത്രമേ, ഒരാൾ, തളരുമ്പോൾ മറ്റേയാൾക്കു സഹായിക്കാനാവൂ. അതല്ലെങ്കിൽ എല്ലാവരും ഒന്നിച്ചു തളർന്നു പോവില്ലേ, ഇത്തരം ഗൗരവംമുറ്റുന്ന സംഗതികൾ പറയുമ്പോൾ എനിക്ക് ഗോകുലനെ ഏറെയിഷ്ടമാണ്. അപ്പോ

ഴവന്റെ മുഖത്തെ കുട്ടിത്തം മാഞ്ഞ് അവന് ഒരു മുത്തശ്ശന്റെ ഭാവം കൈവരും.''

അമ്മയുടെയും അനിയന്റെയും മരണങ്ങൾ എന്നിൽ ചെറുതല്ലാത്ത നടുക്കങ്ങൾ ഉണ്ടാക്കിയിരുന്നു. ചിലപ്പോഴൊക്കെ കടുത്ത വിഷാദത്തിലേക്കു കാൽകുഴഞ്ഞ് വീഴുന്ന എന്നെ ഗോകുലൻ ആശ്വസിപ്പിക്കും.

ഏറ്റവും മോശമായതു വരാനിരിക്കുന്നതേയുള്ളൂ എന്നു വേണം കരുതാൻ. എന്നാലത് നമ്മെ കടന്നുപോയിക്കഴിഞ്ഞിരിക്കും. മോഹിനീ നമുക്കൊക്കെ ഇനിയെന്തു ദുരന്തം വരാനുണ്ട് ബാക്കി. ഞാനവന്റെ തത്വജ്ഞാനം കേട്ട് ആശ്വാസത്തോടെ ആ നെഞ്ചിൽ കിടന്നുറങ്ങും.

അഞ്ച്

സംഗീതത്തിന്റെ ഒരു ദീപ്തലോകം ഗോകുലനു സ്വന്തമായുണ്ടായിരുന്നു.

“വോ ജോ മിൽഗയാ ഉസേയാദ്രഖ്
ജോ നഹീ മിലാ ഉസേ ഭൂൽജാ–”

തനിക്കു ലഭിച്ചതിനെ സദാ ഓർമയിൽ സൂക്ഷിക്കുക. സ്വന്തമാകാത്തതിനെ മറന്നുകളയുക. എന്ന സന്ദേശമുള്ള ഉർദു കവിത അവൻ നന്നായി പാടും.

കടയിൽനിന്നു വന്നാൽ ചൂടുവെള്ളത്തിന്റെ ഷവർ തുറന്നു സമൃദ്ധമായ ഒരു കുളി. അതു കഴിഞ്ഞ് ചൂടു ചപ്പാത്തി. വെജിറ്റബിൾ കുറുമ. പിന്നെ ബാൽക്കണിയിലെ ആട്ടുകട്ടിലിൽ ചെന്ന് ഒരു കിടപ്പുണ്ട്. അപ്പോൾ അന്തരീക്ഷം സംഗീതസാന്ദ്രമായിരിക്കും. അടുത്തു ഞാനുണ്ടാവുന്നത് പ്രിയം. ഞാനില്ലെങ്കിലും അപ്രിയമില്ല. ഗ്രഹിക്കാനും ത്യജിക്കാനും അവനു കഴിവുണ്ട്. ഉർദു കവിതകളിലെ ദുഃഖസാന്ദ്രതയിൽ അവന്റെ അനാഥത്വം കൃഷ്ണമേഘങ്ങളായി പെയ്തിറങ്ങും. അപ്പോഴേക്കും ഞാൻ എച്ചിൽപ്പാത്രങ്ങൾ സിങ്കിലിട്ട് മേശ കഴുകിത്തുടച്ച് മേൽകഴുകിയെത്തും. പിന്നെ രാത്രി ഏറെ വൈകുംവരെ ഞങ്ങൾ ഓരോന്നു പറഞ്ഞും കലഹിച്ചും, ചെറുതായി പിണങ്ങിയും അതു കഴിഞ്ഞ് ഇണങ്ങിയും ഉറങ്ങിപ്പോകും.

മാല വന്ന ദിവസവും ഞാനങ്ങനെ ഉറങ്ങിപ്പോയി. ഞാനുണർന്നു മുറിക്കു പുറത്തുവന്നപ്പോഴേക്കും അവൾ പുറത്തേക്കിറങ്ങിപ്പോയ്ക്കഴിഞ്ഞിരുന്നു. അവളുടെ തന്റേടവും തന്നിഷ്ടവും! ഈശ്വരാ! ഇതൊക്കെ ഗോകുലൻ എങ്ങനെയാണാവോ കാണാൻ പോകുന്നത്!

ഗോകുലൻ വന്ന് കുളി കഴിഞ്ഞു ധൃതിയിൽ ആഹാരം കഴിക്കുകയാണ്. മാല പുറത്തുനിന്ന് നേരെ കിടപ്പുമുറിയിലേക്ക് പോകാതെ ഭക്ഷണമുറിയിലേക്കു കടന്നുവന്നു. കഴുത്തിൽ ഒരു വെളുത്ത ഷാൾ ചുറ്റിയിരുന്നു.

ഞാൻ ധൃതിയിലെഴുന്നേറ്റ് അവളുടെ കൈപിടിച്ച് ഗോകുലനു പരിചയപ്പെടുത്തി.

"ഗോകുലാ ഇതാണ് നമ്മുടെ മാല. മാലേ ഇന്നലെ രാത്രിയിൽ ഗോകുലൻ മാലയ്ക്ക് പലഹാരപ്പൊതി സമ്മാനവുമായാണ് വന്നത്. പക്ഷേ, അപ്പോഴേക്കും നീ..."

ഗോകുലൻ തലയുയർത്തി ഒന്നു പുഞ്ചിരിച്ചു. രക്തത്തുടുപ്പുള്ള അവന്റെ കവിളുകളിൽ ഓരോ നുണക്കുഴി തെളിയുന്നത് ഇത്തവണ ഒരഹന്തയോടെ ഞാൻ നോക്കിനിന്നു. സൗഹാർദത്തിന്റെ ആ ചിരി വളർന്നു. ഗോകുലൻ സന്തോഷത്തോടെ ഒന്നു തലയിളക്കി, തീൻമേശമേലിരുന്ന കാർഡ്ബോർഡ് പെട്ടിയിൽ കൈവച്ചു. മാല ഗോകുലനെ ഒന്നു നോക്കി ചിരിക്കാൻ ശ്രമിച്ചു. എന്നിട്ട് സമ്മാനപ്പൊതിയെ ഗൗനിക്കാതെ അകത്തേക്കു ശരംവിട്ടപോലൊരു പോക്ക്!

"അഹങ്കാരി" ഗോകുലൻ പാതിയരച്ച ഭക്ഷണത്തിനിടയിലൂടെ മുറുമുറുത്തു.

"വലിയ എഴുത്തുകാരിയെന്ന അഹങ്കാരമായിരിക്കും! തലക്കനം. അവൾ വലിയ അറിവുകാരി. ധാരാളം വായിച്ചവൾ! ഞാൻ വെറും ഏഴാം കൂലി ബേക്കറിക്കാരൻ! എന്നാ നിന്റെ ആ വല്യേ എഴുത്തുകാര്യോടു പറഞ്ഞേക്ക്, ഈ ഗോകുലൻ വായിച്ചതിന്റെ പത്തിലൊന്ന് അവള് വായിക്കണമെങ്കിൽ ജന്മം പത്ത് ജനിക്കണംന്ന്. ഞാനനുഭവിച്ചതിന്റെ നൂറിലൊരംശം." വാതിൽ മറഞ്ഞുനിന്ന മാല വീണ്ടും വെളിപ്പെട്ടപ്പോൾ അൽപ്പം ജാള്യത്തോടെ ഗോകുലൻ കൈ കുടഞ്ഞെഴുന്നേറ്റു. കൈ കഴുകി, ധൃതിയിലിറങ്ങിപ്പോയി. എന്നാൽ ഗോകുലന്റെ കാർ ഗേറ്റു കടക്കേണ്ട താമസം എവിടെയോ വീണ്ടും ഒളിച്ചുനിന്ന മാല ഓടിവന്ന് പലഹാരപ്പെട്ടിയുമെടുത്ത് ഒറ്റയോട്ടം! ഓടുന്നതിനിടയിൽ അവൾ വിളിച്ചുപറഞ്ഞു:

"എന്റെയീ മിഠായിപ്രേമം നീ ഗോകുലനോടു പറഞ്ഞേക്കല്ലേ മോളേ. നിന്റെ മിഠായിക്കടയിലെ കേടുവന്ന സകല പലഹാരങ്ങളും അവനെന്നെക്കൊണ്ടു തീറ്റിക്കും."

മാല എന്നും മധുര പലഹാരങ്ങൾ ഇഷ്ടപ്പെട്ടു. എന്നിട്ടും അവളൊരിക്കലും തടിച്ചില്ല. തടിച്ചിയായ ഞാൻ എന്തു കഴിക്കാതിരുന്നിട്ടും ഒട്ടും മെലിഞ്ഞതുമില്ല.

അന്നു മുഴുവൻ മാല അൽപ്പം ചിന്താധീനയായിരുന്നു. അവളുടെ മുഖത്തെ മുറുക്കം കണ്ടപ്പോൾ എനിക്കു മനസിലായി, രാവിലെ ഗോകുലൻ പറഞ്ഞതു മുഴുവനും മാല കേട്ടിരിക്കുന്നു. തന്നെ വെറുക്കുന്ന ഒരാളുടെ വീട്ടിൽ, അയാളുടെ ആഹാരം കഴിച്ച്... പക്ഷേ, അവളുടെ സെമിനാറിന് ഇനിയൊരാഴ്ചയുണ്ട്. അതുകഴിയാതെ പോകാൻ വയ്യ.സുഹൃത്തിന്റെ കൂടെ കഴിയാമെന്നു പറഞ്ഞ് സെമിനാറിന്റെ താമസസൗകര്യം നേരത്തെ മാല ഉപേക്ഷിച്ചതായി അറിയിച്ചിരുന്നു. പക്ഷേ, ഗോകുലനെന്തു വിചാരിച്ചാലും എന്നെ വിട്ട് അവൾ മറ്റെവിടേയും പോവില്ല. അതെനിക്കുറപ്പാണ്.

മാലയും ഗോകുലനും പാമ്പുംകീരിയും പോലെ ശത്രുത തുടങ്ങിയപ്പോൾ ഞാൻ വിഷമിച്ചുപോയി. ഒരാൾക്കു മറ്റേയാളോടു കാരണമില്ലാത്ത കലി. ഞായറാഴ്ച രണ്ടാളേയും മാറിമാറി പ്രീതിപ്പെടുത്താൻ ശ്രമിച്ച് ഞാൻ തളർന്നു. ഗോകുലന്റെ ഹിന്ദുസ്ഥാനി സി ഡികൾ പുറത്തെടുക്കുക ഞായറാഴ്ചയാണ്. ആ നേരത്തു മാത്രം മാലയും കക്ഷി ചേർന്നു. എന്നാൽ ഏതോ പുസ്തകമെടുത്ത് അവൾ കാണാമറയത്തിരുന്നതേയുള്ളൂ.

ഗോകുലൻ ഒരുദിവസം കാലത്തു നടത്തം കഴിഞ്ഞെത്തി, നേരെ കുളിമുറിയിലേക്കു കയറുന്നതിനു പകരം തുറന്നുകിടന്ന മാലയുടെ മുറിയിലേക്കു കയറി, അവൾ പ്രഭാതസവാരി കഴിഞ്ഞ് എത്താൻ സമയമായിരുന്നില്ല.

"നോക്കട്ടെ, നിന്റെ ഉന്മാദസുന്ദരി, കവയിത്രി, എന്തെല്ലാം എഴുതിക്കൂട്ടുന്നുവെന്ന്." തടുക്കാൻ കഴിയുന്നതിനു മുമ്പ് മാലയുടെ കവിതയെഴുതുന്ന ഡയറി അവൻ തപ്പിയെടുത്ത് വായിച്ചുകൊണ്ട് കിടപ്പുമുറിയിലേക്ക് പോയി. മാലയ്ക്കുള്ള ഇഡ്ഡലിയും സാമ്പാറും തയാറാക്കാനായി ഞാൻ അടുക്കളയിലേക്കു നീങ്ങി.

ഗോകുലൻ കുളി കഴിഞ്ഞു മൂളിപ്പാട്ടോടെ ബാത്റൂമിൽ നിന്നിറങ്ങുകയായിരുന്നു. അരയിൽ ഒരു ടർക്കി ചുറ്റിയിട്ടുണ്ട്. ഞാനവന്റെ വസ്ത്രശേഖരത്തിൽനിന്നും അന്നത്തെ വസ്ത്രം തെരഞ്ഞെടുക്കാനായി അലമാരയിൽ കൈവച്ചു. അപ്പോഴാണ് ആരോ എയ്തുവിട്ട അസ്ത്രം പോലെ മാല കിടപ്പുമുറിയിലേക്കു പാഞ്ഞുവന്നത്.

"മോഹിനീ എന്റെ ഡയറിയെവിടെ? നിനക്കറിഞ്ഞൂടെ, അതാരും കാണുന്നതെനിക്ക് ഇഷ്ടമില്ലെന്ന്."

അവൾ അടക്കംവിട്ട് അലറി.

"ഓ അതാ ഡയറിയുടെ പുറംചട്ടയുടെ ചന്തം നോക്കാൻ ഞാനെടുത്തതല്ലേ?"

ഗോകുലിന്റെ വെള്ളക്കവിളുകളിൽ നുണക്കുഴിക്കുസൃതി തെളിഞ്ഞു. അവളുടെ വികാരഗൗരവത്തെ നിസ്സാരമാക്കിക്കൊണ്ട് ഗോകുലൻ പറഞ്ഞു:

"ദേ കിടക്കുന്നു" അവൻ ഡയറി ചെറുതായൊന്നു ചുഴറ്റിക്കൊണ്ട് കട്ടിലിന്മേലേക്കിട്ടു. എന്റെ മുഖത്ത് മാലയുടെ നോട്ടം കത്തുന്ന തീപ്പന്തമായി വന്നു പതിച്ചു. ഞാൻ പൊള്ളുന്ന അപരാധബോധത്തോടെ തലകുനിച്ചു. മാല ചവിട്ടിക്കുതിച്ച് മുറിവിട്ടിറങ്ങിപ്പോയി.

പിന്നെയവളെ മെരുക്കിയെടുക്കാൻ എത്ര നേരമെടുത്തു. അവൾ മിണ്ടില്ല, നോക്കില്ല, ഒന്നും കഴിക്കില്ല. വല്ലാത്തൊരു പെണ്ണ്!

ദില്ലിയിലെ മഞ്ഞും വെയിലും ഗൗനിക്കാതെ പുറത്തിറങ്ങിനടന്ന മാലയ്ക്ക് ഇടയ്ക്കിടെ പനി വന്നു. അവൾ കിൽട്ടിലേക്കു മൂടിപ്പുതച്ചു കിടക്കുമ്പോൾ ഞാൻ വേവലാതിയോടെ മരുന്നുപെട്ടി തപ്പിത്തുടങ്ങും. അവൾ ക്ഷീണിച്ച ശബ്ദത്തിൽ പറയും:

"എനിക്കുവേണ്ടി മരുന്നു തിരയേണ്ട മോഹിനീ. മരുന്നു ചെന്നാൽ പനി മാറും. അപ്പോൾ പരേതാത്മാക്കളോടും ദേവഗണങ്ങളോടും നാഗ സുന്ദരിമാരോടും എനിക്ക് സംവദിക്കാനാവില്ലല്ലോ. ഗാന്ധർവലോക ത്തിൽ അലയാൻ പറ്റില്ല. നക്ഷത്രങ്ങളെല്ലാം താഴെ വീണെന്നും പുതിയ പൂച്ചക്കുട്ടിയെ വളർത്താൻ കിട്ടിയെന്നും ചാമ്പമരം കായ്ച്ചുവെന്നും പറ യുന്ന ഏതോ വാത്സല്യത്തണലിലിരുന്നു കണ്ണൊഴുകുംവരെ ചിരിക്കാൻ കഴിയില്ല.

ഞാൻ ഉറക്കെ ചിരിക്കും.

"ആവൂ. ഇതൊന്നും എനിക്കു പ്രശ്നമില്ല. മോളേ നിനക്കിപ്പോൾ കുറച്ചു മാറ്റമുണ്ട്. നീ മരണത്തെക്കുറിച്ചൊന്നും പറയുന്നില്ല!"

മാല പുതപ്പിനകത്തേക്ക് ഒന്നുകൂടി നൂണ്ടുകിടന്നു പറഞ്ഞു:

"മുമ്പ് ആത്മഹത്യ വളരെ രസമെന്നു കരുതിയിരുന്നു. അന്നാരും സ്നേഹിക്കാനില്ലായിരുന്നു. എന്നാലിപ്പോൾ സ്നേഹത്തിന്റെ ഭയപ്പെടു ത്തുന്ന വേഗം. എന്നിട്ടുമെന്തേ ഓരോ നിമിഷത്തിനും മരണത്തിന്റെ വല്ലാത്ത ഗന്ധവും വർണവും?"

അവളുടെ ഓർക്കാപ്പുറത്തു നിറഞ്ഞുപോയ കണ്ണുകളെ നേരിടാനാ വാതെ മുഖം തിരിച്ചുകൊണ്ട് ഞാൻ എന്റെ നിറഞ്ഞ കണ്ണുകൾ തുടച്ചു.

ആറ്

ഞാൻ മാലയുടെ നീണ്ടുകിടക്കുന്ന മെടഞ്ഞിട്ട തലമുടി പതുക്കെ വലിച്ചുകൊണ്ടു പറഞ്ഞു: "നിന്റെ കവിതയിൽനിന്ന് സർപ്പത്താൻ ഇഴഞ്ഞു പുറത്തേക്കു പോയെന്നാണ് തോന്നുന്നത്." അവൾ ഉറക്കെ ചിരിച്ചു.

"ഓ, അതോ, കിഴക്കേ സർപ്പക്കാവു ചുറ്റിയിറങ്ങിപ്പോകുന്ന വഴി യിലൂടെ അതിപ്പോഴും എന്നെത്തേടി ഇഴഞ്ഞുനടക്കുകയല്ലേ?"

ഒരുദിവസം ഉച്ചയ്ക്ക് മൂന്നുമണിയായിക്കാണും. ആരോ ബെല്ലടി ക്കുന്നതുകേട്ട് ഞാൻ ഓടിച്ചെന്നു വാതിൽ തുറന്നു. നീരജിന്റെ ക്ലാസ് ടീച്ചറും മറ്റു രണ്ടു ടീച്ചർമാരും. ഞാനാകെ അന്ധാളിച്ചുപോയി.

"അതേ, നീരജിന്റമ്മേ."

അവർ സാവകാശത്തിൽ പറഞ്ഞ കാര്യങ്ങൾ കേട്ടു പരിഭ്രമിച്ച ഞാൻ ശ്വാസം ഉള്ളിലേക്കു വലിച്ചു. "ഇന്നുച്ചയ്ക്കലത്തെ ഇന്റർവെല്ലിന് നീരജ്മോൻ ക്രിക്കറ്റു കളിക്കുമ്പോ എങ്ങനെയെന്നറിയില്ല കുട്ടിയുടെ തലയ്ക്ക് ബാറ്റുകൊണ്ട് ഊക്കിയൊരടി കിട്ടി.

ഉടൻ ബോധം പോയി. പേടിക്കാനൊന്നുമില്ല. ആശുപത്രിയിൽ ആക്കിയിട്ടുണ്ട്. കുട്ടിയുടെ അച്ഛൻ ആശുപത്രിയിലുണ്ട്."

ഞാൻ ബോധംകെട്ടു വീണില്ല. മാല ഓടിച്ചെന്നു പേഴ്സെടുത്ത് എന്നെ വലിച്ചുകൊണ്ട് ലിഫ്റ്റിൽ കയറി. അവൾ പതുക്കെ എന്നെ പിറ കിലത്തെ സീറ്റിലിരുത്തി. കാർ ഡ്രൈവുചെയ്തു തുടങ്ങി. എനി

ക്കൊന്നും ഓർക്കാൻ കഴിയുന്നില്ല. കുറേ ദിവസമായി കൃത്യമായി പറഞ്ഞാൽ മാലയുടെ വരവോടെ ഞാനവനെ തീരെ ശ്രദ്ധിക്കാതായിട്ടുണ്ട്.

അവനും ഏതോ പുറംതൊണ്ടിലേക്കു വലിഞ്ഞതുപോലെ! ഗോകുലിന്റെ സ്വാശ്രയപാഠങ്ങൾ അവനെ എവിടെക്കൊണ്ടുചെന്നു നിർത്തും? എനിക്കൊന്നും മനസിലാവുന്നില്ല. കവിളിനെ മുറിച്ചുകൊണ്ട് എന്റെ കണ്ണുനീർ നെഞ്ചത്തേക്കു വീണു വറ്റിക്കൊണ്ടിരുന്നു.

ആശുപത്രിയിൽ കണ്ട കാഴ്ച അവിശ്വസനീയമായിരുന്നു. ഗോകുലൻ മയങ്ങുന്ന കുട്ടിയുടെ കാലടികളിലും കൈയിന്മേലും മാറിമാറി ചുംബിക്കുന്നു. കുനിഞ്ഞ് തലയുടെ ബാൻഡേജില്ലാത്ത ഭാഗത്തെല്ലാം മൃദുവായി ചുണ്ടുകളമർത്തുന്നു. ഹോ! ഈ സ്നേഹമെല്ലാം, പ്രിയപ്പെട്ട ഗോകുലാ, നീ ഹൃദയത്തിന്റെ ഏതു മൂലയിലൊളിപ്പിച്ചിരുന്നു?

നീരജിനെ വേണ്ടത്ര ലാളിച്ചിട്ടില്ലാത്ത ഞാൻ, എന്നെ അതിനനുവദിക്കാത്ത ഗോകുലന്റെ ചെയ്തികൾ കണ്ടുനിൽക്കയാണ്. കുട്ടി ബോധരഹിതനാണ്. അവനരികിലേക്ക് ഓടിയണയാൻ എന്റെ കാലുകൾക്കു കരുത്തില്ലല്ലോ. പക്ഷേ, മറ്റൊരത്ഭുതം സംഭവിച്ചു. കൈയിലെ ബാഗും ഷോപ്പറും താഴേക്കിട്ട് മാല ഓടി നീരജിന്റെ കാൽക്കൽ ചെന്നുവീണു. എന്റെ കുട്ടാ നീയെന്താണിങ്ങനെ മിണ്ടാതെ കിടക്കുന്നത്? നിന്റെ ക്രിക്കറ്റ്ഭ്രമം ഇതാണോ നിനക്കു തന്നത്, ഈ മുറിവുകൾ? ഗോകുലൻ അടുത്തിരിക്കുന്നത് ശ്രദ്ധിക്കാതെ അവളോരോന്ന് നീരജിനോട് സംസാരിക്കുകയാണ്. മുറിയിൽ രണ്ടു നഴ്സുമാരുണ്ടായിരുന്നു. അവർ തടഞ്ഞില്ല. പക്ഷേ, രണ്ടുമൂന്ന് ഡോക്ടർമാർ, എക്സ്റേ, സ്കാനിംഗ് ഇവയുടെ റിസൾട്ടുമായി വന്നപ്പോൾ ഗോകുലൻ എഴുന്നേറ്റു. എന്നിട്ടു പതുക്കെ മാലയെ കട്ടിലിൽനിന്നു പിടിച്ചെഴുന്നേൽപ്പിച്ചു. അവളുടെ കവിളിലെ കണ്ണുനീർച്ചാലുകൾകണ്ട് ഭാര്യയെന്നു കരുതി അവർ അനുകമ്പയോടെ അവളോടു പറഞ്ഞു:

“മിസിസ്സ് ഗോകുൽ നിങ്ങൾ അൽപ്പസമയം പുറത്തു നിൽക്കണം. ഞങ്ങളൊന്ന് കുട്ടിയെ വിശദമായി പരിശോധിക്കട്ടെ. കാര്യമായി കുഴപ്പമൊന്നുമില്ല എന്നായിരുന്നു ഞങ്ങൾ കരുതിയിരുന്നത്. പക്ഷേ...” കൈയിലെ എക്സറേ ഫിലിം ഉയർത്തിപ്പിടിച്ച് ഡോക്ടർ ആശങ്കപ്പെട്ടു.

ഞാൻ ധൃതിയിൽചെന്ന് ഒരു കൈകൊണ്ട് ഗോകുലിനെയും മറ്റേ കൈകൊണ്ട് മാലയേയും പിടിച്ചു പുറത്തേക്കുകൊണ്ടുവന്നു. എന്റെ മനസിന് എവിടെ നിന്നെന്നില്ലാത്ത ഒരു ധൈര്യം കൈവന്നു. ഞാനിരുവരേയും ഉറച്ച ശബ്ദത്തിൽ ആശ്വസിപ്പിച്ചു.

“ഭയപ്പെടേണ്ട, നമ്മുടെ കുട്ടിക്കു യാതൊരു ആപത്തും വരില്ല. ദൈവം നമ്മുടെ കൂടെയുണ്ട്.” ദൈവഭക്തി ഒരിക്കലും കാണിച്ചിട്ടില്ലാത്ത ഗോകുലൻ കൈകൂപ്പി നിൽക്കുന്നത് ഞാൻ കണ്ടു. പിന്നീടുള്ള ദിവസങ്ങളിൽ സ്വാശ്രയത്വമുള്ളവർ എങ്ങനെ പ്രതിസന്ധികളെ നേരിടും എന്ന് സ്വയം ബോധ്യപ്പെട്ടു-മാതൃസത്തയുടെ രക്ഷകവൃത്തി അത് ജ്യോതിസ്സിന്റെ പദമാണ്, നിത്യസത്യങ്ങളുടെ പദമാണ്.

ജീവിതം ഒരു സംരംഭമാണ്, മത്സരമാണ്, കലഹമാണ്. പ്രകൃതി ആത്മാവിലും ആത്മാവു പ്രകൃതിയിലും ആക്രമണം നടത്തിക്കൊണ്ടിരിക്കുന്നു.

ഒരേ പൈതൃകത്തിന്റെ, ഒരേ മാതൃത്വത്തിന്റെ ഉടമയായ മകനതാ കട്ടിലിൽ നിശ്ചേഷ്ടനായി കിടക്കുന്നു. അവന്റെ അച്ഛൻ അവനരികിൽനിന്നു മാറുന്നില്ല. പക്ഷേ, അയാൾ ഉണ്ണണം, ഉറങ്ങണം, വസ്ത്രം മാറണം. ഒരാൾ തളരുമ്പോൾ മറ്റേയാൾ താങ്ങണം.

മാല ഇത്തവണ ധൈര്യം കാണിക്കുന്നില്ല. അവൾ നീരജിനെ വിട്ടു പോകാൻ സന്നദ്ധയല്ല. അവൾ ജാഗരൂകയായി നീരജിനെ ശുശ്രൂഷിക്കയാണ്. ഒരീച്ചപോലും അവനരികിൽ വരാതെ. അവൾക്ക് ഉണ്ണണ്ട, ഉറങ്ങണ്ട.

സ്നേഹമെന്ന ജൈവസമുദ്രം നിലയ്ക്കാത്ത അതിന്റെ ഓളങ്ങൾ. അതിൽ നിറയുന്നത് ജീവദാനമാണ്. എല്ലാ ജൈവചേതസ്സുകളുടേയും ഉറവിടം സ്നേഹമാണെന്ന് എനിക്കു മനസിലായി. ചടുലസ്ഫുടലമായ സ്നേഹം.

രണ്ടാം നാൾ ഞാൻ തനിച്ച് ഡ്രൈവു ചെയ്ത് വീട്ടിൽ പോയി ഭക്ഷണമുണ്ടാക്കി. അൽപ്പം ഉറങ്ങി. എന്നിട്ട് ആസ്പത്രിയിൽചെന്ന് ഗോകുലനെയും മാലയെയും നിർബന്ധിച്ച് വീട്ടിലേക്കയച്ചു.

ഇനി രണ്ടാളും നാളെ കാലത്തു വന്നാൽ മതി–ഞാൻ ശഠിച്ചു.

രാത്രി രണ്ടു മണിയായപ്പോൾ നീരജിന്റെ ഇമകൾ പതുക്കെ ചലിച്ചു. അവൻ കണ്ണുതുറന്നു. "അമ്മേ ഞാനെവിടെയാ? തലവേദനിക്കുന്നു. അമ്മേ ഞാൻ ബോളെടുക്കാൻ കുനിഞ്ഞപ്പോ അക്ഷയ് എന്റെ തല..." ഹാ അവൻ വേദനകൊണ്ടു നെറ്റിചുളിച്ചു. അവനുണർന്ന വിവരമറിഞ്ഞ് ഡോക്ടർമാർ എത്തി. അവരാശ്വസിപ്പിച്ചു. "ഇനി പേടിക്കേണ്ട എല്ലാം ശരിയാവും."

ഞാനുടനെ മൊബൈലെടുത്ത് ഗോകുലിന്റെ നമ്പർ ഡയൽ ചെയ്തു. പിന്നെ എന്തോ ഓർത്ത് ഡിസ്കണക്ട് ചെയ്തു. വേണ്ട, ഗോകുലൻ തളർന്നുറങ്ങുകയാവും. ഇതറിഞ്ഞാൽ ഉടൻ കാറുമെടുത്തു പുറപ്പെടും. അതു വേണ്ട. എന്നാൽ മനസിന്റെ ഉദ്വേഗം അടക്കാനാവാതെ ഞാൻ മാലയുടെ നമ്പറിലേക്കു വിളിച്ചു. ആദ്യത്തെ റിങ്ങിൽതന്നെ അവൾ ഫോണെടുത്തു. "മോളെ നീരജിതാ ഉണർന്നു കിടക്കുന്നു. പഴയ കാര്യങ്ങളൊക്കെ പറയുന്നു. ഇനി ഒന്നും പേടിക്കാനില്ല. ഗോകുലൻ നാളെ കാലത്തു വിവരമറിഞ്ഞാൽ മതി. നന്ദന അവിടെയില്ലേ? അവളോട് പറഞ്ഞേക്ക് എന്തൊരു കരച്ചിലായിരുന്നു പാവം."

മാലയുടെ പഴയ ഉത്സാഹമെല്ലാം തിരിയെ വന്നു. അവൾ പറഞ്ഞു. "ഉവ്വ്. ദാ എന്റെ കട്ടിലിനു കീഴെ അവൾ ചെരിഞ്ഞുറങ്ങുന്നു. ചെറിയ കൂർക്കംവലിയുണ്ട്. അതുകൊണ്ട് ആരും ഉറങ്ങിപ്പോവില്ല. അവൾ പതുക്കെ ചിരിച്ചു.

ഏഴ്

പിന്നീടുള്ള ദിവസങ്ങളിൽ മാലയും ഞാനും മാറിമാറി നീരജിന്റെ കട്ടിലിനരികിൽ കഴിച്ചുകൂട്ടി. മൂന്നാംദിവസം ഗോകുലിനെ ഉന്തിത്തള്ളി കടയിലേക്കു പറഞ്ഞയച്ചു. ഇനി വൈകിട്ടു വന്നാൽ മതിയെന്ന് ഞാനെത്ര ശഠിച്ചിട്ടും ഞാൻ വീട്ടിലായിരിക്കുമ്പോൾ പലതവണ ഗോകുലൻ നീരജിനെ കാണാനെത്തി.

മാലയും ഗോകുലനും പഴയ ശത്രുത ഇല്ലെങ്കിലും വലിയ രഞ്ജിപ്പിലും ആയിരുന്നില്ല. അത്യാവശ്യത്തിന് ഒന്നോ രണ്ടോ വാക്കുകൾ. അത്രമാത്രം. നീരജിന്റെ മുടിയെല്ലാം ആസ്പത്രിയിൽനിന്നു വടിച്ചുകളഞ്ഞിരുന്നു, തലയിലെ വലിയ മുറിവു തുന്നിക്കെട്ടുന്നതിനിടയിലാവണം. വലിയൊരു ഓപ്പറേഷൻ വേണ്ടിവരുമെന്നു തുടക്കത്തിൽ അവർ ഭയപ്പെട്ടിരുന്നുവത്രെ.

അവനെ ഡിസ്ചാർജുചെയ്ത ദിവസം ജയിൽമോചിതനായ തടവുകാരിയെപ്പോലെ ഞാൻ ആഹ്ലാദിച്ചു. ദുഃഖങ്ങളിൽനിന്നെല്ലാം സ്വതന്ത്രയായി പഴയ ജീവിതത്തിലേക്കു ചിറകു കുടഞ്ഞുയരുംപോലെ! നീരജിന്റെ കളിയും ചിരിയും തിരികെ വരാൻ പിന്നേയും ദിവസങ്ങളെടുത്തു.

നീരജ് ആസ്പത്രിയിലായിരുന്നപ്പോൾ ദില്ലിയിലെ സാഹിത്യസമ്മേളനവും സെമിനാറും നടന്നുതുടങ്ങി. രണ്ടുദിവസത്തിനു ശേഷമേ കാര്യം എന്റെ ഓർമയുടെ പരിധിയിലേക്കു വന്നുള്ളൂ. മാലയാണെങ്കിൽ നിരവധി തവണ മൊബൈലിലേക്കു കോൾ വന്നിട്ടും പോയില്ല. ഹോസ്പിറ്റലിൽവച്ച് ഞാനിക്കാര്യം ഗോകുലനോടു പറഞ്ഞു. ഗോകുലൻ നിർബന്ധിച്ചാൽ അവൾ പോകും. ഇനിയും മൂന്നാല് ദിവസത്തെ സെമിനാറുണ്ട്. അവൾക്കാണെങ്കിൽ പ്രധാനപ്പെട്ടൊരു പേപ്പർ സമർപ്പിക്കാനും ഉണ്ട്. എത്ര പാടുപെട്ടിട്ടാണെന്നോ രാവും പകലുംകൊണ്ട് അവളതു തയാറാക്കിയത്.

ഗോകുലൻ നിർബന്ധിക്കാമെന്നു സമ്മതിച്ചു.

പിന്നീട് മാലയെ കാറിൽ ഫ്ളാറ്റിൽ കൊണ്ടുവിടാൻ പോകുമ്പോൾ ഞാനോർമിപ്പിക്കുകയും ചെയ്തു. എന്തായി ഗോകുലാ, എന്തായി? തിരിയെ വന്ന ഗോകുലനെ വാതിൽക്കൽവച്ച് തന്നെ പിടികൂടി. അവന്റെ മുഖം രക്തവർണമായി. യാതൊന്നും പറയാതെ ഗോകുലൻ ദയനീയമായി എന്റെ മുഖത്തേക്കു നോക്കി. എനിക്കു കാര്യം പിടികിട്ടി. അവൾ സമ്മതിച്ചിരിക്കില്ല. നീരജ് വീട്ടിലെത്താതെ ഇനിയെങ്ങോട്ടുമില്ലെന്ന ശാഠ്യമാവും.

എന്നാൽ അവളുടെ മനസ്സ് എത്രമേൽ അപകടകരമായൊരു നൂൽപ്പാലത്തിന്മേൽ ക്ലേശയാത്ര തുടങ്ങിയിരിക്കുന്നു എന്ന വിവരം എന്റെ പ്രജ്ഞയ്ക്ക് ഒരുതരത്തിലും പിടിച്ചെടുക്കാനായില്ല. മാലയെ മുഴുവനായും എനിക്കു മനസിലാവുമെന്ന എന്റെ മുൻവിധി തെറ്റിയത് വളരെ വൈകിയേ ഞാനറിഞ്ഞുള്ളൂ. അവൾ ഒരു എഴുത്തുകാരിയല്ലേ? അവ

ളുടെ മനസിന് ഏതൊക്കെ കാട്ടിലും പടർപ്പിലും സഞ്ചരിക്കാം! എന്നെപ്പോലെ ഒരു സാധാരണക്കാരിയുടെ ഭാവനയ്ക്ക് എത്തിനോക്കാൻ പോലും ആവാത്തത്ര ഉയരത്തിലല്ലേ, ആകാശചാരിയായ ഒരു കവിഹൃദയത്തിന്റെ പോക്ക്!

ഗോകുലനും മാലയും തമ്മിലുള്ള ശീതസമരം ആസ്പത്രി ജീവിതത്തിനിടയ്ക്കു തൽക്കാലത്തേക്കൊന്ന് ഊഷ്മളമായെങ്കിലും വീണ്ടും അവർ തമ്മിൽ അന്യരെപ്പോലെ പെരുമാറാൻ തുടങ്ങി.

ഗോകുലൻ രാത്രി വന്നാൽ മാല തീരേയും പുറത്തേക്കു വരാതിരിക്കാൻ തുടങ്ങി. എന്നാൽ പ്രഭാതസവാരി കഴിഞ്ഞ് രണ്ടുപേരും ഒന്നിച്ചു നടന്നുവരുന്നത് കണ്ടു എന്ന് നന്ദന പറഞ്ഞപ്പോൾ എനിക്കാശ്വാസമായി. തമ്മിൽ മിണ്ടുന്നതും അവൾ കണ്ടുവത്രെ. അത്രയെങ്കിലും സമാധാനം. ശത്രുക്കളെപ്പോലെ എങ്ങനെയാണ് ഒരേ വീട്ടിൽ കഴിയുക!

നീരജിന്റെ അസുഖം എന്നിൽ ചെറുതല്ലാത്ത മാറ്റമുണ്ടാക്കി. അവൻ സ്കൂളിൽനിന്നും വന്നാൽ പിന്നെ ഞാൻ വിട്ടുമാറാത്ത ചങ്ങാതിയായി. ആറ് മാസത്തേക്കെങ്കിലും കുട്ടിയെ പുറത്തേക്കു കളിക്കാൻ വിടരുത് എന്ന ഡോക്ടറുടെ നിരോധനാജ്ഞ ഞാൻ നടപ്പാക്കിയത് അങ്ങനെയായിരുന്നു. രാത്രി ഗോകുലന്റെ ഭക്ഷണം അടച്ചുവച്ച് ഞാൻ നീരജിനൊപ്പം കിടന്നുറങ്ങും. അതിൽ ഗോകുലന് ഒട്ടും പരാതിയുണ്ടായില്ല. ചിലപ്പോൾ ലൈറ്റണയ്ക്കാൻ മറന്നാൽ അവൻ വന്ന് ലൈറ്റണയ്ക്കും. പുതപ്പെങ്ങാൻ തെറ്റിപ്പോയാൽ ഞങ്ങളെ ശ്രദ്ധാപൂർവം പുതപ്പിച്ച് ഉറങ്ങാൻപോകും. ബാൽക്കണിയിൽനിന്ന് നേർത്ത സ്വരത്തിൽ പാട്ട് അരിച്ചെത്തുന്നുണ്ടാവും. അതു കേട്ടു കേട്ട്, നിദ്രയുടെ നീല മേൽക്കട്ടിലുള്ള ശയ്യയിൽക്കിടന്ന് ഞാൻ ഗാഢമായി ഉറങ്ങും. അപ്പോഴും നീരജിന്റെ മേൽ എന്റെ ഒരു കൈ വിശ്രമിക്കുന്നുണ്ടാവും.

ഗോകുലനില്ലാത്ത നേരത്ത് പകലുകളിൽ മാല പുതിയ കാസറ്റുകൾ കൊണ്ടുവന്നു കേൾക്കും.

“ഫിർ, കഹീ രാഹേ ഗുസർകർ ശായദ്
ഹം കഭീ മിൽ സകേ – മഗർ ശായദ്

അവൾ സംഗീതസാഗരത്തിൽ ഒഴുകിനീങ്ങുന്ന ഒരിലയാവും. എവിടെയൊക്കെയോ ചുറ്റിത്തിരിഞ്ഞ് അവസാനം നാം വീണ്ടുമൊരിക്കൽ കണ്ടുമുട്ടിയേക്കാം, എന്നാലൊരു വേള മാത്രം – ഒരുറപ്പുമില്ല!” എന്ന പാട്ടിൽ അവൾ ലയിച്ചുചേരും. മണൽക്കാട്ടിലും മരുക്കുന്നിലും പ്രണയിതാവിനായലയുന്നവന്റെ ദുഃഖം ദുഃസ്വപ്നങ്ങളില്ലാത്ത, നിദ്രയിലേക്കു മിഴി തലോടിയുറക്കുന്ന താരാട്ടിന്റെ സുഖമാണ് മോഹിനീ എനിക്കീ കവിത. പനിക്കിടയിലെ അർധമയക്കങ്ങളിലേക്ക് അനാഥമാകുമ്പോൾ അമ്മ വന്നു നെറ്റിയിലുമ്മവയ്ക്കുംപോലെ” അവൾ പറഞ്ഞു.

സംഗീതത്തെ അവൾ ജീവനുതുല്യം സ്നേഹിച്ചു. “ഈ പ്രേമഗീതങ്ങളൊക്കെ കേൾക്കുമ്പോഴെങ്കിലും നിന്റെയുള്ളിൽ പ്രണയം ജനിക്കാറില്ലേ മാലേ?”

അവൾ പൊട്ടിച്ചിരിച്ചു.

"ഞാനതു രഹസ്യമാക്കി വച്ചിരിക്കയായിരുന്നു. നീയെന്നോടു ചോദിക്കട്ടെ, എന്നിട്ടു കാര്യം പറയാം എന്നായിരുന്നു വിചാരിച്ചത്. നിനക്കറിയാമോ ഞാനിന്ന് പരിത്യജിക്കപ്പെട്ടവളല്ല, പരിലാളിക്കപ്പെട്ടവൾ. ഓരോ മനുഷ്യനും ഈ ലോകത്ത് ആനന്ദിക്കുവാൻ അവകാശമില്ലേ?"

വിശദാംശങ്ങൾ ഞാൻ ചോദിച്ചില്ല. അവൾ പറഞ്ഞതുമില്ല. നീരജിന് അപകടം പറ്റുന്നതിനു മുമ്പാണെങ്കിൽ ഞാൻ അവളെ തടഞ്ഞുനിർത്തി ചോദിച്ചേനെ "കേൾക്കട്ടെടീ നിന്റെ പ്രണയപുരാണങ്ങൾ കേൾക്കട്ടെ."

"കെടാൻ പോകുന്ന തിരികൾക്ക് ഒരുപാടു വെളിച്ചം കിട്ടുംപോലെ അവസാനിക്കാറായ ജീവിതങ്ങൾക്കും ഒരുപാടു സ്നേഹം കിട്ടും. അല്ലേ?"

"ആരു പറഞ്ഞു മാല അവസാനിക്കുകയാണെന്ന്? ഇനിയല്ലേ നീ ജീവിക്കാൻ പോണത്? പീയൂഷപ്രേമധാരയുടെ മഹത്വസുഗന്ധത്തിലാറാടി..."

ഞാൻ കളിയാക്കി. അവളുടെ കണ്ണുകൾ അശ്രുനക്ഷത്രങ്ങളായി നനഞ്ഞു തിളങ്ങി. മാല പെട്ടെന്ന് എന്റെ മടിയിലേക്കു മുഖം പൂഴ്ത്തി. അവളുടെ ഹൃദയത്തിന്റെ സ്പന്ദവേഗം കൂടുകയാണല്ലോ. ഗദ്ഗദത്തോടടുത്ത ഒരു ശബ്ദത്തിൽ അവൾ പറഞ്ഞു:

"വെള്ളക്കടലാസിലേക്ക് ഹൃദയത്തിൽ തൊട്ടൊരു വർണം പകരാൻ ഞാൻ ശ്രമിക്കുന്നുവെന്നു മാത്രം. ഈ നിറവും ഈ ഗന്ധവുമൊന്നും എനിക്കുൾക്കൊള്ളാനാവുന്നുമില്ല."

അവൾ എന്റെ നെഞ്ചിലേക്കു ചാഞ്ഞു തേങ്ങിത്തേങ്ങി കരഞ്ഞു.

എട്ട്

അന്ന് വാടിക്കരിഞ്ഞ പനിനീർപ്പൂമുഖത്തോടെ കിടന്ന അവളെ തിരിച്ചു കിടത്തി നെറ്റിയിൽ തലോടിക്കൊണ്ട് ഞാൻ ആശ്വസിപ്പിച്ചു.

"ഒക്കെ ശരിയാവും, ശരിയാവും. സ്നേഹത്തിന്റെ മധുരപാനീയം നുകരുമ്പോഴും നിനക്കെന്തേയീ ശങ്ക?"

അവൾ എഴുന്നേറ്റിരുന്ന് ഡയറി തുറന്ന് എഴുതിപ്പാതിയാക്കിയ കവിത എനിക്കു നേരെ നീട്ടി. "വായിച്ചു നോക്ക്."

ഞാൻ അൽപ്പം അമ്പരപ്പോടെ ഡയറി കൈയിലെടുത്തു. അവളുടെ ശീലങ്ങൾ പലതും മാറുന്നു. അച്ചടിക്കാത്ത കവിതകളൊന്നും അവളാരെയും കാണിച്ചിട്ടില്ല.

"പറക്കുന്ന ഈ ജന്മത്തെ പണയം വെച്ച്
മായാമന്ദിരം തീർക്കുന്ന വിഡ്ഢി!
ഇതു നിനക്ക് ശവക്കോട്ട പണിയില്ലെന്ന് ആരുകണ്ടു!"

ഞാൻ സഹതാപത്തോടെ മാലയെ നോക്കി "എടീ പെണ്ണേ ഇത്ര വേദനയാണെങ്കിൽ നീ പ്രേമിക്കണ്ട! എല്ലാവരും പറയുന്നു എനിക്കു

സ്നേഹിക്കാനറിയില്ലെന്ന്. സ്നേഹത്തിന് പകരം വേദന നൽകുന്ന ക്രൂരയത്രെ ഞാൻ. ഒരു മരണത്തിലും കണ്ണീരൊഴുക്കാത്തവൾ. ഒരു വേർപാടിലും ചിരിയൊതുക്കാത്തവൾ. പ്രായം തെറ്റിയിട്ടും വിവാഹത്തിനു സമ്മതിക്കാത്തതിന് രക്ഷിതാക്കൾക്ക് എന്നോടു മടുപ്പും വെറുപ്പും. നീറിച്ചാമ്പലാവുന്ന ഒരു മനസ്സ്. അതാരു കാണാൻ!

അശ്രുക്കളിൽ ആഴ്ന്നുപോകുന്ന ജീവിതസൗന്ദര്യങ്ങളെ വീണ്ടെടുക്കുവാൻ എന്റെ മാലയ്ക്കു കഴിയട്ടെ. ഞാൻ പ്രാർഥിച്ചു. യഥാർഥസ്നേഹത്തിന്റെ സ്ഫടിക നിർമല പ്രവാഹത്തിലൊഴുകിക്കൊണ്ട് മാല രാത്രികളിൽ ധാരാളം കവിതകൾ എഴുതി.

മാല വന്നു കൃത്യം ഒരുമാസം തികയുന്ന ദിവസം അർധരാത്രി അവൾക്കൊരു ടെലിഫോൺ ഫ്ളാറ്റിലേക്കു വന്നു. ഫോണെടുത്തത് ഞാനാണ്.

മാലയുടെ അച്ഛൻ.

മുഴുവൻ കേൾക്കാൻ എനിക്കു ധൈര്യമുണ്ടായില്ല. ഞാൻ പറഞ്ഞു: അവൾ നാളെത്തന്നെ അവിടെയെത്തും. കാത്തിരിക്കാൻ പറയണം. ഗോകുലൻ ഒരു രണ്ടുദിവസത്തെ ഏതോ ടൂറിനു പോയിരിക്കുന്നു. ഞാൻ ഫോൺ ചെയ്ത് മാലയ്ക്കുള്ള ഫ്ളൈറ്റ് ടിക്കറ്റെടുക്കാൻ ഏർപ്പാടു ചെയ്തു. അവളുടെ വസ്ത്രങ്ങൾ ചിലതെടുത്തു ചെറിയൊരു സ്യൂട്കെയ്സിൽ അടുക്കി. പുസ്തകങ്ങൾ അടുക്കിവച്ചു.

“നീ എന്തിനുള്ള പുറപ്പാടാണ്? എന്നെ പറഞ്ഞുവിടാനോ?” പുറകിൽ മാല.

ഞാൻ നിസ്തോഭമായി തിരിഞ്ഞുനിന്ന് മാലയെ പുണർന്നു.

അവൾ നനവുള്ള ശബ്ദത്തിൽ പറഞ്ഞു. “മതി നീയൊന്നും പറയണ്ട, ആശ്വസിപ്പിക്കണ്ട. ഞാനറിഞ്ഞു നാട്ടിൽനിന്നും ഒരു സുഹൃത്തു വിളിച്ചു. നന്നായി. അച്ഛൻ ആ നരകത്തിൽനിന്നു രക്ഷപ്പെട്ടല്ലോ.”

അവസാനത്തെ വാചകം പറയുമ്പോൾ എനിക്കു മനസിലായി, അവൾ കരയുകയാണ്. “നീരജിന് അസുഖം വന്നില്ലായിരുന്നെങ്കിൽ ഞങ്ങൾ തീർച്ചയായും കൂടെ വന്നേനെ.” അവൾ എല്ലാ വസ്ത്രങ്ങളും അടുക്കി പെട്ടിയിലാക്കി പുസ്തകങ്ങൾ എയർബാഗിൽ നിറച്ചു.

ഞാൻ അവളെ തടഞ്ഞു. മാലേ പോകും മുമ്പ് നീയെനിക്കു വാക്കു തരണം. കൂടിയാൽ ഒരാഴ്ച അല്ലെങ്കിൽ രണ്ടാഴ്ച കഴിഞ്ഞാൽ നീയിവിടെ തിരിച്ചെത്തണം. അതിൽ കൂടുതൽ ദിവസങ്ങൾ ആ വീട്ടിൽ ഇനി കഴിയാൻ നിനക്കാവില്ല. പഴയപോലെ ഹോസ്റ്റലിൽ കഴിയാനാണെങ്കിൽ വേണ്ട. ഒരുമാസം കൂടെ ലീവെടുത്ത് നീ വരണം.”

ഞാൻ കരഞ്ഞു. എന്റെ ചുമലിലൊന്ന് തലചായ്ച്ച് മാല ഒരുനിമിഷം എന്റെ കണ്ണുകളിലേക്ക് ഉറ്റുനോക്കി. പിന്നെ മാല പൊട്ടിക്കരഞ്ഞു. “വേണ്ട ഞാൻ പോകുന്നതാണ് നിനക്കും എനിക്കും എല്ലാവർക്കും നല്ലത്. അല്ലെങ്കിൽ നീയെന്നെ വെറുത്തു തുടങ്ങും. അതിഥിയേയും മത്സ്യത്തേയും അധികനേരം വച്ചിരിക്കരുത് എന്നല്ലേ പറയാറ്? ഗോകുലൻ വന്നാൽ പറഞ്ഞേക്ക്.”

മാല പോയിക്കഴിഞ്ഞിട്ടും എന്റെയുള്ളിലെ തേങ്ങൽ ശമിച്ചില്ല. അവളെ ഒറ്റയ്ക്കു പറഞ്ഞയയ്ക്കാൻ പാടില്ലായിരുന്നു.

അന്ന് ഗോകുലൻ ടൂറുകഴിഞ്ഞു വന്നത് അൽപ്പം മദ്യപിച്ചിട്ടായിരുന്നു. സാധാരണ മദ്യപിച്ചാൽ അവൻ ഒരു കളിക്കുട്ടിയായിമാറും. തമാശ പറയും, ചിരിക്കും, ഉറക്കെ പാട്ടുപാടും. അന്നു കുടിച്ചു ചുവന്ന മുഖത്തോടെ എന്നെയൊന്നു നോക്കുകകൂടി ചെയ്യാതെ അവൻ കിടപ്പുമുറിയിലേക്ക് കയറി.

“മാലേടെ അച്ഛൻ”

ഞാൻ മുരടനക്കി.

“ഞാനറിഞ്ഞു. എല്ലാമറിഞ്ഞു.”

കട്ടിലിലേക്കു ചെരിഞ്ഞുകൊണ്ട് അവൻ പുലമ്പി. ഛേ ഗോകുലൻ ഇത്ര ഓവറാവേണ്ടിയിരുന്നില്ല.

ഞാൻ സാവധാനം ഗോകുലന്റെ ഷൂവും സോക്സും അഴിച്ചെടുത്ത് അവനെ ഉന്തിത്തള്ളി ബാത്റൂമിലാക്കി.

“വേഗം കുളിക്ക്. എന്നിട്ട് നമുക്ക് ഭക്ഷണം കഴിക്കാം. അറിയാമോ, ഞാനിന്ന് ഇവിടെയാണ് ഉറക്കം.”

ഗോകുലൻ കുളിച്ചെത്തിയതും, ഏതോ ഗൗൺ മേലേക്ക് കയറ്റി ഉറക്കംപിടിച്ചതും പെട്ടെന്നായിരുന്നു. ഞാൻ ഭക്ഷണം മേശമേൽ എടുത്തുവച്ച് വരുമ്പോഴേക്കും ആൾ സുഖനിദ്രയിൽ. വിളിക്കാൻ തോന്നിയില്ല. മദ്യത്തിനൊപ്പം എന്തെങ്കിലും കാര്യമായി കഴിക്കാറുണ്ട്, ഗോകുലൻ.

എനിക്കെന്തോ ഉറക്കം വന്നില്ല. മാലേടെ പൊട്ടിച്ചിരികൾ, വിഷാദം നിറഞ്ഞ നോട്ടം, ഇതെല്ലാം ഓർത്തു. വരുമ്പോൾ കണ്ട പൊട്ടിത്തെറിച്ച പെണ്ണായിട്ടല്ല അവൾ തിരിയെ പോയത്. ഇരുത്തംവന്ന പക്വമതിയായ ഒരു സ്ത്രീ.

വീട്ടിലെത്തിയാൽ ആ പക്വമതിയായ പെണ്ണ് ഏട്ടനുമായി വഴക്കുണ്ടാക്കുമോ?

അവളുടെ പ്രണയബന്ധത്തെക്കുറിച്ചും എനിക്കൽപ്പം ആശങ്കയുണ്ടായി. ഏതായാലും മനസ്സുഖം കൊടുക്കുന്ന ഒരു ബന്ധമല്ല, അതെന്നു തീർച്ചയായി. സഫലീകരിക്കാനാകാത്ത ബന്ധമാണ് മനുഷ്യന് കമ്പം. എന്നിട്ടതു മനസിനെ ചുട്ടുചാമ്പലാക്കുംവരെ അതിലേക്ക് ആകർഷിക്കപ്പെട്ടുകൊണ്ടിരിക്കും.

ഞാനും അങ്ങനെയായിരുന്നു. പഠിക്കുന്ന കാലത്ത് എനിക്ക് ഞങ്ങളുടെ ബേസിക് മാത്തമാറ്റിക്സ് പഠിപ്പിക്കുന്ന അധ്യാപകനിലാണ് കമ്പം ജനിച്ചത്. കമ്പമല്ല, യഥാർഥ പ്രണയം. ഒരു പെണ്ണിന് ജീവിതത്തിൽ ഒരൊറ്റ യഥാർഥ പ്രണയമേ ഉള്ളൂ. ആണിന് എത്രയെങ്കിലും പ്രണയത്തിനുള്ള കോപ്പുണ്ട് എന്ന് എന്റേതുമാത്രമായ അഭിപ്രായം ഞാൻ പ്രകടിപ്പിക്കും, അക്കാലത്ത്.

അദ്ദേഹം ഉന്നതഗാത്രനും ഉറച്ച കരബാഹുക്കളുള്ളവനും കാന്ത ശക്തിയുള്ള കണ്ണുകൾ ഉള്ളവനായിരുന്നു. ചെന്നിയിൽ ഇരുവശത്തും മനോഹരമായ നര. ആ നരയാണ് എന്നെ ഏറെ മോഹിപ്പിച്ചത്. നാൽപ്പത് കഴിഞ്ഞിട്ടും അവിവാഹിതൻ. പെൺകുട്ടികളോട് ഒരു ചാപല്യവും ഇല്ല. എന്നാലെന്റെ നേരെ നോക്കുമ്പോൾ ആ കണ്ണുകളിൽ ഏതോ വാചാലത നിറയും. അവിടെ സൗകുമാര്യം നിറഞ്ഞൊരു മന്ദഹാസം വിടരും.

ഞങ്ങൾ ആരുമറിയാതെ അടുത്തു. കണക്കിൽ മഹാമണ്ടിയായിരുന്ന ഞാൻ ഇടയ്ക്കിടെ സംശയം തീർക്കാൻ സ്റ്റാഫ്റൂമിലെത്തും. അവിടെ എത്രയോ അധ്യാപകർ, എത്രയോ കുട്ടികൾക്കു സംശയം തീർക്കുന്നു! പക്ഷേ, ഞങ്ങൾ ഹൃദയംകൊണ്ടാണ് അധികം സംസാരിച്ചത്. അദ്ദേഹത്തെ കാണുമ്പോഴെല്ലാം ഇരുപതു തികയാത്ത എനിക്ക് അദ്ദേഹത്തെയൊന്ന് ആഞ്ഞു പുൽകാൻ തോന്നും. ഏതോ വിലകൂടിയ ഷേവിങ് ക്രീമിന്റെ മണമാണ് അടുത്തുചെന്നാൽ.

എന്റെ ദിവസങ്ങൾ പൂത്തുലയുന്ന വസന്തമായിത്തീർന്നു. ഓരോ നിമിഷത്തിലും, ഓരോ ഉണർച്ചയിലും മുമ്പിൽ അദ്ദേഹം മാത്രം. ഞാനൊരു കവയിത്രി ആയിരുന്നുവെങ്കിൽ അനശ്വരങ്ങളായ അനേകം കവിതകൾ ഞാനെഴുതിയേനെ. ഇപ്പോഴെന്നെ അത്ഭുതപ്പെടുത്തുന്ന കാര്യം അത്രയും വലിയൊരു രഹസ്യം ഞാനെങ്ങനെ സൂക്ഷിച്ചു എന്നാണ്. മാലപോലും അറിയാതെ.

എന്റെ ഏകവശ പ്രണയത്തെക്കുറിച്ച് ഞാൻ വീണ്ടും ഓർക്കുന്നു. എനിക്ക് പ്രണയംജനിച്ച് അധികനാളായില്ല. പെട്ടെന്നുതന്നെ ട്രാൻസ്ഫർ കിട്ടി അദ്ദേഹം പോയതു നന്നായി. അല്ലായിരുന്നുവെങ്കിൽ ദുരന്തനാടകമായിത്തീർന്നേനെ. 'ഞാൻ അവിടെ ചെന്ന് എഴുതും.' എന്നു രഹസ്യമായി പറഞ്ഞുവെങ്കിലും അദ്ദേഹം എഴുതിയില്ല. ഒരുമാസം കാത്തിരുന്നിട്ടും അതു കിട്ടാതിരുന്നപ്പോൾ എനിക്കു മനസിലായി ഇനിയൊരിക്കലും ഞാനദ്ദേഹത്തെ കാണില്ല എന്ന്. പരസ്പരം യാതൊരു വാഗ്ദാനങ്ങളും കൈമാറിയിട്ടില്ല. വിരലറ്റത്തുപോലും സ്പർശിച്ചിട്ടില്ല. ഹൃദയംകൊണ്ട് ഹൃദയത്തെ സ്പർശിച്ചറിഞ്ഞു. അത്രമാത്രം. കുട്ടിയായ അന്ന് ആരും കാണാതെ ഏറെ കരഞ്ഞിട്ടുണ്ട്. പിന്നീടൊരു തമാശയായി. ഇപ്പോൾ ഓർക്കാൻ സുഖമുള്ളൊരു ഓർമയും.

പിന്നെ മാലയെന്താണ് ഇങ്ങനെ? എപ്പോഴും വിഷാദിക്കലും ചുട്ടുനീറലുമാണോ പ്രണയം എന്ന നേരമ്പോക്ക്?

മാലയുടെ സ്ഥിതി എന്തായെന്നറിയാൻ ഒന്നു ഫോൺ ചെയ്യാൻ വിചാരിക്കുകയായിരുന്നു. രണ്ടുദിവസം കഴിഞ്ഞപ്പോൾ മാലയുടെ ഫോൺ.

"ആകെ കുഴപ്പമാണ് മോളെ. രണ്ടാഴ്ചപോയിട്ട് രണ്ടുദിവസം തങ്ങാൻ എനിക്ക് കഴിയില്ല. ചേട്ടൻ ആളുകളുടെ മുമ്പിൽവച്ച് ഇറങ്ങിപ്പോകാൻ പറഞ്ഞിരിക്കയാണ്. ഞാനിന്ന് ഹോസ്റ്റലിലേക്ക് മാറിയാലോ എന്ന്."

ഞാൻ ഇടയ്ക്കു കയറിപ്പറഞ്ഞു.

"അതേതായാലും വേണ്ട. കുറച്ചൊക്കെ പിടിച്ചുനിൽക്കാൻ കഴിയണം. അത് നിന്റെ വീടാണ്. മരിച്ചത് നിന്റെ അച്ഛനാണ്. ആളുകൾക്കു പറഞ്ഞു ചിരിക്കാൻ ഇടവരുത്തരുത്. മാലേ സഹിക്കണം. അച്ഛനുവേണ്ടി ഇത്രയും ത്യാഗമെങ്കിലും നീ ചെയ്യണം, ചെയ്യില്ലേ?" ഞാൻ വിറയ്ക്കുന്ന ശബ്ദത്തിൽ ചോദിച്ചു.

"സഹിക്കാം മോളേ, സഹനമല്ലേ, തുടക്കം മുതൽ എന്റെ ജീവിതം? പിന്നെ ത്യാഗത്തിന്റെ കാര്യമൊന്നുമില്ല. ഞാനെന്നും തനിച്ചല്ലേ? ഏതാൾക്കൂട്ടത്തിനിടയിലും?"

ഞാൻ ആശ്വസിപ്പിച്ചു: "അതാരാ മാലേ പിന്നെ തനിച്ചല്ലാത്തത്?" ഉത്തരമില്ല.

അവളുടെ കണ്ണുകൾ നിറഞ്ഞിരിക്കണം.

"അവിടെ നീരജിനും..."

ഞാൻ വീണ്ടും ഇടയ്ക്കുകയറിപ്പറഞ്ഞു, "നീരജ് സ്കൂളിൽ പോകുന്നു. ദിവസവും ഞാൻ തന്നെ ഡ്രൈവ് ചെയ്ത് സ്കൂളിൽ കൊണ്ടാക്കും. അതവന് ഒരു രസമാണ്. പിന്നെ ഗോകുലൻ മാലേ, എല്ലാ ദിവസവും മദ്യപിച്ചുകൊണ്ടാണ് വരവ്. ബിസിനസിൽ എന്തോ ചില പ്രശ്നങ്ങളുണ്ടായിട്ടുണ്ട്. ഒന്നും തുറന്നുപറയുന്നില്ല. പറയാതെ ഞാനെങ്ങനെ."

പെട്ടെന്ന് ഫോൺ കട്ടായി. അവൾ കട്ടു ചെയ്തതാവും. ഏട്ടൻ ഫോണിനടുത്ത് എത്തിയിരിക്കും. മാസങ്ങൾ കടന്നുപോയി.

ഒന്ന് നാട്ടിൽപോയാലോ എന്ന ചിന്ത കുറേ നാളായി മനസിൽ. മാല പോയിട്ട് മാസമെത്രയായി. ഗോകുലനെ നിർബന്ധിച്ച് നാട്ടിലേക്കു കൂട്ടിക്കൊണ്ടുപോകണം എന്ന വിചാരമായി പിന്നെ രാവും പകലും. നീരജിന്റെ സെക്കൻഡ് ടേം പരീക്ഷയൊന്നു കഴിയട്ടെ.

ഒമ്പത്

മാല എയർപോർട്ടിലെത്തിയപ്പോൾ ആരും വിളിക്കാൻ വന്നിരുന്നില്ല. തന്നത്താൻ ഒരു ടാക്സി പിടിച്ച് വീട്ടിലെത്തിയപ്പോഴേക്കും എല്ലാം കഴിഞ്ഞിരുന്നു. അച്ഛൻ യാത്രയായിക്കഴിഞ്ഞു. ആളുകളൊഴിഞ്ഞു നിശ്ശേഷം നിശ്ശബ്ദമായ വീട്ടിലേക്കു തളർന്ന മനസോടെ കാലുകുത്തിയപ്പോൾ ഏട്ടന്റെ അലർച്ച കേട്ടു:

"വന്നിടത്തേക്കുതന്നെ ഇറങ്ങിപ്പോകാൻ പറയെടീ. കുടുംബത്തിന്റെ മാനം കെടുത്തിയവൾ."

എന്നാൽ അയൽവാസികളും ആരാധകരിൽ ചിലരും സാന്ത്വനിപ്പിക്കാൻ എത്തി. മാലയ്ക്കു കരയാൻ കഴിഞ്ഞില്ല. നൊമ്പരം അതിന്റെ പാരമ്യത്തിൽ എത്തിയാൽപ്പിന്നെ കണ്ണുനീരിന് ഉറവയില്ല. രാത്രിയിൽ എല്ലാവരും ഉറങ്ങിയപ്പോഴും അച്ഛനെക്കുറിച്ചു നല്ലതുമാത്രം ഓർത്തുകൊണ്ട് മാല ഉറങ്ങാതെ കിടന്നു.

ദില്ലിയിലെത്തിയിട്ടും മാല ദിവസവും അച്ഛനുമായി ടെലഫോണിൽ സംസാരിച്ചിരുന്നു. മരിക്കുന്നതിനു തൊട്ടുമുമ്പ് ഊണു കഴിഞ്ഞ് ഉറങ്ങാൻ കിടക്കുമ്പോൾ ഏടത്തിയമ്മയോടു പറഞ്ഞുവത്രെ, "നാളെ മാലയെ വിളിക്കണം. അവളോടു നാട്ടിലേക്ക് ഉടൻ വരാൻ പറയണം. കാര്യമുണ്ട്." എന്തായിരുന്നു കാര്യം? വേഗം വിവാഹിതയാവണമെന്ന് ഉപദേശിക്കാനോ? അതോ ലീവ് ക്യാൻസൽ ചെയ്ത് ജോലിയിൽ പ്രവേശിക്കണമെന്നോ?

കരയാൻ കഴിയാത്ത ദുഃഖമാണ് ഈ ലോകത്തു വലുതായ ദുഃഖം എന്നു മനസിലാവുന്നു. മാല ദില്ലിയിലേക്ക് മോഹിനിക്കു വിളിച്ചാലോ എന്നോർത്തു. വേണ്ട. എയർപോർട്ടിൽനിന്നും വിളിച്ചുവല്ലോ. അതു മതി. വിളിച്ചാൽ അച്ഛനെ അവസാനമായി കണ്ടു നമസ്കരിക്കാൻ കഴിഞ്ഞില്ലെന്നു പറയേണ്ടിവരും. അവളും വല്ലാതെ വേദനിക്കും. അതുവേണ്ട.

ഏട്ടന്റെ മുമ്പിൽ ചെന്നുപെടാതെ കഴിച്ചു. ലീവ് എക്സ്റ്റെന്റ് ചെയ്യാൻ എഴുതിക്കൊടുത്തു. ഓഫീസിൽനിന്ന് ആശ്വസിപ്പിക്കാൻ പലരുമെത്തി. എഴുത്തുകാരും ആരാധകരും ടെലഫോണിലൂടെയും നേരിട്ടും വന്ന് സാന്ത്വനം പറഞ്ഞു. അങ്ങനെ ആശ്വസിക്കാൻ കഴിയുന്ന ഒന്നാണോ മാലയുടെ മനസ്സ്? അവളുടെ അന്തരാത്മാവ് എന്നെങ്കിലും സ്വസ്ഥത അറിഞ്ഞിട്ടുണ്ടോ?

ദിവസങ്ങൾ വാടിക്കൊഴിഞ്ഞുകൊണ്ടിരുന്നു.

"നിന്നെ കാണാൻ നാളെ ഒരാളു വരുന്നുണ്ടത്രെ."

മാല ഞെട്ടിത്തിരിഞ്ഞ് നോക്കി, ഹാര്!

ഏടത്തിയമ്മ വാതിൽക്കൽനിന്നു പോകുന്നില്ല.

"എന്തിനാണ് ഏടത്തി?" മാല ചോദിച്ചു.

ഏടത്തി ചിരിച്ചു.

"എന്നും തനിച്ചു ജീവിക്കാനാണോ ഭാവം? ഒരു കൂട്ടുവേണ്ടേ?"

"വേണ്ടല്ലോ ഏടത്തി."

മാലയും ചിരിച്ചു.

"മാലേ" ഏടത്തിയുടെ ചിരിയിലെ മയം മാഞ്ഞു. "നീ കുട്ടിയല്ല. വലുതായി. വിവാഹപ്രായംപോലും കഴിഞ്ഞുതുടങ്ങി. ഇനിയും നിന്നാൽ പിന്നെ വിവാഹമാർക്കറ്റിൽ വില ഇടിയും. അതോ, കവയിത്രികൾക്കു വിവാഹത്തിനു പ്രായമെന്ന ഒന്നില്ലാന്നുണ്ടോ?

സ്വരത്തിലെ പരിഹാസം മാലയ്ക്കു മനസിലായി.

"കവികൾക്കും എഴുത്തുകാർക്കും സമൂഹത്തിൽ എന്നും മാർക്കറ്റുണ്ട്, ഏടത്തി. അതറിയില്ലാന്നു നടിക്കുകയാണ്, എല്ലാവരും."

ഏടത്തിയുടെ പരിഹാസം വളർന്നു.

"കവിത വായിക്കാൻ ആളുണ്ടാവും, കല്യാണം കഴിക്കാൻ..." മുഴുവനും പറയാൻ ഏടത്തിയെ വിട്ടുകൂടാ.

"ഏട്ടനും ഏടത്തിക്കും അത്ര സമാധാനക്കേടാണോ എന്നെക്കൊണ്ട്?"

ഏടത്തി വീണ്ടും അടുത്തുകൂടുകയാണ്.

"ഉറ്വെന്ന് നിനക്കും അറിയാം. ഏട്ടനും പ്രായം കൂടല്ലേ. അച്ഛനും പോയി. മാലയ്ക്കിനി ചെറുപ്പക്കാരൊന്നും വരുംന്ന് തോന്നുന്നില്ല. ഇന്നലെ ഏട്ടന്റെ ഓഫീസിലെ പ്യൂൺവഴി ഒരാലോചന വന്നിട്ടുണ്ട്. അവിവാഹിതൻ.

പ്രായംത്തിരി കൂടും. ഒരു നാൽപ്പത്–നാൽപ്പത്തഞ്ച്. മാലയ്ക്കു മുപ്പത്തിരണ്ട് കഴിഞ്ഞൂലോ. പിന്നെ ജോലീന്നു പറയാൻ ഒന്നൂല്ലാ. അല്ലെങ്കീത്തന്നെ മാലയ്ക്കു ജോലീണ്ടാവുമ്പോ അയാൾക്കെന്തിനാ ജോലി? നാട്ടുമ്പുറത്ത് ഇഷ്ടംപോലെ സ്വത്തുണ്ടത്രെ."

മാല അൽപ്പനേരം ആലോചിച്ചിരുന്നു. എന്തെങ്കിലും പറയാതെ ഏടത്തി മുറിയിൽനിന്നും പോവില്ല. ഏട്ടന്റെയും ഏടത്തിയുടേയും ആധി മനസിലാവുന്നു.

"നിന്റെ കല്യാണം നടത്താൻ ഏട്ടന്റെ കൈയിലെവിടുന്നാ കാശ്? കാര്യം ഒത്തുവന്നാൽ ഈ വീടും സ്ഥലവും വിൽക്കണം. സ്വത്ത് ഏട്ടന്റേം അന്യത്തീടേം പേരിലല്ലേ? ടൗണില് ഒരു വീടുവാങ്ങാം. ബാക്കി പണം കൊണ്ട് കല്യാണോം നടത്താം. കാര്യങ്ങളുടെ കിടപ്പു മുഴുവനും മനസിലായപ്പോൾ മാല ഒന്നൂറിച്ചിരിച്ചു. അപ്പോൾ അങ്ങനെയൊക്കെയാണു കാര്യങ്ങൾ. മുമ്പ് അച്ഛൻ മരിച്ചയുടൻ തന്നെ ഏട്ടൻ മുറിയിൽ കടന്നുവന്ന് ഒന്നു സൂചിപ്പിച്ചതാണ്. അന്ന് 'ആലോചിക്കട്ടെ' എന്നു മാത്രമേ മാല പറഞ്ഞുള്ളൂ. ഇരുവരുടേയും പേരിലുള്ള വീടും പറമ്പും വിൽക്കുക. എന്നിട്ട് ടൗണിൽ തന്റെ മാത്രം പേരിൽ ഒരു വീടെടുക്കുക – ഇതാണ് ഏട്ടന്റെ പ്ലാൻ. പക്ഷേ, മാലയ്ക്കും ചില പ്ലാനുകളൊക്കെയുണ്ട്. അതു നടപ്പിലായാൽ...

മാല ഇരുട്ടിലേക്കുനോക്കി മന്ദഹസിച്ചു. സ്നേഹം എന്തെല്ലാം തരത്തിലാണു പ്രതികരിക്കുന്നത്! ഒരു സ്ത്രീയുടെ ശരീരത്തിലാണു സ്നേഹപ്രകടനങ്ങൾ മൂർത്തമായി പ്രതികരിക്കുന്നത്. ഈ സത്യം അനശ്വരമാണെന്നു മാസങ്ങൾ തെളിയിച്ചിരിക്കുന്നു.

ക്ഷീണത്തോടെ മാല തലയണയിലേക്കു മുഖം ചാരിയപ്പോൾ ഏടത്തി മുരടനക്കി. "അതേ... ഏടത്തീ നാളെ അയാളു വന്നോട്ടെ, ആ സ്വത്തുകാരൻ."

പിറ്റേദിവസം മാലയ്ക്കു തിരക്കുകളുടെ ദിവസമായിരുന്നു. കത്തുകൾക്കുള്ള മറുപടികൾ പോസ്റ്റു ചെയ്യണം. പുതിയ കവിത പകർത്തിയെഴുതണം. തന്റെ കിടപ്പുമുറിയൊന്നു പരിഷ്കരിച്ചെടുക്കണം.

"എന്താണ് മാലേ നീയിന്ന് ഇങ്ങനെ? ഒന്നു കുളിക്കാതെയും ഭക്ഷണം കഴിക്കാതെയും?" മാല ഉറക്കെ ചിരിച്ചു.

"കാലത്ത് എനിക്കീയിടെ ഭക്ഷണം കഴിക്കാനേ തോന്നാറില്ല ഏടത്തീ. ഒരു മനംപിരട്ടൽ പോലെ. ഗർഭകാലത്ത് സ്ത്രീകൾ ഇങ്ങനെയാണോ, ഭക്ഷണത്തോടു വിരക്തിയും, സദാ സമയത്തും ഉദാസീനതയും? അല്ലെങ്കിൽത്തന്നെ പ്രസവിക്കാത്ത ഏടത്തിയോട് ഞാനെന്തിനാ ഇതൊക്കെ ചോദിക്കുന്നത്?"

ഏടത്തിയുടെ വിളർത്ത മുഖത്തു സംഭ്രമം തെളിഞ്ഞു. “എന്തൊക്കെ പ്രാന്താ നീ പറയുന്നത്, അയാളിപ്പോ വരും. നീയൊന്നു വേഷം മാറ്. ആ പൈജാമയൊക്കെ മാറ്റി ഒരു സാരിയുടുക്ക്.

“എന്തിനാ ഏടത്തീ സാരി? കല്യാണിക്കുട്ടി പാവാടയിട്ടാലും സാരിയുടുത്താലും കല്യാണിക്കുട്ടി കല്യാണിക്കുട്ടിതന്നെയല്ലേ? എന്നെ ഏതു വേഷത്തിൽ കണ്ടാലും അയാൾക്കു പിടിക്കും. നോക്കിക്കോളൂ.”

“നിന്നോടു തർക്കിക്കാൻ ഞാനില്ല” എന്നു ദേഷ്യപ്പെട്ട് ഏടത്തി പോയി. മാല അൽപ്പം ചാഞ്ചല്യത്തോടെ തന്റെ മുറി വെടുപ്പാക്കാൻ തുടങ്ങി. ഏട്ടൻ ഉമ്മറത്തു മടക്കിവച്ചുകൊണ്ടിരുന്ന തുണികൾ കൈയിലെടുത്തുകൊണ്ടുതന്നെ മുറിക്കു പുറത്തുവന്നു. മുടിയാകെ പാറിപ്പറന്നു മുഷിഞ്ഞ വേഷത്തിൽ വന്ന പെൺകുട്ടിയെ കണ്ട് മധ്യവയസ്കൻ അമ്പരന്നു.

“എനിക്കൊരൂട്ടം കുട്ട്യോടു ചോദിക്കാൻണ്ട്” അയാൾ അമർത്തിപ്പറഞ്ഞു.

ഏട്ടൻ അകത്തേക്കു പോയപ്പോൾ മാല പറഞ്ഞു: “എനിക്കങ്ങയോടും അതിന് മുമ്പ് ഒരു കൂട്ടം പറയാനുണ്ട്.”

നിറഞ്ഞ പുഞ്ചിരിയോടെ അദ്ദേഹം പറഞ്ഞു: “കുട്ടി പറഞ്ഞോളൂ.”

“പറയാൻ അധികൊന്നൂല്യ” മാലയും ചിരിച്ചു. “പറയൂ” അദ്ദേഹം ധൃതികൂട്ടുന്നു.

“കാര്യം ലളിതം. ഞാനൊരാളെ സ്നേഹിച്ചു. അതായത് ആകെ ലൈഫില് ഒരൊറ്റ ചാൻസ് മാത്രേ കിട്ടീള്ളൂ. എന്റെ സ്വത്വത്തെ തൃപ്തിപ്പെടുത്തുന്ന ഒരാളെ കാണാൻ ഇത്രേം കാലം കാത്തിരിക്കേണ്ടിവന്നൂന്നുമാത്രം. ആ ആൾക്ക് എന്നെ വിവാഹം കഴിച്ചുകൂടാ. കാരണം അയാൾ വിവാഹിതനാണ്. എന്നിട്ടും ഞങ്ങൾ സൗകര്യം കിട്ടിയപ്പോഴെല്ലാം ഒന്നിച്ചു. മാസങ്ങൾകൊണ്ട് ഭാര്യ പ്രസവിക്കുന്നത് അങ്ങേക്ക് സമ്മതമാണോ.”

അയാൾ വിയർത്തു കുളിച്ചു നിൽക്കയാണ്. പരിഭ്രമംകൊണ്ട് അയാളാകെ വിറയ്ക്കുകയാണ്.

“ഇനി അങ്ങേക്കു ചോദിക്കാനുള്ളത്.”

അദ്ദേഹം വരണ്ട തൊണ്ടയോടെ പറഞ്ഞൊപ്പിച്ചു.

“ഇനിയെന്തു പറയാൻ! ഇനി യാത്ര പറയാം.”

പത്ത്

മോഹിനി നാട്ടിലെത്തിയപ്പോൾ അച്ഛനു സമാധാനമായി. കുടുംബക്ഷേത്രത്തിന്റെ ഉത്സവമാണു വരുന്നത്. അച്ഛന് ഒറ്റയ്ക്ക് ഒന്നിനും വയ്യ. മോഹിനിയും മകനും വന്നെത്തിയപ്പോൾ ഏറെ ആഹ്ലാദിച്ചത് അദ്ദേഹമാണ്. നാട്ടിലെത്തി പിറ്റേന്നുതന്നെ നീരജ് മുത്തശ്ശനോടൊപ്പം ഫീൽഡിലിറങ്ങി. കൃഷിസ്ഥലത്തും അമ്പലത്തിലേക്ക് ഉത്സവത്തിന്റെ ആവശ്യ

ങ്ങൾക്കും മുത്തശ്ശൻ പുറത്തിറങ്ങുമ്പോൾ നീരജ് കൂടെയിറങ്ങും. ചെറിയമ്മയും ജോലിക്കാരികളും സദാ ചുറ്റിപ്പറ്റി നടക്കുന്നതുകൊണ്ട് മോഹിനിക്കു പുറത്തിറങ്ങാനേ കഴിഞ്ഞില്ല. എങ്കിലും സ്വകാര്യത്തിൽ ചെറിയമ്മയോട് അന്വേഷിച്ചു.

"മാല ഇപ്പോ എവിട്യാ ചെറ്യമ്മേ, വീട്ടിലുണ്ടോ, അതോ?"

ചന്ദനക്കിണ്ണം പോലെ തിളക്കമുറ്റ ചെറിയമ്മയുടെ മുഖം കറുത്തിരുണ്ടു.

"ആ കുട്ട്യേപ്പോലൊരു കുട്ടി എങ്ങനെ നിന്റെ ചങ്ങാതിയായി? ഇനി വേണ്ട. ഒരു കൂട്ടുകെട്ടും."

മോഹിനിയുടെ ഹൃദയം പെരുമ്പറയടിക്കുകയാണ്.

"എന്റെ ചെറ്യമ്മേ, എന്റെ മാല എത്ര പാവാണെന്ന് ചെറ്യേമ്മയ്ക്കറില്ലേ? അച്ഛനും അമ്മേല്യാത്ത കുട്ടിയല്ലേ? അവളെ സ്വന്തംപോലെ കാണണംന്ന് ചെറ്യമ്മല്ലേ പറഞ്ഞുതന്നത്? ഇപ്പോ മാറ്റിപ്പറയ്വാ?

"എന്തുവന്നാലും മോഹിനി ഇക്കുറി അവടെ നീ പോവില്യാ. ഞാനൊട്ട് സമ്മതിക്കൂല്യ."

ചെറിയമ്മ വെട്ടിത്തിരിഞ്ഞപ്പോൾ മോഹിനി ഞെട്ടിപ്പോയി. എന്റെ മാല ഏതു നരകാഗ്നിയിലാണ് എടുത്തെറിയപ്പെട്ടിട്ടുള്ളത്! അവൾക്ക് ഒന്നു ഫോൺചെയ്തു വിവരങ്ങൾ പറഞ്ഞാൽ എന്താണ്?

ഉറക്കംവരാതെ കട്ടിലിൽ മലർന്നു കിടക്കുമ്പോൾ മോഹിനി ജനാലയിലൂടെ അപ്പുറത്തെ വീട്ടിലേക്കു നോക്കി. ആ ഭാഗത്തെ മതിലിന് ഉയരം കൂടിയിരിക്കുന്നു. അങ്ങേ വീട്ടിലേക്കുള്ള ബന്ധം വിച്ഛേദിച്ചതിന്റെ ഭാഗമായിട്ടാണോ? എന്തൊക്കെയാണു നടന്നതെന്ന് ആരോടാണു ചോദിക്കുക! അച്ഛനോടു ചോദിക്കാൻ നൂറാവർത്തി തുനിഞ്ഞതാണ്. എന്നാലതിന് അച്ഛനൊരു മിനിട്ട് ഒഴിവുണ്ടെങ്കിലല്ലേ?

എവിടെയാണ് എന്റെ മാലയുടെ വിശ്രമകേന്ദ്രം? അവളുടെ ഏകാന്തഭീകരമായ ജീവിതത്തിന് ഒരവസാനമില്ലേ?

താൻ തളരുമ്പോഴെല്ലാം തന്നെ താങ്ങിയിട്ടുള്ള ആ കൈകളെ മോഹിനി ഓർത്തു. ഇപ്പോൾ മാല തളർന്നിരിക്കും. അപ്പോൾ ഞാൻ വേണ്ടേ അവളെ താങ്ങാൻ? അങ്ങനെ ഓരോന്നോർത്ത് മോഹിനി ഉറങ്ങിപ്പോയി. ഉണർന്നപ്പോൾ നീരജ് കട്ടിലിലില്ല. അൽപ്പം പരിഭ്രമത്തോടെ മോഹിനി അടുക്കളയിലേക്കു ചെന്നു.

"അവൻ നെന്നെപ്പോലാണോ? പല്ലു തേച്ച് മിടുക്കനായി, ദാ ആ പറമ്പിലൊക്കെ ചുറ്റി നടക്കണ്ണ്ടാവും. ഞാനെന്തൊക്കെയോ സൂത്രം പറഞ്ഞ് പാല് കുടിപ്പിച്ചിട്ടുണ്ട്."

പല്ലുതേപ്പു കഴിഞ്ഞ് പറമ്പിലൊക്കെ ചുറ്റി നടക്കുന്നുവെന്ന ഭാവത്തിൽ മാലയുടെ വീട്ടിൽ കയറാം. നീരജിന്റെ കൂടെ പറമ്പിൽ നടക്കുന്നതിനിടയിൽ മോഹിനി ഗേറ്റു കടന്നു പതുക്കെ ആ വീട്ടിലേക്കു കയറി.

സർപ്പക്കാവും പടിപ്പുരയുമുള്ള അതേ പഴയ വീട്! എത്രകാലമായി ഈ മണ്ണിൽ കാലുകുത്തിയിട്ട്. ബാല്യകാലത്തിന്റെ വളപ്പൊട്ടുകൾ ചിത

റിക്കിടക്കുന്ന ഈ മണ്ണിൽ! മോഹിനി നിറഞ്ഞ കണ്ണുകളോടെ അനാഥ ക്കുഞ്ഞിനെപ്പോലെ തരിശായി കിടക്കുന്ന പറമ്പിലേക്കു നോക്കി.

മാലയുടെ തലവെട്ടം കണ്ടപ്പോഴേക്കും നീരജ് ഓടി അവളുടെ കൈപിടിച്ചുകഴിഞ്ഞിരുന്നു. സാരിയുടുത്ത മാല പതുക്കെ, വളരെ പതുക്കെ അവനൊപ്പം അകത്തേക്കു നടന്നു. മാലയ്ക്ക് എന്താണീ ക്ഷീണം? അവൾക്കെന്താണ് അസുഖം? അവളെന്താണെന്നെ അക ത്തേക്കു വിളിക്കാത്തത്?

എന്താണിവിടെത്തന്നെ നിന്നുകളഞ്ഞത്? അകത്തേക്കു കയറു ന്നില്ലേ? സ്നേഹിത നല്ല നിലയിലൊക്കെ കഴിയുന്നതു കാണണ്ടേ?"

മാലയുടെ ജ്യേഷ്ഠന്റെ മുഖത്തു പരിഹാസപ്പുഞ്ചിരിയാണോ?

ഭാര്യ തിടുക്കപ്പെട്ട് ഓടിവന്നു.

"അയ്യോ, മോഹിനി, ആരാദ് വന്നിരിക്കുന്നത്? കുട്ടി വന്നില്യേ? എത്ര കാലായി കണ്ടിട്ട്!"

അവർ കൈക്കു പിടിച്ച് അകത്തേക്കു കടന്നപ്പോൾ ജ്യേഷ്ഠൻ പിന്നിൽനിന്ന് പല്ലിറുമ്മി:

"കൊടുത്തയച്ച സമ്മാനം. കിട്ടി. ബഹുകേമായിട്ടുണ്ട്."

മോഹിനിക്ക് ഒന്നും മനസിലായില്ല. മോഹിനിയെ കണ്ടപ്പോൾ മാല ചിരിക്കാൻ ശ്രമിച്ചു.

നീരജിനിപ്പോഴും മാലച്ചേച്ചിയെ നല്ല ഓർമയുണ്ട്. അവനാകെ ചട ച്ചുപോയി."

"മാലച്ചേച്ച്യേ മോൻ മറന്നോ?"

"മാലച്ചേച്ചി വീണ്ടും ദില്ലീല് വരുംന്ന് അച്ഛൻ പറഞ്ഞല്ലോ. ഞാനും അച്ഛനും കൊറേദിവസം കാത്തു. ഒരു... ഒരുദിവസം ഇങ്ങോട്ടുള്ള നമ്പർ അച്ഛൻ ഡയൽ ചെയ്തുതന്നു. പക്ഷേ, ചേച്ചി ഹലോന്നു പറഞ്ഞു കട്ടു ചെയ്തു. അതെന്തിനാ മാലച്ചേച്ചി അങ്ങനെ ചെയ്തേ?"

പുതിയ അറിവുകൾ. മോഹിനി അത്ഭുതത്തോടെ നീരജിനെ നോക്കി.

"ഹെടാ അച്ഛനും നിനക്കും മാത്രമായിട്ടൊരു രഹസ്യമോ?"

നീരജ് മാലയെ നോക്കി കണ്ണിറുക്കി.

"നീരജിപ്പോ വല്യേ കുട്ടിയായി വരികയല്ലേ? വല്യേകുട്ട്യോൾക്ക് രഹസ്യമുണ്ടാവും? അല്ലേ മോനേ?"

നീരജിന്റെ കള്ളച്ചിരി. നീരജ് വലിയ കുട്ടിയായിരിക്കുന്നു. സുന്ദര നായിരിക്കുന്നു. കേരളത്തിൽനിന്നു തിരിച്ചുപോകും മുമ്പ് പൂർണമായും അവന് അമ്മയുടെ സ്നേഹം കിട്ടും. ജാടകളില്ലാത്ത, കാപട്യങ്ങളില്ലാത്ത നാട്ടിൻപുറത്ത് അവൻ നഗരത്തിന്റെ മാലിന്യമേറിയ വായുവിൽനിന്ന് അൽപ്പം അകന്നു നിൽക്കട്ടെ. ഞാൻ നീരജിന്റെ തലമുടിയൊന്നു തലോ ടി, അപ്പോഴേക്കും നീരജ് പിടിവിട്ടു ധൃതിയിൽ പറഞ്ഞു.

"മാലച്ചേച്ചീ, ഞാനിപ്പോ വരാം. മുത്തശ്ശനൊപ്പം അമ്പലത്തീപ്പോ വാന്ന് പ്രോമിസ് ചെയ്തതാണ്."

നീരജ് ഓടിപ്പോയി.

മാല മുട്ടുകാലിൽ മുഖമമർത്തിവച്ച് കട്ടിലിൽ ഇരിക്കുകയാണ്. അവ ളൊന്നു കൊഴുത്തിട്ടുണ്ട്. കുളിച്ചിട്ടില്ല, മുടി ചീകിയിട്ടില്ല. എന്നിട്ടും സൗന്ദര്യം അഗ്നിജ്വാലയായി ആളിപ്പടരുന്നു ആ മുഖത്ത്. കണ്ണുകളിൽ ഒരു സ്ഥൈര്യത്തിന്റെ തീക്കനൽ എരിയുന്നു.

ഞാൻ ഉള്ളിൽ തിങ്ങിവിങ്ങലോടെ അവളെ നോക്കിനിന്നുപോയി.

പതിനൊന്ന്

"എന്താ മാലേ, ഞാൻ വന്നിട്ടും നിനക്കൊരു സന്തോഷമില്ലാതെ? നിന്റെ ചപലപ്രേമം അലസിപ്പിരിഞ്ഞോ?"

അവസാനത്തെ വാചകം പറയുമ്പോൾ ഞാൻ പൊട്ടിച്ചിരിച്ചു.

മാല ചിരിച്ചില്ല.

"ഞാൻ വിഷമം പിടിച്ചൊരു കണക്കു ചെയ്യാൻ ശ്രമിക്കുകയാണ് മോഹിനീ. ഉത്തരം പിഴച്ചാൽ ക്ലാസിനു പുറത്ത്. ഏതു വഴിക്കു ചെയ്താ ലാണ് കണക്കൊന്ന് നേരെയാക്കിയെടുക്കുക."

അവൾ തന്നത്താനെന്നവണ്ണം ചോദിച്ചു.

ഞാനവളുടെ ചുമലിൽ പിടിച്ചുകൊണ്ട് ആ സൗന്ദര്യം തികഞ്ഞ മുഖം വിരൽകൊണ്ട് ഉയർത്തിക്കൊണ്ടു ചോദിച്ചു.

"ഈ പ്രണയമെന്നത് ഇതൊക്കെയാണോ മോളേ? തനിച്ചിരിക്ക ലും, മിഴിനീരൊഴുക്കലും പിന്നെ ഉത്തരം കിട്ടാത്ത കണക്കു ചെയ്യലും?"

ഞാൻ ആ നക്ഷത്രക്കണ്ണുകളിലേക്കു നോക്കി പുഞ്ചിരിച്ചു.

അവൾ പിടിവിടുവിച്ചുകൊണ്ടു പറഞ്ഞു.

"ഉം. ശരിയാണ്. കരയാനും ചിരിക്കാനും സമ്മതമില്ലാത്ത സുഖം."

അവൾ കണ്ണീരിനെയും പുഞ്ചിരിയെയും തോൽപ്പിക്കുന്നവളായിരു ന്നു.

"എന്താ. നീയിങ്ങനെ? പറയ് എന്നോടു പറയ്."

അവൾ എന്റെ കൈയെടുത്ത് അവളുടെ ശിരസ്സിൽ വച്ചു. എന്നിട്ട് ഒരു പ്രാർഥനപോലെ തല കുനിച്ചു. അവൾ എന്റെ ചുമലിലേക്കു ചാഞ്ഞുകൊണ്ട് ചെവിയിൽ മന്ത്രിച്ചു:

"തിരിച്ചേൽപ്പിക്കാൻ സാധിക്കാത്ത സമ്പത്ത് എന്തിനാണ് മോളേ നീയെന്നെ ഏൽപ്പിച്ചത്. ഇനി നിന്റെ ജീവന്റെ ഹോമത്തിനുള്ള ഹവിസ്സ് ഇവിടെയാണ്" അവൾ സ്വന്തം നെഞ്ചിൽ തൊട്ടുകൊണ്ട് പറഞ്ഞു.

എനിക്കൊന്നും മനസിലായില്ല.

അവൾ തണുത്ത ശബ്ദത്തിൽ പറഞ്ഞു: "മോഹിനി ഗോകുലന് എന്താണ് വേണ്ടത് എന്ന് നീയറിഞ്ഞില്ല. എന്നാലവനെ എനിക്കു മന സിലായി, നിന്റെ ചെങ്കോലിനേക്കാൾ ആത്മീയതൃപ്തി എന്റെ പിച്ചച്ചട്ടി ക്കാണ്."

അവൾ പതുക്കെ എഴുന്നേറ്റു. എന്നിട്ടും കാര്യങ്ങളുടെ കിടപ്പു മന സിലാക്കാൻ ഏറെ നേരമെടുത്തു. അവളുടെ ഉയർന്ന വയറും കൊഴുത്ത ശരീരവും മോഹിനിക്കു മുമ്പിൽ നീണ്ടുനിവർന്നു കിടക്കുകയാണ്.

"എനിക്കെന്താണു പറ്റിയതെന്ന് ഇനി പറയേണ്ടല്ലോ." ഞങ്ങൾ ഒരൊറ്റ തവണയേ ശരീരത്തെ അറിഞ്ഞുള്ളൂ. അതൊരു നിത്യസ്മാരക മായിരിക്കയാണ്. ഈ കുട്ടിയെ നശിപ്പിക്കാൻ ഏട്ടനും ഏടത്തിയും ഏറെ പറഞ്ഞു. ഞാൻ കൂട്ടാക്കിയില്ല."

ഏതോ മരണശൈത്യം മോഹിനിയുടെ രക്തക്കുഴലുകളെ മരവി പ്പിച്ചു. ആകാശഭൂമികൾ കൺമുമ്പിൽ നൃത്തം ചവിട്ടുകയാണ്. ആ സംഹാര നൃത്തം അവസാനിക്കുന്നില്ലല്ലോ? മോഹിനി താഴെ വീഴാതി രിക്കാൻ ചുവരിൽ പിടിച്ചു.

ബോധം തെളിയുമ്പോൾ മാല അവളുടെ ഇരു ചുമരുകളെയും പിടച്ചു മുഖത്തേക്കുറ്റുനോക്കുകയാണ്.

"നീ പേടിക്കേണ്ട, യാതൊന്നും പേടിക്കേണ്ട, ഞാനൊരിക്കലും നിന്റെ കുടുംബം തകർക്കാനെത്തില്ല. ഇതിനുത്തരവാദിയാരെന്ന് ആർക്കു മറിയില്ല. മോഹിനി നീയെന്നെ."

എന്താണു ചെയ്യുന്നതെന്ന് മനസിലാവുംമുമ്പ് മോഹിനി മാലയുടെ മുഖത്ത് ആഞ്ഞടിച്ചു. അവളെ ചുമരിലേക്കു തള്ളിയിട്ടുകൊണ്ട് അവൾ അലറി: "ഇനി മിണ്ടരുത്. നീയെന്നോടു മിണ്ടരുത്. ഈ ലോകത്ത് ഒരു സ്ത്രീ എന്തുവേണമെങ്കിലും ദാനം ചെയ്യും. എന്നാൽ സ്വന്തം ഭർത്താ വിനെ... പാതി ഹൃദയം തന്നു സ്നേഹിച്ച എന്നെ ചതിക്കാൻ നിനക്കെ ങ്ങനെ സാധിച്ചു?"

മാല കരഞ്ഞില്ല. മുഖം പൊത്തിയില്ല. അവളുടെ തുടുത്ത മുഖത്തു കൈപ്പാടുകൾ പതിഞ്ഞിടത്തു തടവിയില്ല. പതറാത്ത നോട്ടം. കണ്ണുക ളിലേക്കു മിന്നൽപ്പിണർപോലെ പാഞ്ഞുവന്നു.

"നിനക്കറിയില്ല മോഹിനീ... ചെറുത്തുനിൽക്കാൻ ഞാനാവതും ശ്രമി ച്ചു. ഗോകുലനും ശ്രമിച്ചു. ഞങ്ങൾ ശത്രുക്കളെപ്പോലെ പെരുമാറി. മോണിംഗ് വാക്കിന് ഒരേ വഴി തിരഞ്ഞെടുത്തതാണ് കുഴപ്പമായത്. ഗോകുലനിലെ അനാഥക്കുട്ടിക്ക് അമ്മയാവാൻ ഞാൻ ശ്രമിച്ചു. അവന് എന്നെ വേണമായിരുന്നു. വളരെ ഗുരുതരമാംവിധം എന്നെ അവന് ആവ ശ്യമായിരുന്നു."

മോഹിനി ധൃതിയിൽ ഇറങ്ങിപ്പോകുമ്പോൾ പറഞ്ഞു:

"അതു വെറുതെയാണ്." നിനക്ക് ഒരു പൊടിപോലും അവനെ സ്വന്തമാക്കാൻ കഴിയില്ല. അവനു നിന്നെ ഒരുതരത്തിലും വേണ്ട."

ഇതു പറയുമ്പോൾ മോഹിനിയുടെ കണ്ഠം അൽപ്പം ഇടറി. വാതിൽക്കലെത്തിയപ്പോൾ നിരാശയോ ദുഃഖമോ അപമാനമോ, വഞ്ച നയുളവാക്കിയ നീറ്റലോ എന്തെന്നറിയില്ല വീണ്ടും അവൾ മാലയെ പിടി ച്ച് ചുമരിലേക്കു തള്ളി.

"നിന്നെ..." മോഹിനി വീണ്ടും അവളെ കടന്നുപിടിച്ചപ്പോൾ ജ്യേഷ്ഠന്റെ കൈകൾ അവളെ തടഞ്ഞു.

"എല്ലാം മനസിലായി. നിനക്കവൾ വെറുമൊരു സ്നേഹിത. എപ്പോൾ വേണമെങ്കിലും ബന്ധത്തെ തകർത്തെറിയാം. എന്നാൽ എനി ക്കവൾ കൂടപ്പിറപ്പാണ്. പ്രസവമടുത്തിരിക്കുന്ന അവളെ നീയിങ്ങനെ..."

മോഹിനി ഒന്നുലഞ്ഞുപോയി.

ഇതാ എല്ലാമറിയുന്ന ഒരാൾകൂടി!

അവൾക്ക് ഈ ലോകത്തോടു മുഴുവൻ അറപ്പു തോന്നി. ഒരു കൊടുങ്കാറ്റുപോലെ മുറിയിൽ കടന്ന് വാതിൽ ചാരി അവൾ ടെലഫോണെടുത്ത് ദില്ലിയിലേക്കു ഡയൽ ചെയ്തു. മതി. എല്ലാം മതിയായി. എല്ലാ കളികളും ഇന്നവസാനിക്കണം.

അപ്പുറത്ത് റിംഗ് ചെയ്യുന്നതല്ലാതെ ആരുമെടുക്കുന്നില്ല. കടയിലേക്കു വിളിച്ചു. അവിടെയും ആരുമില്ല. കടതുറക്കാൻ സമയമായിട്ടില്ല. തന്റെ തൽക്കാല വിഭ്രമത്തിൽ എല്ലാം മറന്നുപോകുന്നു.

ചെറിയമ്മ വാതിൽക്കൽ വന്നുനിന്നു. ദാ നിന്റെ പ്രിയപ്പെട്ട പലഹാരം ഉണ്ടാക്കി എത്രനേരമായി ചെറ്യമ്മ കാത്തുനിൽക്കുന്നു.

“മതി ചെറ്യമ്മേ, എനിക്കിനി ഒന്നും വേണ്ട, ആരെയും കാണണ്ട, എല്ലാവരും പോണുണ്ടോ മുമ്പീന്ന്?”

പന്ത്രണ്ട്

ചെറിയമ്മ വാതിൽക്കൽനിന്നു കിതച്ചു.

“അപ്പോ ഞാൻ പറഞ്ഞതു കേൾക്കാതെ നീ മാലേടെ അടുത്തുപോയി! പിഴച്ച് പ്രസവിക്കാൻ കാത്തുകെട്ടി നിക്കണെ അവളെ...”

മോഹിനി ഊക്കിൽ വാതിൽ വലിച്ചടച്ചു.

“മതി കേൾക്കണ്ട ഒന്നും കേൾക്കണ്ട.”

ചെറിയമ്മയുടെ തേങ്ങൽ.

“ഈ കുട്ടി വരുംവരുന്ന് കാത്തിരുന്ന എനിക്കുതന്നെ ഇതു കിട്ടണം. എന്താണ് ന്റെ കുട്ടിക്ക് പറ്റീതെന്റെ ഈശ്വരാ!”

നീരജ് വന്നതും, റീണ്ടും കളിയും ചിരിയുമായി മുറ്റത്തേക്കോടിയതും ഒന്നും മോഹിനി അറിഞ്ഞില്ല. ബോധത്തിനും അബോധത്തിനുമപ്പുറത്തെവിടെയോ ആയിരുന്നു അവളുടെ മനസ്സ്. ഒരാഴ്ച ശരിക്കും ഉണ്ണാതെയും ഉറങ്ങാതെയും കഴിഞ്ഞുപോയി. നീരജിന്റെ മുടങ്ങാതെ കഴിക്കാനുള്ള ഗുളികയുടെ ഉത്തരവാദിത്തംപോലും അവൾ മറന്നു. അതെല്ലാം ചെറിയമ്മ സ്വയം ഏറ്റെടുത്ത് കഴിഞ്ഞിരുന്നു.

കഴിഞ്ഞ ഒരാഴ്ചയായി ഗോകുലൻ ഫോണിൽ വിളിച്ചിട്ടില്ല. ഗോകുലനെ മോഹിനി പിന്നീടങ്ങോട്ടും വിളിച്ചില്ല. അന്തസ്സാരമില്ലാത്ത ദിനങ്ങൾ വാടുന്നു, കൊഴിയുന്നു. അച്ഛനും ഒപ്പം തന്നെ നീരജും അമ്പലത്തിലെ ആഘോഷത്തിരക്കിലാണ്.

സ്നേഹം കേവലം ബുദ്ധിവ്യായാമം കൊണ്ടോ യുക്തിവിചാരം കൊണ്ടോ കൈവരുന്ന ഒന്നാണോ? മോഹിനി ആലോചിച്ചു. അല്ല, അതൊരുതരം ഭക്തിയാണ്. ഈ ഭക്തികൊണ്ട് അകം സംശുദ്ധമാവുമ്പോൾ അനുഭവമായി വരുന്ന അനുഭൂതിയായിട്ടാണ് സ്നേഹം ഹൃദയത്തിലേക്കു പ്രവേശിക്കുന്നത്. സ്നേഹവും വാത്സല്യവും കരുതലു

മെല്ലാം ഗോകുലൻ കൊടുത്തതു മറ്റാർക്കോ ആണ്. അവന്റെ ഉള്ളത്തെ പുൽകിനിൽക്കുന്ന പ്രേമോപാസന അത് മാലയോടുള്ളതാണ്. ഗോകുലനു പ്രണയം പാരിതോഷികമാക്കാൻ തനിക്കു കഴിഞ്ഞിട്ടില്ലായിരിക്കാം. എന്നാൽ നാദോപാസകനായ ഗായകന്റെ പ്രാണവിശുദ്ധിയിൽനിന്നും ഉറവ പൊട്ടിയൊഴുകുന്ന സംഗീതത്തിന്റെ സാരത്തിലാണ് മോഹിനിയുടെ സ്നേഹത്തിന്റെ ആത്മാവ്. ഇതറിയാൻ ഗോകുലന് കഴിഞ്ഞില്ല. അതാണ് അവൻ മാലയുടെ പിറകേ സ്നേഹഭിക്ഷ യാചിച്ചു പോയത്. സ്നേഹത്തിന്റെ മഹത്തായ ഹരിതസാഗരത്തിൽനിന്ന് അതിന്റെ ഇത്തിരി പച്ചതേടി പായുന്ന മൂഢനാണ് വാസ്തവത്തിൽ ഗോകുലൻ. മോഹിനിക്ക് എന്തെന്നില്ലാത്ത ഒരു ധൈര്യമാണു തോന്നിയത്. ഇനിയുള്ള കാലം നീരജുമൊത്ത് പഴമയുടെ വിശുദ്ധി നിറഞ്ഞ ഇതേ ഗൃഹത്തിൽ താമസിക്കാം – സ്കൂൾ തുറക്കട്ടെ. നീരജിനെ അടുത്തുള്ള സ്കൂളിൽ ചേർക്കണം. അച്ഛനോടു പതുക്കെ വിവരം പറയാം. ദൂരദേശത്തു പോയി തീർഥാടനം ചെയ്തു തളർന്നുവരുന്ന ഞങ്ങളുടെ ശരീരത്തിനും ആത്മാവിനും കുളിരേകുന്ന മഹാവൃക്ഷങ്ങൾ തരുന്ന തണലും കുളിരും ഗ്രാമമേ നീ ഞങ്ങൾക്കേകുക.

അന്ന് ഉറങ്ങാൻ കിടക്കുമ്പോൾ നീരജിന്റെ തലമുടിയിൽ തഴുകിക്കൊണ്ട് മോഹിനി ചോദിച്ചു:

“മോനേ, മോനിവിടുത്തെ അമ്പലോം കാടും മേടും കാറ്റും ഒക്കെ ഷ്ടായില്ലേ? ഇനി നമുക്ക് ദില്ലീല് പോണ്ട. ഇവിടുത്തെ ചെറിയ സ്കൂളിൽ പഠിച്ച് മുത്തശ്ശനും ചെറ്യമ്മയ്ക്കുമൊപ്പം അങ്ങനെ കൂടാം–എന്താ? മോനിഷ്ടല്ലേ?

നീരജ് എന്തോ ഓർത്തുകൊണ്ട് മുഖമൽപ്പം ചുളിച്ചു.

“അതേയ് മുത്തശ്ശനെ ഇഷ്ടമാണ്, ചെറ്യമ്മേഷ്ടാണ്. മാലച്ചേച്ചിയെ ഇഷ്ടാണ്. നാടുംഷ്ടാണ്. പക്ഷേ, അമ്മേ...”

ഇനിയെന്താണ് നീരജിനു പറയാനുണ്ടാവുക എന്നറിയാം... നന്നായറിയാം. ആയിരം ഇടിമിന്നലിന്റെ കരുത്തുറ്റ ആ വൈദ്യുതി പ്രവാഹം തനിക്കു മീതെ ഇപ്പോൾ പതിക്കും. മോഹിനി പേടിയോടെ കണ്ണുകൾ ഇറുകെയടച്ചു.

ചോദ്യമൊന്നും ഉണ്ടായില്ല. എന്തേ ഈ കുട്ടിയിങ്ങനെ? ഇത്ര ചെറുപ്പത്തിൽത്തന്നെ രഹസ്യങ്ങൾ സൂക്ഷിക്കാൻ മാത്രം കെൽപ്പ് ആ കൊച്ചു ഹൃദയത്തിനുണ്ടോ?

ഇതൊക്കെ ഓർത്തുകൊണ്ട് മോഹിനി വേഗം ഉറങ്ങിപ്പോയി.

“അമ്മേ” നീരജ് കുലുക്കിയുണർത്തുന്നു.

“എന്തേ, മോനു നീ ഉറങ്ങിയില്ലേ?” മോഹിനി എഴുന്നേറ്റിരുന്നു.

“അതേയ്... നമ്മളെന്തിനാ, അച്ഛനെ ഒറ്റയ്ക്കാക്കീത്? അച്ഛൻ പാവം ഉറങ്ങാണ്ടെ പാട്ടും കേട്ടങ്ങനെ കിടക്കുന്നുണ്ടാവും. അച്ഛൻ പാവല്ലേ, അമ്മേ?”

മോഹിനിയുടെ ധൈര്യമെല്ലാം ആ ഒരൊറ്റ ചോദ്യത്തിൽ ഒഴുകിപ്പോകയാണ്–

നീരജിന് ഉറങ്ങാൻ കഴിയുന്നില്ല–അവൻ തിരിഞ്ഞും മറിഞ്ഞുമങ്ങനെ കിടക്കുകയാണ്.

മോഹിനിയുടെ ഉറക്കമൊക്കെ എങ്ങോ പോയൊളിച്ചു. മകന്റെ നെറ്റിയിൽ തലോടിക്കൊണ്ടിരുന്നപ്പോൾ അവൻ പതുക്കെ കണ്ണുകളടച്ചു. പാതി മയക്കത്തിലേക്കു വീണ മകൻ പെട്ടെന്ന് എഴുന്നേറ്റിരുന്നു.

“അമ്മേ, ഞാനൊരു കാര്യം പറയട്ടെ?”

മോഹിനിയും എഴുന്നേറ്റിരുന്നു.

“പറയ് മോനെ. വേഗം പറഞ്ഞ് ഉറങ്ങാൻ നോക്കൂ. രാവിലെ നേരത്തെ എഴുന്നേൽക്കണ്ടേ?”

നീരജ് അമ്മയുടെ മുഖത്തേക്ക് ഒന്നു നോക്കിച്ചിരിച്ചു. മാർദവമുള്ള ഒരു ചിരി.

“ഞാൻ പിന്നെ പറയാം.”

അവൻ കണ്ണിറുക്കി ചിരിച്ചുകൊണ്ട് കട്ടിലിലേക്കു കിടന്നു.

“എന്തൊരു കുറുമ്പനാ എന്റെ നീരജ്. അമ്മേടെ ഉറക്കമൊക്കെ പോയില്ലേ?”

നീരജ് ഉറങ്ങിപ്പോയിരുന്നു.

ഉത്സവത്തിനായി തറവാട്ടിലേക്കു ദൂരെയുള്ള ബന്ധുക്കളൊക്കെ എത്തിത്തുടങ്ങി. മോഹിനി വെറുതെ അടുക്കളയിലെ കോലാഹലങ്ങൾ ശ്രദ്ധിച്ചുകൊണ്ട് തീൻമേശയ്ക്കടുത്ത് ഇരിക്കുകയായിരുന്നു. വിരുന്നുവന്ന കുട്ടികൾ നീരജിനൊപ്പം കളിക്കുന്നു.

രണ്ടുമൂന്ന് കുട്ടികൾ, നീരജിന്റമ്മേ, നീരജിന്റമ്മേ എന്നു വിളിച്ച് ഓടിവന്നപ്പോൾ മോഹിനി എഴുന്നേറ്റു. “എന്താ... എന്താ?” “നീരജതാ, ആ മരത്തീന്നു വീണു.

“വീഴേ? അവന് മരം കേറാൻ അറീല്യല്ലോ.”

ശ്വാസമടക്കിപ്പിടിച്ച് ഒരു പെറിയ കുട്ടി പറയുന്നു. കുട്ടേട്ടൻ അവനെ മരം കേറാൻ പഠിപ്പിച്ചു. ഒരു അണ്ണാനെപ്പോലെ നീരജ്മോൻ മേലേക്കേറി കൊമ്പുകുലുക്കി, അപ്പോ ദാ പൊത്തോന്ന് താഴെ കിടക്കുന്നു. വിളിച്ചിട്ടു മിണ്ടുന്നില്ല.

മോഹിനി പറമ്പിലേക്കോടി. നീരജിനു ചുറ്റും ആരൊക്കെയോ കൂടിയിട്ടുണ്ട്. ആരോ കുട്ടിയുടെ മുഖത്തേക്കു വെള്ളം തളിക്കുന്നു.

“മോനേ എന്താണിത്? അമ്മ പറഞ്ഞിട്ടില്ലേ, മോൻ ഉയരത്തിൽ കയറി വികൃതി കാട്ടരുത്ന്ന്?”

നീരജിന്റെ വെള്ളത്തുള്ളികൾ നിറഞ്ഞ മുഖം മോഹിനി ഒരാളലോടെ നെഞ്ചോടു ചേർത്തു. കുട്ടി കണ്ണു തുറക്കുന്നില്ലല്ലോ, ദൈവമേ!

പതിമൂന്ന്

കുട്ടിയെ വാരിയെടുത്തു വീട്ടിലേക്കോടുമ്പോൾ ആരോ പറഞ്ഞു “ഒന്നും പേടിക്കണ്ട മോഹിനീ ഒന്നു ഭയപ്പെട്ടതാ അവനുണ്ടോ മാമരോ, തേന്മാവും കണ്ടിരിക്കുന്നു! കോൺക്രീറ്റ് കാട്ടിലല്ലേ അവന്റെ ജീവിതം?”

ഡോക്ടർ വന്ന് ഒരു ഇഞ്ചക്ഷൻ കൊടുത്തപ്പോൾ നീരജ് കണ്ണു തുറന്നു.

എല്ലാവരും ആശ്വാസത്തോടെ നെടുവീർപ്പയച്ചു, ഒന്നുമില്ല. “കുട്ടി ഒന്നു സ്വസ്ഥമായി കിടന്നോട്ടെ. എല്ലാവരും മുറിക്കു പുറത്തുപോകണം.” ഡോക്ടറുടെ അപേക്ഷ കേട്ട് എല്ലാവരും ആശ്വാസത്തോടെ ഓരോ കർമത്തിലേക്കു തിരിഞ്ഞു.

“അവൻ അൽപ്പം ഉയരത്തിൽനിന്നു വീണതല്ലേ? പേടിച്ചതാണ്. പുറത്തു പരിക്കൊന്നും ഇല്ല.” ഡോക്ടർ കുട്ടിയെ തിരിച്ചും മറിച്ചും പരിശോധിച്ചു.

“ഇഞ്ചക്ഷൻ ക്ഷീണമുള്ളതാണ്. കുട്ടി ഉറങ്ങിക്കോട്ടെ.”

ഡോക്ടർ പോയി. ഉത്സവസ്ഥലത്തേക്ക് എല്ലാവരും പോയപ്പോൾ ചെറിയമ്മയും മോഹിനിയും മാത്രമായി.

രാത്രിയായിട്ടും നീരജ് ഉണർന്നില്ല.

“ഉറങ്ങിക്കോട്ടെ മോഹിനീ. അവനു ക്ഷീണമുണ്ടാവും. നീ ചോറുണ്ട് വേഗം കിടന്നോളൂ. ഞാനിരിക്കാം മോന്റടുത്ത്. എനിക്കിന്നിനി ഒറക്കല്യാ.”

ക്ഷേത്രത്തിൽനിന്നുള്ള മേളങ്ങൾക്കു കാതോർത്ത് മോഹിനി ഉറങ്ങാതെ കിടന്നു.

രാത്രിയിൽ ആരോ ഏങ്ങലടിച്ച ശബ്ദം കേട്ട് മോഹിനി ചിന്തകളിൽനിന്നുണർന്നു. ആരാണത്? നീരജ് സുഖമായുറങ്ങുന്നു. പിന്നെ ചെറിയമ്മയോ?

വെറുതെ തോന്നിയതാവും. ഉറക്കത്തിൽ കരയുന്ന ശീലം നീരജിനില്ല. അവൻ വ്യത്യസ്തനായ ഒരു കുട്ടിയാണ്. എന്തെങ്കിലും അസുഖം അവനു വന്നതായി ഓർമയില്ല. കളിയിൽ ചില്ലറ പരിക്കുകൾ പറ്റിയാലും അവൻ സഹിക്കും. മുറിവുകൾ ആരും കാണാതെ രഹസ്യമായി സൂക്ഷിക്കും. കണ്ടുപിടിച്ചാൽ, ചോദ്യം ചെയ്താൽ അവൻ പറയും: “എനിക്ക് വേദന പറ്റ്യാൽ അമ്മയ്ക്കു സങ്കടാവില്ലേ. അതല്ലേ ഞാൻ...”

വൈകിയുറങ്ങിയതുകൊണ്ടു വൈകി മാത്രമേ മോഹിനി ഉണർന്നുള്ളൂ. നീരജിനെ ഉണർത്താതെ കിണറ്റിൻകരയിൽ ചെന്ന് മുഖം കഴുകി. കുളി കഴിഞ്ഞു. എന്നിട്ടും നീരജ് ഉണർന്നില്ല.

ചെറിയമ്മ അടുക്കളയിൽ നീരജിനുള്ള പൊടിയരിക്കഞ്ഞി കയിലുകൊണ്ടിളക്കി തണുപ്പിക്കുകയാണ്. “മോളേ, ഇനിയൊന്ന് കുഞ്ഞിമോനെ ഉണർത്ത്. ഈ അന്തമില്ലാത്ത ഉറക്കം അത്ര പന്തിയല്ല, ഈ കഞ്ഞി കുടിച്ചുവേണെങ്കി കിടന്നോട്ടെ. പാവം, ഉത്സവത്തിനു പോകാൻ എത്ര കുറിയാ ക്ഷേത്രത്തീന്ന് വന്നു നോക്കീത്ന്നറിയ്യോ? പാവം കുട്ടി. ആമ്പൽത്തണ്ടുപോലെ തളർന്നുകിടക്കുന്നു. ഒന്ന് വിളിക്കെന്റെ മോളെ.”

“ചേച്ചിക്ക് ഫോണുണ്ട്.” ബന്ധുവായ ഏതോ കുട്ടി വന്നറിയിച്ചു.

ഒരു താൽപ്പര്യവുമില്ലാതെയാണ് ഫോണിനടുത്തേക്ക് നടന്നത്. ഗോകുലനാവും. ഇത്ര ദിവസം അന്വേഷിക്കാൻ തോന്നാതെ ഇന്നിപ്പോൾ.

അല്ലെങ്കിൽ തന്നെ എന്താണു പറയാനുള്ളത്? കാമുകിക്ക് പ്രസവമടുത്തു എന്നോ, അതോ രണ്ടാമത്തെ കുഞ്ഞ് ഉടനെ ജനിക്കുമെന്നോ?

അപ്പുറത്ത് മാലയായിരുന്നു.

"മോഹിനീ, നീ ഫോൺ വയ്ക്കല്ലേ. ഞാനിന്ന് രാവിലെ മോനെ കാണാൻ വന്നിരുന്നു. നിന്റെ അച്ഛനാണു മുറിയിലേക്കു കൊണ്ടുവന്നത്. അദ്ദേഹത്തിനൊരു ദേഷ്യോല്ല എന്നോട്. രണ്ടാളും നല്ല ഉറക്കായിരുന്നു. മോന്റെ മുഖത്തു വല്ലാത്തൊരു വിളർച്ചയുണ്ട്. അവന്റെ ഉറക്കം – എനിക്കത്ര പന്തിയായി തോന്നിയില്ല. ഒന്നു ഹോസ്പിറ്റലിൽ കൊണ്ടുചെന്നു നോക്കണം. ഞാനൊരുനോക്കേ കണ്ടുള്ളൂ. അപ്പഴേക്കു ചെറ്യമ്മ കറുത്ത മുഖവുമായി വന്നു. ഞാനോടിപ്പോന്നു. മോഹിനീ, മോന് മുമ്പൊരു ആക്സിഡന്റ് തലയ്ക്ക്..."

ആരോ തലയ്ക്കടിച്ചതുപോലെ മോഹിനി ഉണർന്നു.

ദൈവമേ, മോൻ തലയടിച്ചാണോ വീണത്? അടുത്ത കാലത്തൊന്നും ഒരാഘാതമുണ്ടാവാതെ നോക്കണംന്ന് ദില്ലിയിലെ ഡോക്ടർ പറഞ്ഞതല്ലേ?

മോഹിനി ഉറങ്ങുന്ന മകനരികിലേക്ക് ഓടി. വിളർത്ത മുഖത്തോടെ അവൻ ഉറങ്ങുകയാണോ, അതോ... അന്നത്തെ അബോധാവസ്ഥയുടെ കയ്ക്കുന്ന ഓർമ മോഹിനിയുടെ പ്രജ്ഞയിലേക്കു ഞെട്ടലായി കടന്നുവന്നു. ദൈവമേ, ഇതാ വെള്ളത്തലയണയുറയിൽ രക്തക്കറ. അവന്റെ തലയ്ക്ക് പിൻഭാഗത്തിതാ ഒരു ചെറിയ മുറിവ്. രക്തമുണങ്ങി മുടി കട്ടകെട്ടിയിരിക്കുന്നു. ഉടനെ ദില്ലിയിലെ ഡോക്ടറെ വിളിക്കണോ, അല്ലെങ്കിൽ സിറ്റിയിലേക്കു പോയി അവിടുത്തെ ആശുപത്രിയിലെത്തിക്കണോ?

നീരജിനെ കുലുക്കിവിളിച്ചിട്ടും ഉണർന്നില്ല. മോഹിനി അവസാനത്തെ വഴി തിരഞ്ഞെടുത്തു. അച്ഛൻ ഡ്രൈവറെ തെരഞ്ഞുപോയപ്പോഴേക്കും മോഹിനി ആശുപത്രിയിലേക്കുള്ള ബാഗൊരുക്കി. മോന്റെ ഫ്ളാസ്ക്, പഴ്സ്, എല്ലാം.

സ്കാനിങ് റിപ്പോർട്ട് നോക്കി ഡോക്ടർ ഗർജിച്ചു: "എന്താണിത്! ഒരു ദിവസമായി അബോധാവസ്ഥയിൽ കിടക്കുന്ന കുട്ടിയെ ഇപ്പോഴാണോ ആശുപത്രിയിൽ കൊണ്ടുവന്നത്? അവന്റെ പഴയ ഹിസ്റ്ററി..."

ഡോക്ടർ ആശങ്കയോടെ റിപ്പോർട്ടിലേക്കു നോക്കി. മോഹിനി പുറത്തു പോയപ്പോൾ ഡോക്ടർ രഹസ്യമായി അച്ഛനരികിലേക്കു കുനിഞ്ഞു.

"മോശമാണ്, സാർ. കണ്ടീഷൻ വളരെ മോശമാണ്. കുട്ടിയുടെ അച്ഛനെ ഉടൻ വരുത്തണം. തലച്ചോറിൽ രക്തം കട്ടപിടിച്ചിരിക്കയാണ്. ഉടൻ ഒരു ഓപ്പറേഷൻ വേണ്ടിവരും. നമുക്കൊന്നു ശ്രമിച്ചുനോക്കാം. അത്രമാത്രം. വിജയസാധ്യത വെറും അഞ്ചുശതമാനമാണ്."

ഓപ്പറേഷനു വേണ്ടി കുട്ടിയുടെ തലയിലെ രോമങ്ങളെല്ലാം വടിച്ചിറക്കി. രണ്ടുദിവസത്തെ രോഗപീഢ കുട്ടിയെ മറ്റാരോ ആക്കിയിരിക്കയാ

ണ്. അവൾക്ക് ചിന്താശേഷിയില്ല. മാല ഓർമിപ്പിച്ചില്ലായിരുന്നുവെങ്കിൽ... ഈ ചിന്ത മാത്രം ഇടയ്ക്കിടെ ഓർമയിൽ മിന്നിമാഞ്ഞു.

ഓപ്പറേഷൻ തീയേറ്ററിനു മുമ്പിൽ തളർന്നിരിക്കുന്ന മോഹിനി വാസ്തവത്തിൽ ഈ ലോകത്തിന്റെ ഇടപാടുകളിലേക്ക് എത്തിച്ചേർന്നിരുന്നില്ല. സമ്മതപത്രത്തിൽ ഒപ്പിടാൻ ശേഷിയില്ലാതെ വിഷമിക്കുന്നതു കണ്ടപ്പോൾ ഡോക്ടർ അവളുടെ അച്ഛനു നേർക്കു കടലാസുകൾ നീട്ടി.

അച്ഛനാണ് ഏറെ ധൈര്യം കാണിച്ചത്. ഗോകുലനു ഫോൺ ചെയ്തതും ഓപ്പറേഷന്റെ പണമടച്ചതും, മോഹിനിയെ വീഴാതെ നോക്കിയതും എല്ലാം അച്ഛൻ തന്നെയായിരുന്നു.

പതിനാല്

ഗോകുലൻ വിമാനമിറങ്ങി. മോഹിനിയുടെ അച്ഛന്റെ ഡ്രൈവർ പരിചിതത്വത്തോടെ ചിരിച്ചു. നീരജിനെക്കുറിച്ചു യാതൊന്നും ചോദിക്കാൻ ധൈര്യമില്ല. ഗോകുലന്റെ കണ്ണുകൾ നനഞ്ഞിട്ടുണ്ട്. അയാൾ തന്റെ ഉള്ളിലേക്കാണോ, അതോ, ആകാശത്തിനും അപ്പുറത്തെ ഏതോ അനന്തതയിലേക്കാണോ ദൃഷ്ടി പതിപ്പിച്ചിരിക്കുന്നതെന്ന് ആർക്കും മനസിലാവില്ല. ഹൃദയത്തിലേക്കു നോക്കുന്നതും അനന്തതയിലേക്കു നോക്കുന്നതും രണ്ടും തുല്യമാണയാൾക്ക്. കാരണം അന്ധകാരത്തിന്റെ കന്മതിലുകളെല്ലാം അയാൾക്കുള്ളിൽ പൊടിഞ്ഞു തകർന്നിരിക്കുന്നു. ഭാര്യയേത്, മകനേത് എന്ന തിരിച്ചറിവുണ്ടായിരിക്കുന്നു. സ്വയം സമർപ്പണം തെളിനീരുപോലെ സംശുദ്ധമാണ്.

“അല്ലാ, നമ്മൾ ആശുപത്രിയിലേക്കല്ലേ പോണത്? എനിക്ക് വീട്ടിലേക്കല്ല, ഹോസ്പിറ്റലിലേക്കാണു പോണ്ടത്, എനിക്ക് മോനെ ഉടൻ കാണണം. വേഗം വിട് വേഗം!”

ഒരരുവിപോലെ സൗമ്യമായി ജീവിച്ചയാൾ എങ്ങനെയാണ് അലയടിച്ചാർക്കുന്ന സമുദ്രത്തിൽ ലയിക്കുന്നത്, അതുപോലെയായിരുന്നു തന്റെ ജീവിതം. കാർമേഘത്തെ തഴുകി ഒഴുകിപ്പോകുന്ന തെന്നൽ എന്താണ് കരുതിയത്, മഴ ആർത്തലച്ചു പെയ്യുകയില്ല, എന്നോ! വഴിതെറ്റി അലയുന്ന അനാഥക്കുട്ടിയെ കാരുണ്യപൂർവം കൈപിടിച്ചു നടത്തിച്ച സ്നേഹത്തെക്കുറിച്ച് ഇനി മറന്നുകളയാം! അതാണ് മാലയുടെ ഉഗ്രമായ ആജ്ഞ. പൂർണപ്രജ്ഞരായ മനുഷ്യാത്മാക്കൾക്കു മറവി സാധ്യമോ!

എന്തിനോ വേണ്ടി അസ്വസ്ഥപ്പെടുന്ന ജീവൻ അങ്ങനെയാണ് തേടിയത് കൈയിൽ തടയുമ്പോൾ വിട്ടുകളയുകയില്ല. കേവലം തിന്നലും കുടിക്കലും പുണരലും മാത്രമാണോ ജീവിതം? ആന്തരികതയിലെ കുഞ്ഞുപിടച്ചിലുകൾ വെമ്പി നിൽക്കുന്നതു സ്നേഹത്തിന്റെയൊരു ആനന്ദാനുഭവത്തിനല്ലേ? തന്റെയുള്ളിൽ വർഷങ്ങളായി ഉയർന്നുവന്നിട്ടുള്ള അഹങ്കാരത്തിന്റെ കന്മതിലുകൾ ഉടച്ചുകളഞ്ഞ ആ പെണ്ണിന്റെ തെളിനീരുപോലെ ശുദ്ധമായ സ്നേഹത്തെ അങ്ങനെ പാഴ്ക്കാട്ടിൽ വലിച്ചെറിയുവാൻ ഉള്ളതാണോ?

നീരജും മാലയും തമ്മിൽ ഉണ്ടായിവന്ന ബന്ധം ദൈവസാന്നിധ്യത്താൽ ഉള്ളുണർന്ന ഒരുതരം പ്രചോദനമായിരുന്നു. അവരുടെ ഹൃദയങ്ങൾ രണ്ടു കുട്ടികളുടേതുപോലെ നിർമലമായിരുന്നു. ശൂന്യതയിൽ ശാന്തിയുടെ ഭവനം കണ്ടെത്തുന്ന മാല ഒരു കുട്ടിയുടെ സ്നേഹത്തിൽ സ്വന്തം അഹന്തയുടെ നാശം കണ്ട് അന്തിച്ചുപോയി. ആ ഇളംമൊട്ടിന്റെ ഹൃദയം മൊഴിയുന്ന വാക്കുകളുടെ മധുരം ഈ ജീവിതത്തിൽ അവൾക്കു മറക്കാൻ കഴിയില്ല. അന്ന് ദില്ലിയിൽവച്ച് നീരജിന്റെ തലയ്ക്കേറ്റ പരിക്ക് അവൾക്കു ഹൃദയത്തിലെ വ്രണമായിരുന്നു. അവന്റെ ജീവനു പകരം സ്വന്തം ജീവിതം ബലിയർപ്പിക്കാൻ അവൾ തയാറായിരുന്നു. ഈ സമർപ്പണമാണു വാസ്തവത്തിൽ മാലയേയും തന്നേയും ഇണക്കിയ കണ്ണി. ലോകം എന്തു പേരിട്ടു വിളിച്ചാലും പരസ്പരം സ്നേഹം തിരിച്ചറിഞ്ഞ നിമിഷം മുതൽ തങ്ങളിൽനിന്ന് ഉയർന്ന ദർശനങ്ങൾ ധ്യാനനിമഗ്നമായ ഹൃദയത്തോടെ മാത്രമേ ഏറ്റുവാങ്ങാൻ കഴിഞ്ഞുള്ളൂ. മഞ്ഞിൽ നനഞ്ഞ പ്രഭാതങ്ങൾ നിലാവുപൊഴിയുന്ന രാത്രികളുടെ കാരുണ്യമായി. ഹൃദയത്തിൽ നിലാവ്, കസവു തുന്നിച്ചേർത്ത പകലുകളിൽ പ്രശോഭിക്കുന്ന സൂര്യപ്രകാശം ഗംഭീരമായിത്തോന്നി. അവളിൽനിന്നു പുറത്തുവന്നതൊക്കെയും ജീവന്റെ കൈയൊപ്പുള്ള, രക്തം ചുവയ്ക്കുന്ന വാക്കുകളായിരുന്നു. മനുഷ്യശരീരത്തിന്റെ സൗന്ദര്യത്തിനപ്പുറത്തു വിരാജിക്കുന്ന ഒരു മഹസ്സ്. അതു കണ്ടെത്തിയപ്പോൾ അത്ഭുതപ്പെട്ടുപോയി, മുഖംമൂടികൾ അഴിഞ്ഞുപോയി, അധികാരദണ്ഡും രാജകിരീടങ്ങളും വലിച്ചെറിഞ്ഞു സ്നേഹത്തിന്റെ സഹവാസികളായി...

ഇപ്പോൾ നീരജിന്റെ രോഗാവസ്ഥയുടെ വിശദവിവരങ്ങൾ അറിയില്ല, അറിയാത്തതിനെച്ചൊല്ലിയുള്ള ആധി, അറിയുന്നതിന്റെ വേവലിനേക്കാൾ ക്ലേശഭരിതമാണ്. ഉള്ളിൽ വന്നുനിറയുന്ന ആശങ്കയുടെ കയ്പുനീർ, ഗോകുലന്റെ വാടിയ മുഖം, മോഹിനിയുടെ വീട്ടുമുറ്റത്തെ ആൾക്കൂട്ടം കണ്ടതോടെ ഒന്ന് ഉഗ്രമായി പിടഞ്ഞു.

എന്താണിവിടെ, എന്ത് അത്യാഹിതമാണു സംഭവിച്ചിരിക്കുന്നത്! മോഹിനിയുടെ അച്ഛനെന്തെങ്കിലും? കാറിൽ നിന്നിറങ്ങി, ആൾക്കൂട്ടത്തിന്റെ അടക്കിയ നിശ്ശബ്ദതയെ കവച്ചു നടുമുറിയിലെത്തിയപ്പോൾ വാസ്തവമായും നടുങ്ങിപ്പോയി. നിലവിളക്കിന്റെ ഇളംപ്രഭയിൽ കരുവാളിച്ച മുഖത്തോടെ നിലത്തു കിടന്നുറങ്ങുന്ന കുരുന്ന് ആരാണ്! അവനു കിടക്കാൻ ഈ വീട്ടിൽ മെത്തകളില്ലേ?

ആരോ ഗോകുലിന്റെ ചുമലിൽ അമർത്തിപ്പിടിച്ചു. മോഹിനിയുടെ അച്ഛൻ!

"സഹിക്കാതെ കഴിയില്ല മോനേ... അവൻ കൈവിട്ടുപോയി. ഞങ്ങളെത്ര കാത്തിട്ടും ആ വെളിച്ചം..."

ഗോകുലനു കരയാൻ കഴിഞ്ഞില്ല. താഴെ കുനിഞ്ഞിരുന്ന് അയാൾ നീരജിന്റെ മുഖത്തേക്കു നോക്കി. എന്തോകൂടി പറയാനുണ്ട് എന്നു വെമ്പുന്ന ചുണ്ടുകൾ. മോഹിനി എവിടെ? അവൾ അരികത്തുതന്നെ

ഉണ്ടായിരുന്നു. ഗോകുലനെ കണ്ടപ്പോൾ അവൾ പൊട്ടിക്കരഞ്ഞില്ല. നെഞ്ചത്തേക്ക് ഓടിയണഞ്ഞില്ല. ഇനിയൊരിക്കലും പ്രസവിക്കാൻ ഭാഗ്യമില്ലാത്ത ആ അമ്മ, നിർഭാഗ്യവതിയായ ആ സ്ത്രീ അതാ തനിക്കടുത്തു തന്നെ, മകന്റെ ഓമനമുഖത്തേക്കു ദൃഷ്ടിയർപ്പിച്ചു ചടഞ്ഞിരിക്കുകയാണ്.

എല്ലാവരും യാത്ര പറഞ്ഞു പോയി. നീരജും പോയി. എന്നിട്ട് എന്താണിവിടെ ഈ നിശ്ശേഷ നിശ്ശബ്ദത.

മകൻ പടിയിറങ്ങിപ്പോയി. മോഹിനി കുളിച്ച് മുടിയൊന്നു വകയുകപോലും ചെയ്യാതെ, ഉമ്മറത്തുവന്നിരിക്കുകയാണ്. അവളുടെ കൈയിൽ എവിടെനിന്നോ കിട്ടിയ ഒരു കളിപ്പന്ത്. അത് കൈപ്പത്തിക്കുള്ളിൽ ഉരുട്ടിക്കൊണ്ടിരുന്നു അവൾ ഒരു ഭൂഗോളത്തെ ഉള്ളംകൈയിലിട്ടു തട്ടുന്ന ഉഗ്രദേവതയെപ്പോലെ അവളുടെ മുഖം ഗംഭീരമായ ഒരു ശാന്തതയാൽ ഉജ്ജ്വലമായിരുന്നു.

ഗോകുലൻ കുളി കഴിഞ്ഞ് ആരോ കൊടുത്ത ഒരു വെളുത്ത മുണ്ടും കുർത്തയും ധരിച്ചിട്ടുണ്ട്. രാജവീഥിയിൽ നടന്നുനീങ്ങുന്ന ആരെയോ തിരയുംപോലെ അയാളുടെ കണ്ണുകൾ പടികടന്ന്, അങ്ങ് പാടത്തോളം നീണ്ടു.

പതിനഞ്ച്

അച്ഛൻ വന്ന് അടുത്തിരുന്നപ്പോൾ ഗോകുലൻ എഴുന്നേറ്റുനിന്നു.

“നിങ്ങൾ രണ്ടാളും കരയാത്തത് അച്ഛനൊരു വല്ലാത്ത ഭാരമായി തോന്നുവാണ് ഗോകുലാ.”

അച്ഛന്റെ ഇടറുന്ന കണ്ഠത്തിൽ ചലിക്കുന്ന മുഴയിൽ ശ്രദ്ധിച്ച് ഗോകുലൻ പറഞ്ഞു:

“ഞങ്ങളെന്തിനാ അച്ഛാ കരയുന്നത്! അവനെവിടേം പോയതായി ഞങ്ങൾക്കു തോന്നണില്യാ.”

ഗോകുലന്റെ ശബ്ദം അൽപ്പം പോലും ഇടറിയില്ല.

“അതു ശരിയാണ്, അങ്ങനെ ചിന്തിച്ചാ എനിക്കും അൽപ്പം സമാധാനം കിട്ടും. *ഛാന്ദോഗ്യോപനിഷത്ത്* ഞാൻ വായിക്കുമ്പോ ഒരു ദിവസം നീരജ് അടുത്തുവന്നു. ഞാൻ വായിക്കുന്നത് അവനറിഞ്ഞേ പറ്റൂ. ഉദ്ദാലകമഹർഷിക്ക് സ്വന്തം മകൻ ചിലപ്പോൾ ഗുരുവായിട്ടുണ്ട്, അറിയാമോ?”

ഗോകുലൻ പറഞ്ഞു:

“ഇല്ലച്ഛാ. *ഉപനിഷത്ത്* ഞാൻ വായിച്ചിട്ടില്ല. എന്നാൽ ദില്ലിയിൽ മാല വന്നപ്പോൾ ഒരിക്കൽ ശ്വേതകേതുവെക്കുറിച്ചു പറഞ്ഞു. നീരജ് ശ്വേതകേതുവെപ്പോലെയാണെന്ന്!”

“അവളൊരു വിദുഷിയാ മോനെ. അവളോട് ഞാനെപ്പോഴും തോറ്റിട്ടേയുള്ളൂ. നീരജിന്റെ കാര്യമൊന്നും അവളറിഞ്ഞിട്ടില്ല. ആശുപത്രീലല്ലേ? പ്രസവമടുത്തു.”

ഗോകുലൻ നെഞ്ചത്തു തടവിക്കൊണ്ട് എന്തോ ഓർത്തിരുന്നു.

“അവളൊരു പെണ്ണു തന്നെയാണ്! പടച്ചവന്റെ വല്ലാത്തൊരു പടപ്പ്! അപ്പോ, ഉദ്ദാലക മഹർഷിയെപ്പറ്റി നീരജിനറിയാം. ഞാൻ വായിച്ചുകൊടുത്തു. അല്ലയോ സൗമ്യ, ഈ നദികൾ, ചിലതു കിഴക്കോട്ടൊഴുകുന്നു. അവ സമുദ്രത്തിൽ നിന്നുണ്ടായി, സമുദ്രത്തെ തന്നെ പ്രാപിക്കുന്നു. അവ സമുദ്രം തന്നെയായിത്തീരുന്നു. അങ്ങനെയുള്ള നദികൾ, ഞാൻ ഇന്നതാണ്, ഞാൻ ഇന്നതാണ് എന്ന് സമുദ്രത്തിൽവച്ച് തിരിച്ചറിയുന്നില്ല. ഇത്രയും വായിച്ചപ്പോ അവൻ എന്നോട് ഒരു ചോദ്യം! മരിച്ചുകഴിഞ്ഞാൽ, മുത്തശ്ശാ, നമ്മളൊക്കെ ഒരിടത്തുതന്നെയെത്തും അല്ലേ? പരസ്പരം തിരിച്ചറിയില്ലേ? എന്റെ ഗോകുലാ, ഞാൻ അന്തിച്ചുപോയി. ഞാൻ പറഞ്ഞു, മോനേ, നമ്മളൊക്കെ ലക്ഷ്യത്തിലെത്തിക്കഴിഞ്ഞാൽപ്പിന്നെ ഒന്നായിത്തീരില്ലേ പിന്നെന്തിനാ തിരിച്ചറിയണ്.”

ഗോകുലൻ നീരജിന്റെ ബുദ്ധിശക്തിയിലും തന്റേടത്തിലും എന്നും അഭിമാനിച്ചിരുന്നു. താനോ മോഹിനിയോ ഇല്ലാതായാൽ അവൻ തളരരുത് എന്ന മുൻവിധിയോടെയാണ് അവനെ വളർത്തിയത്. അതുകൊണ്ടുതന്നെ അവനെ ആരും അധികം ലാളിച്ചിട്ടില്ല. ലാളന കുട്ടികളെ ദുർബലന്മാരാക്കും.

എന്നാൽ അവനിതാ തന്റേടത്തോടെ തന്നെ ഇറങ്ങിപ്പോയിരിക്കുന്നു! മോഹിനി അജ്ഞേയമായ ഏതോ കേന്ദ്രത്തിൽനിന്നും ഉറവ പൊട്ടിവരുന്ന പ്രവാഹം പോലെ ഇരിക്കുകയാണ്. അവൾ യാതൊന്നും പറയുന്നില്ലെങ്കിലും മൗനത്താൽ മുദ്രിതമായ ഒരായിരം വാക്കുകൾ തനിക്കു നേരെ പ്രവാഹങ്ങളാവുകയാണ്. ധാര മുറിയാതെയുള്ള ആ വാക്കുകൾക്ക് ഉത്തരമില്ല.

ദാഹിച്ചു പൊരിയുന്ന ഇസ്മയിലിന് ജലം തേടി മണലാരണ്യത്തിലൂടെ ഓടിയ ഹാജിറയെപ്പോലെ അവളുടെ മനസ്സ് എങ്ങോട്ടോ പരക്കം പായുകയാണ്.

രണ്ടുദിവസം കൂടി നാട്ടിൻപുറത്തെ ആ വീട്ടിനുള്ളിൽ ഗോകുലൻ കഴിഞ്ഞു. ഭക്ഷണം കഴിക്കാറായാൽ മോഹിനി വന്നു വിളിക്കും. അയാൾ ഉണ്ണും. കുളിച്ചു വന്നാൽ വസ്ത്രമെടുത്തു കൊടുക്കും. എന്നാൽ മൗനത്തിൽനിന്നും അവളുടെ മനസ്സ് കരകയറിയില്ല.

ഗോകുലൻ ഒരുദിവസം സിറ്റിയിൽ പോയി വന്നയുടനെ മോഹിനിക്കടുത്തെത്തി. “ഞാൻ നാളെ കാലത്തുള്ള ഫ്ളൈറ്റിന് ദില്ലിയിലേക്കു പോവും. മോഹിനി എന്നാണു മടക്കം? അതനുസരിച്ച് ടിക്കറ്റ്...”

മോഹിനിയുടെ തണുത്ത ദൃഷ്ടികൾ ഗോകുലന്റെ കണ്ണുകളുമായി ഇടഞ്ഞു.

“എനിക്കിനി മടക്കമില്ല ഗോകുലാ... ഗോകുലനിതാ വീണ്ടും അച്ഛനാവാൻ പോകുന്നു. എനിക്കിനി അമ്മയാവാൻ പറ്റില്ലല്ലോ... അമ്മയാവാതെ ഞാനവിടെ വന്നിട്ട് എന്തു ചെയ്യാൻ? എന്റെ സ്നേഹവും ഗോകുലനു മതിയായ സ്നേഹമല്ല. ഇനി തിരിച്ചുവരവിനെപ്പറ്റി എനിക്ക് ആലോ

ചിക്കാനേ കഴിയില്ല. നിയമനടപടി എന്താച്ചാൽ ചെയ്തോളൂ. പിരിഞ്ഞാലും ഞാനിവിടെയൊക്കെ ഉണ്ടാവും. കാണാൻ തോന്നിയാൽ വരാം, എന്തെങ്കിലും ആവശ്യമുണ്ടെങ്കിൽ വിളിക്കാം." മോഹിനി അവസാന വാക്കു പറഞ്ഞൊപ്പിച്ചു.

പതിനാറ്

മലമുകളിൽനിന്നും ഒഴുകിയെത്തിയ അരുവികൾ ഏതു സാഗരത്തെയാണു തേടുന്നത്? മരണത്തെയോ?

ആത്മാവ് മരുഭൂമി കണക്കെ വരണ്ടുപോയിരിക്കുന്നു. ആശ്ചര്യാനന്ദം നിറഞ്ഞ ഭൂതകാലം അവൾക്ക് ഓർമയില്ല. നോവുന്ന അനുഭവങ്ങളും അവൾ മറന്നുപോയി. നീരജ് ഈ ഭൂമിയിലില്ല എന്ന ജീവിക്കുന്ന സത്യം, അത് ആത്മാവിനെ കാർന്നുതിന്നുകയാണ്.

ആരെങ്കിലും ഗേറ്റു തുറന്നാൽ, ആരവത്തോടെ ഓടിയെത്തുന്ന മകനാണോ അത് എന്നവൾ തലയുയർത്തും. ഇലകളനങ്ങിയാൽ അതവന്റെ പാദസ്പർശമാണോ എന്നവൾ കാതോർക്കും. പുത്രശോകം കാട്ടുതീപോലെ അവളെ ചുട്ടുചാമ്പലാക്കുകയാണ്.

അച്ഛൻ അവളുടെ അടുത്തു ചെന്നിരുന്നു. "മോഹിനീ, നീയൊന്നും കഴിക്കാറില്ലെന്ന് മുത്തശ്ശി പറഞ്ഞല്ലോ."

നിഗൂഢമായൊരു പുഞ്ചിരിയായിരുന്നു മറുപടി.

"ഈ വയസുകാലത്ത് എന്റെ മോളെനിക്കു തരുന്നത് ഇതാണോ, ഈ ദുഃഖം? നിന്റെ മകനിങ്ങനെ ഉണ്ണാതിരുന്നാൽ നിനക്ക് ഉരുള ഇറങ്ങ്വോ?"

മോഹിനി എഴുന്നേറ്റ് സാരിയൊന്നു കുടഞ്ഞ് അച്ഛനെ നേരിട്ടു.

"അച്ഛാ, അതുതന്നെയാണ് എന്റെ പ്രശ്നം. അവനുണ്ണാതെ ഞാനെങ്ങനെ ഉണ്ണും? അവനുറങ്ങാതെ..."

"മോളേ" അച്ഛൻ മുഴുവനാക്കാൻ അനുവദിച്ചില്ല. നീരജിപ്പോൾ ഉള്ള ലോകം വിശപ്പിന്റെ ലോകമല്ല. അതു സായൂജ്യത്തിന്റെ ലോകമാണ്. ദൈവം അവനിഷ്ടപ്പെട്ട പൂക്കളെ പറിച്ചെടുത്തിട്ടാണത്രെ അവന്റെ ഗൃഹം അലങ്കരിക്കുന്നത്. ദൈവഹൃദയത്തിൽനിന്നും ഒഴുകിയെത്തുന്ന സുഗന്ധം ശ്വസിച്ച് അവൻ സ്വസ്ഥനായി കഴിയും. അനിവാര്യത അവനെയുംകൊണ്ട് അനന്തതയിലേക്കു പോയതല്ലേ? നിനക്കു ജീവനുണ്ട്. അപ്പോൾ നീ ഭക്ഷണം കഴിക്കണം. നിന്റെ അമ്മ മരിച്ചു. അനുജൻ മരിച്ചു. അപ്പോഴൊക്കെ നമ്മൾ ദുഃഖിച്ചു. എന്നിട്ടും നിത്യകർമങ്ങളിൽ മുഴുകി. ഇനി നമുക്ക് ഈ ദുഃഖക്കടലും നീന്തിക്കടക്കണം മോളേ..."

"കടക്കാം അച്ഛാ. " ഇപ്പോഴും മോഹിനിയുടെ കണ്ഠത്തിന് ഇടർച്ചയില്ല എന്നത് അച്ഛന്റെ ഹൃദയത്തെ കുത്തിനോവിക്കുന്ന മുള്ളായി.

"എന്നാലെന്റെ മോളു വാ. അച്ഛനു വിശക്കുന്നു. അച്ഛനും ജീവനുണ്ട്."

"ഉണ്ണാം അച്ഛാ."

മോഹിനി വിളമ്പിയതത്രയും ഉണ്ടു. ചെറിയമ്മ കുറച്ചുകൂടി ചോറിട്ടു. മോരൊഴിച്ചു. മോഹിനി അതും കഴിച്ചു.

കൈകഴുകി അകത്തെ മുറിയിലേക്കു തിരിയുമ്പോൾ മോഹിനിയുടെ മുമ്പിൽ വീണ്ടും അച്ഛൻ: "മോളെ, മാലയോടു നിനക്കെന്താ ഇത്ര വിരോധം?"

അവൾ ഒരുനിമിഷം അമ്പരന്നു. എന്താണ് ഉത്തരം പറയുക? അച്ഛനെപ്പോലൊരു അച്ഛനോട് എന്തും പറയാം. മാലയുടെ അവിഹിതഗർഭത്തിൽ എല്ലാവരും മുഖം കറുപ്പിച്ചപ്പോഴും കരുണ കാട്ടിയത് അച്ഛൻ മാത്രമാണല്ലോ.

"അവളു തെറ്റു ചെയ്തില്യാന്ന് ഞാൻ പറയില്യ. കുറേ ശരികൾ ചെയ്യുന്ന കൂട്ടത്തിൽ ഏത് മനുഷ്യനും ഒരു തെറ്റു ചെയ്തുപോകും. പക്ഷേ, അവളൊരു ദുർബലചിത്തയല്ല. അവളെന്തെങ്കിലും ചെയ്താൽ അതിനു പിന്നിൽ വലിയൊരു കാരണമുണ്ടാവും. പക്ഷേ, നിന്നെ കാണാൻ മോളേ, അവൾക്കെന്തു മോഹമാണ്! നീരജ് പോയതറിഞ്ഞ അവൾ എത്രയാണു കരഞ്ഞത്! എത്രയാണു പട്ടിണികിടന്നത്! ഞാൻ തന്നെ എത്ര പ്രാവശ്യം അവിടെച്ചെന്ന് അവളെ നിർബന്ധിച്ച് ആഹാരം കഴിപ്പിച്ചിട്ടുണ്ട്! കുട്ടിക്ക് പാലു കൊടുക്കാൻ ആരെങ്കിലും നിർബന്ധിച്ച് കൈയിൽ കൊടുക്കണം. അല്ലാതെ അവൾ കുട്ടിയെ തൊടില്യ. എന്തൊരു വാശിയും വീറുമുള്ള പെണ്ണ്! ഞാൻ പറഞ്ഞു നിന്റെ കുഞ്ഞിനെ നീ തന്നെ നോക്കണം. അല്ലാതെ ഏട്ടനും ഏട്ടത്തിയുമാണോ? അവൾ ഉറപ്പിച്ചുതന്നെ പറഞ്ഞു. എന്റെ മോഹിനി വരട്ടെ – മൂന്നാം മാസമാണ്. കുട്ടിക്കു പേരിടണ്ടേ, ഞാൻ ചോദിച്ചു. മോഹിനി വരട്ടെ. ഇതാ മറുപടി. ഞങ്ങളാൽച്ചെലര് കിടന്ന് നട്ടം തിരിയ്യാ ഇതിനെടേക്കെടന്ന്. മോളെ, നമുക്കിപ്പോ അത്രടം വരെ ഒന്നു പോയാലോ?"

മോഹിനി അച്ഛനെ തറപ്പിച്ചൊന്നു നോക്കി. "അച്ഛൻ പറഞ്ഞാൽ ഞാനുണ്ണാം, കുളിക്കാം, വേണമെങ്കിൽ നമ്മുടെ ഷോപ്പിലേക്കു പോകാം. പഴയപോലെ പാട്ടു പാടാം. നൃത്തം ചവിട്ടാം. എന്നാലവിടെ പോകാൻ മാത്രം പറയരുത്."

അച്ഛൻ മങ്ങിയ മുഖത്തോടെ പിൻവലിഞ്ഞു. "വേണ്ടാച്ചാൽ വേണ്ട." ഗോകുലന്റെ ഫോൺ എല്ലാ ദിവസവും വന്നു. എല്ലാ ദിവസവും ഗോകുലൻ അന്വേഷിച്ചത്, മോഹിനിയെന്നു പുറപ്പെടും എന്നാണ്. "വരട്ടെ, അച്ഛനൊന്നു നോർമലാകാതെ ഞാനങ്ങോട്ടില്ല" എന്നായിരുന്നു അവസാനം കൊടുത്ത മറുപടി. ഇപ്പോൾ എതിർപ്പിന്റെ മുന അൽപ്പം ഒടിഞ്ഞിട്ടുണ്ട്. പതുക്കെ ശരിയാവാതിരിക്കില്ല. ഗോകുലൻ ആശയോടെ അച്ഛനോടു പറയും.

രാത്രിയിൽ ഉറങ്ങാതെ കിടക്കുമ്പോൾ കേൾക്കാം, അങ്ങേ വീട്ടിൽനിന്ന് കുഞ്ഞുവാശിക്കാരന്റെ കരച്ചിൽ. വാശിക്കാരിയായ അമ്മയുടെ മകനല്ലേ കരയട്ടെ. പക്ഷേ, ഏതു വാശിക്കാരിയും സ്വന്തം കുഞ്ഞിനെ എടുത്തോമനിച്ചില്ലെങ്കിൽ അവൾ മനുഷ്യസ്ത്രീയല്ല, മൃഗ

മാണ്. കണ്ടില്ലേ, കരയുന്നത്! ഒന്നെടുത്തു ചുമലിലിട്ടാൽ അതു കരച്ചിൽ നിർത്തില്ലേ?

ഹൃദയത്തിലാരോ മുള്ളിട്ടു വലിക്കുംപോലെ. എന്തിനാണ് ഈ അസ്വസ്ഥത? എന്നാണീ കലുഷമായ കടൽ ശാന്തമാകുന്നത്?

അങ്ങനെ കരച്ചിൽ കേട്ടുകേട്ട് താനേ ഉറങ്ങിപ്പോയി മോഹിനി.

കരയുന്ന കുട്ടിയുടെ ശബ്ദം കാതുകളിൽ അലയ്ക്കുന്നു. നീരജ് കുഞ്ഞായിരുന്നപ്പോൾ കരയുകയാണോ, അവനെ എടുക്കാൻ ആരുമില്ലേ, തന്റെ കൈകാലുകൾ ആരോ ബന്ധിച്ചിരിക്കുന്നുവല്ലോ. കുട്ടിയുടെ നിർത്താത്ത കരച്ചിൽ വീണ്ടും. ഈ മാലയ്ക്കെന്താണ്? അവളൊരമ്മയല്ലേ, അവളെ ഞാൻ...

ഞെട്ടിയുണർന്നപ്പോൾ കരച്ചിൽ വീണ്ടും. സ്വന്തം ഉള്ളിൽ നിന്നാണോ ഇത്? ഇതെല്ലാം തോന്നലാണോ? ബാത്റൂമിൽ കയറി കുളിയും കഴിഞ്ഞേ പുറത്തുവന്നുള്ളൂ.

വാതിൽ തുറന്നപ്പോൾ ഒരു കുഞ്ഞിന്റെ ഇളം കൊഞ്ചലുകൾ തന്റെ കട്ടിലിൽ!

പതിനേഴ്

കുളിമുറിയിൽനിന്ന് പുറത്തിറങ്ങിയ മോഹിനി ഏതോ അമ്പരപ്പിൽ വേവലാതിപ്പെട്ടു.

എന്റെ ദൈവമേ, നീരജിനെ ആരാണീ കട്ടിലിൽ? അതേ താമരപ്പൂമുഖം. ആമ്പൽമൊട്ടുപോലുള്ള കൈകൾ, അതേ ചെന്തളിരടികൾ... ഹാ ഇതാരാണ്!

പെട്ടെന്നാണ് അച്ഛന്റെ ചിരി മുറിയിൽ മുഴങ്ങിയത്.

"ആവൂ കുളി കഴിഞ്ഞോ മോളേ. ഇനിയിതാ ഈ പ്രസാദം അങ്ങ് വാങ്ങ്. എന്റെ മോനെ നീ കാണാൻ ചെല്ലാത്തതോണ്ട് മോനിങ്ങു പോന്നു."

വാതിൽക്കൽ അമളിപറ്റിയ ഭാവത്തിൽ മാലയുടെ ഏട്ടനു ഏടത്തിയും. ശാഠ്യക്കാരിയായ അനുജത്തിയും ഉണ്ടാവും. ആവുന്നത്ര സൗമ്യമായ ശബ്ദത്തിൽ മോഹിനി പറഞ്ഞു: "കുട്ടിയെ ഒന്നു കട്ടിലീന്നെടുക്കൂ. ഞാനൊന്നു വസ്ത്രമൊക്കെ മാറി വേഗം വരാം."

"അതൊക്കെ മതി മോളെ. എന്റെ മോനെത്ര നേരായി വന്നു കാത്തു കിടക്കുന്നു. നിന്റെ മുറീക്കെടത്തിയതോടെ അവന്റെ കരച്ചിലും നിന്നു.

മോഹിനി എന്തു ചെയ്യണമെന്നറിയാതെ ഒരുനിമിഷം തറഞ്ഞുനിന്നു. കുട്ടിയെ എടുക്കണോ, അവരെയെല്ലാം മുറിക്കു പുറത്താക്കണോ?

"എന്താ മോന്റെ പേര്?"

ചോദിച്ചത് ഏട്ടത്തിയോടായിരുന്നു. ചോദിച്ചു കഴിഞ്ഞപ്പോൾ വേണ്ടായിരുന്നു എന്നും തോന്നി.

ഏട്ടത്തി ധൈര്യത്തോടെ അടുത്തുവന്നു.

"പേരിട്ടിട്ടില്ല. മോഹിനി തലമുടി തോർത്തിക്കോളൂ. ദാ, വെള്ളമിറ്റുന്നത് കണ്ടില്ലേ?"

അതു കേൾക്കാത്ത മട്ടിൽ മോഹിനി അന്വേഷിച്ചു.

"അവളെവിടെ? അവളോട് വന്നീ കുട്ടിയെ ഒന്നെടുക്കാൻ പറയൂ."

"മോഹിനീ ഇവിടെ ഇരിക്കൂ. ഏട്ടത്തി പറയട്ടെ."

മോഹിനി ഇരുന്നില്ല.

"അവൾടെ ലീവു തീർന്നു. അവൾക്കു പ്രമോഷനായപ്പോ ട്രാൻസ്ഫറിന്റേം ഓർഡറു വന്നു. കാസർഗോഡ്. ലീവു നീട്ടാൻ ഞങ്ങൾ ആവുന്നതു പറഞ്ഞു. ഞങ്ങളെന്നല്ല, ആരു പറയുന്നതും അവൾക്കു കേട്ടു ശീലമില്ല. പെട്ടിയും കിടക്കയുമെടുത്ത് ഒരു പോക്ക്. പോകുമ്പോ പറഞ്ഞു, മോനെ മോഹിനിക്കു കൊടുത്തേക്ക് എന്ന്."

എന്താണിത്! ഇതൊരു കുട്ടിയല്ലേ? വായിച്ചുകഴിഞ്ഞ പുസ്തകമാണോ മടക്കിത്തരാൻ? അല്ലെങ്കിൽത്തന്നെ മാല പിഴച്ചുപെറ്റ കുട്ടിയെ എനിക്കെന്തിനാണ്? എടുത്തു കൊണ്ടുപോകൂ എന്നു പറയാനായി വായ തുറന്നതാണ്, പക്ഷേ,മോഹിനി കുട്ടിയെ എടുക്കാനായി അവന്റെ കക്ഷത്തുകൂടെ കൈകളിട്ടതേയുള്ളൂ ജീവിതസംഗീതത്തിന്റെ തംബുരു ആരോ മീട്ടുന്നതുപോലെ. അവൾ കുഞ്ഞിന്റെ താമരപ്പൂ പോലുള്ള മുഖത്ത് മുഖം ചേർത്തു. അതേ മണം. ഗോകുലിന്റെ ശരീരത്തിന്റെ അതേ ഗന്ധം. മൗനം ഇത്രയ്ക്കു ഹൃദയഹാരിയായ ഭാഷയാണോ? എന്റെ ദൈവമേ! ഇതാണോ നീയെനിക്കു തന്ന സമ്മാനം? ഇവനെ ഇനി ഞാനാണോ വളർത്തേണ്ടത്? തളിർമൊട്ടുപോലുള്ള ഇവനെ പൂവാക്കി മാറ്റേണ്ടവൾ ഞാനോ? എന്റെ മാലേ, അതാണോ നീയവനെ എടുക്കാതെയും ഓമനിക്കാതെയും കടന്നുപോയത്?

"മോഹിനി, മാല മോനെ നിനക്കു തരാനാണ് ഏൽപ്പിച്ചിരിക്കുന്നത്. അവളുടെ ഒരു പഴയ കൂട്ടുകാരൻ അവളെ കല്യാണം കഴിക്കാൻ പോകുന്നത്രെ. കുട്ടിയെ അവനു വേണംന്നായിരുന്നു കണ്ടീഷൻ. എന്നാലവൾക്ക് ഒരൊറ്റ കണ്ടീഷനെയുള്ളൂ. മോനെ മോഹിനിക്കു കൊടുക്കണം. ദുബായിൽ ബിസിനസൊക്കെയുള്ളവനാണ്. വൈകാതെ അവരങ്ങു പോകും. വിവാഹം രജിസ്റ്റർ ചെയ്തുകഴിഞ്ഞിട്ടേ മാല മോഹിനിയെ കാണാൻ വരൂ."

"എന്നാലുടൻ വരാൻ പറയണം. എനിക്കീ സമ്മാനം ഗോകുലനെ കാണിക്കാൻ തിരക്കായി."

മോഹിനി പറഞ്ഞു തീർന്നപ്പോൾ മാലയുടെ ജ്യേഷ്ഠന്റെ കണ്ണുകളുമായി അവളുടെ നോട്ടം ഉരസി.

"ഗോകുലനും ആശ്വാസമാവും, അല്ലേ?" അദ്ദേഹം ചോദിച്ചുപോയി.

"പക്ഷേ, ഇവനെ പിരിയാൻ ഞങ്ങൾക്ക് ഏറെ വിഷമമുണ്ട്. ഒരു കുഞ്ഞില്ലാത്ത ഞങ്ങൾക്ക് ഇവനെ കിട്ടിയപ്പോൾ സ്വർഗരാജ്യം കൈവന്ന സന്തോഷമായിരുന്നു. അച്ഛനാരാന്നുപോലും ഞങ്ങൾക്കറീല്യ. ഞാൻ കെഞ്ചിനോക്കി, പക്ഷേ, മാലയ്ക്ക് മോഹിനി... മോഹിനി. ഇതു മാത്രം.

ഏട്ടത്തി അൽപ്പം നിരാശയോടെ പറഞ്ഞു. ഇതൊന്നും മോഹിനിയുടെ കാതിൽ പതിയുന്നുണ്ടായിരുന്നില്ല.

വെൺമുകിലും തിരമാലകളും പുൽക്കൊടികളും വീണ്ടും സല്ലപിക്കാനെത്തുന്ന പുത്തൻ ജീവിതമായിരുന്നു മോഹിനിയുടെ ഉള്ളിൽ. ആകാശത്തുനിന്നും നക്ഷത്രകോടികൾ തങ്ങൾക്കുമേൽ അനുഗ്രഹം വർഷിക്കും. ചന്ദ്രികയ്ക്ക് തങ്ങളുടെ ഹൃദയങ്ങളിൽ കുളിരുനിറയ്ക്കാതെ കടന്നുപോകാനാവില്ല. ദൈവഹൃദയത്തിൽനിന്ന് ഒഴുകിയെത്തുന്ന സംഗീതം തങ്ങളുടെ ജീവിതത്തെ പുണർന്നുനിൽക്കും.

മോഹിനി മോനെ നെഞ്ചോടമർത്തി. ദില്ലിയിലെ പാതിരാസമയത്തെ നിഗൂഢമായ നിശ്ശബ്ദത നിന്നെ കാത്തുനിൽക്കയാണ്. അവിടത്തെ മണൽത്തരികൾ നിന്റെ പാദസ്പർശത്തിനായി കാതോർക്കുന്നു. കാലം നിനക്കു മുമ്പിൽ ചുരുങ്ങിച്ചുരുങ്ങി ഇല്ലാതാവും.

കുട്ടിയെ ഒന്നെടുക്കാൻ സകലതും മറന്നു ചെറിയമ്മ കൈനീട്ടി.

എന്നാലതു ശ്രദ്ധിക്കാതെ മോഹിനി, ഉത്തരവാദിത്തമുള്ളൊരു അമ്മയായി കുഞ്ഞിനെ ചുമലിൽ ചേർത്തുപിടിച്ചുകൊണ്ട് ഗോകുലന് ഫോൺ ചെയ്യാനായി മുറിക്കു പുറത്തേക്കു കടന്നു.

www.ingramcontent.com/pod-product-compliance
Lightning Source LLC
LaVergne TN
LVHW100831051026
849519LV00006B/2247
* 9 7 8 9 3 8 2 8 0 8 4 2 8 *